Ang Sukat ng Pananampalataya

"Sapagkat sinasabi ko, sa pamamagitan ng biyaya na ibinigay sa akin, na ang bawat isa sa inyo ay huwag mag-isip sa kanyang sarili nang higit kaysa nararapat niyang isipin; kundi mag-isip nang may katinuan, ayon sa sukat ng pananampalataya na ipinamahagi ng Diyos sa bawat isa."

(Mga Taga-Roma 12:3)

Ang Sukat ng Pananampalataya

Dr. Jaerock Lee

Ang Sukat ng Pananampalataya ni Dr. Jaerock Lee
Inilathala ng Aklat ng mga Urim (Kumakatawan: Kyungtae Noh)
73, Yeouidaebang-ro 22-gil, Dongjak-gu, Seoul, Korea
www.urimbooks.com

Ang lahat ng Karapatan ay nakalaan. Ang aklat na ito o mga bahagi niyaon ay hindi maaaring ipalimbag sa anumang anyo, itago sa ibang mga nakukuhang sistema, o maisalin sa anumang anyo o sa anumang pamamaraan, elektroniks, mekanikal, pagkopya, pagrerecored, o sa makatuwid ng walang paunang sulat pahintulot ng taga-paglathala.

Karapatang sipi © 2016 ni Dr. Jaerock Lee
ISBN: 979-11-263-0088-4 03230
Naisaling Siping May karapatan © 2014 ni Dr. Esther K. Chung, Ginamit nang may pahintulot.

Naunang Nailathala sa Koreano ng Mga Aklat ng Urim noong 2002

Unang Limbag abril 2016

Sinuri ni Dr. Geumsun Vin
Dinesenyo ng Kagawarang Editoryal ng Mga aklat ng Urim
Nailimbag ng Palimbagang Kumpanya ng Prione
Para sa karagdagang impormasyon: urimbook@hotmail.com

Paunang Salita

Hinahangad kong kayong lahat sana'y magkamit ng buong sukat ng espiritu at tamasahin ninyo ang panlangit at walang-hanggang kaluwalhatian sa Bagong Jerusalem kung saan naroroon ang trono ng Diyos!

Kasama ang *Ang Mensahe ng Krus,* ang *Ang Sukat ng Pananampalataya* ang pinakapundamental at pinakamahalagang gabay na aklat sa epektibong pamumuhay bilang isang Cristiano. Ibinibigay ko ang lahat ng pasasalamat at papuri sa Diyos Ama na nagkaloob ng biyayang mailathala ang mahalagang aklat na ito at maipahayag ang tungkol sa espiritwal na rehiyon sa di-mabilang na mga tao.

Sa panahong ito, napakaraming tao ang nagsasabing sila ay naniniwala, ngunit wala silang katiyakan tungkol sa kanilang kaligtasan. Wala silang alam tungkol sa pagsukat ng pananampalataya at kung gaano kalaking pananampalataya ang kailangan nila para maligtas. Sinasabi nila sa isa't isa, "Malaki ang pananampalataya ng taong ito" o "Ang taong iyon ay maliit ang pananampalataya." Ngunit hindi madaling malaman kung gaanong kalaking pananampalataya mo ang tinatanggap ng Diyos. Hindi rin madaling sukatin kung gaano kalaki ang pananampalataya mo o kung gaano na ang inilaki nito. Nais ng Diyos na magkaroon tayo hindi ng pananampalatayang makalaman, kundi pananampalatayang espiritwal na may mga kasamang gawa. Masasabi na ang pananampalataya ng isang tao ay makalaman kung nakikinig lamang sila at nag-aaral ng Salita ng Diyos, at ikinakabisa at iniipon ito bilang kaalaman lamang. Hindi tayo magkakaroon ng pananampalatayang espiritwal sa sarili nating pagsisikap. Ito ay ipinagkakaloob lamang sa atin ng Diyos.

Kaya naman, sinasabihan tayo sa Roma 12:3, *"Dahil sa biyayang tinanggap ko, sinasabi ko sa inyo: Huwag ninyong pahalagahan ang inyong sarili nang higit sa nararapat. Sa halip, tingnan ninyong mabuti ang inyong sarili ayon sa sukat ng pananampalatayang ipinagkaloob sa inyo ng Diyos"* (Ang Salita ng Diyos para sa Pilipino). Sinasabi sa atin ng talatang ito na ang bawat isa ay may sariling pananampalatayang espiritwal na ipinagkaloob ng Diyos, at ang mga sagot at pagpapala Niya sa mga tao ay iba-iba ayon sa sukat ng pananampalataya nila.

Inilalarawan sa 1 Juan 2:12 at sa kasunod na mga talata na ang paglago ng pananampalataya ng bawat tao ay nag-uumpisa bilang pananampalataya ng mga sanggol o ng mga batang pahakbang-hakbang pa lamang lumakad, hanggang umunlad sa pananampalataya ng mga maliliit na bata, hanggang lumago sa pananampalataya ng mga kabataan tungo sa pananampalataya ng mga ama. Mababasa sa 1 Corinto 15:41, *"Iba ang ningning ng araw sa ningning ng buwan, at iba naman ang ningning ng mga bituin. At kahit ang mga bituin ay may iba't ibang ningning"* (Ang Salita ng Dios). Pinaaalalahan tayo ng talatang ito na iba-iba ang magiging tahanan ng mga tao sa Langit at ang kanilang kaningningan doon ayon sa sukat ng kanilang pananampalataya. Mahalaga siyempreng magtamo tayo ng kaligtasan at makarating sa Langit, ngunit ang malaman kung anong magiging tirahan natin sa Langit, at anong uri ng korona at mga gantimpala ang tatanggapin natin ay higit na mahalaga.

Ninanais ng Diyos ng pag-ibig na marating ng mga anak Niya ang ganap na sukat ng pananampalataya, at gustong-gusto Niyang makapasok sila sa Bagong Jerusalem kung saan naroon ang trono ng Diyos. Pinananabikan Niyang makasama sila roon nang magpawalang-hanggan.

Ayon sa puso ng Diyos at sa turo ng Salita ng Diyos, binibigyang-linaw ng *Ang Sukat ng Pananampalataya* ang limang lebel ng pananampalataya at ang Kaharian ng Langit. Tinutulungan ang mambabasang sukatin ang lebel ng kanyang sariling pananampalataya. Maaaring hatiin ang mga lebel ng pananampalataya at ang mga tirahan sa Langit sa higit pa sa limang lebel, ngunit ang ipinaliwanag sa aklat na ito ay limang lebel lamang para mas madaling maintindihan ng mga mambabasa. Sana'y mapabilis ang pagsulong ninyo patungo sa Langit sa pamamagitan ng inyong paghahambing ng lebel ng pananampalataya ninyo sa lebel ng pananampalataya ng mga ninuno ng pananampalataya sa Biblia.

Ilang taon na ang nakakaraan nang nanalangin akong bigyan

ako ng Diyos ng rebelasyon tungkol sa ilang bahagi ng Biblia na mahirap maunawaan. Hanggang sa dumating ang araw na ipinaliwanag sa akin ng Diyos na ang Kaharian sa Langit ay nahahati-hati sa maraming lugar, at ang mga tirahan sa Langit ay ibibigay sa mga anak Niya ayon sa sukat ng kanilang pananampalataya.

Pagkatapos nito, nangaral ako tungkol sa mga tirahan sa Langit at sukat ng pananampalataya, at pina-edit ko ang mga sermong ito para mailimbag ang aklat na ito. Pinasasalamatan ko si Geumsun Vin, Direktor, at ang maraming matapat na mga manggagawa sa Editorial Bureau.

Nawa'y marating ng lahat ng mga mambabasa ng *Ang Sukat ng Pananampalataya* ang ganap na sukat ng pananampalataya, ang pananampalataya ng buong espiritu, at tamasahin nila ang walang-patid na luwalhati sa Bagong Jerusalem kung saan naroon ang trono ng Diyos. Ito ang panalangin ko at basbas ko sa ngalan ng ating Panginoong JesuCristo!

Jaerock Lee

Panimula

Nawa'y ang aklat na ito ay magiging isang napakahalagang gabay sa pagsukat ng pananampalataya ng bawat tao, at magdala sa di-mabilang na mga tao patungo sa lebel ng pananampalatayang nagbibigay-lugod sa Diyos...

Sinisiyasat ng *Ang Sukat ng Pananampalataya* ang limang lebel ng pananampalataya mula sa lebel ng pananampalataya ng mga espiritwal ng sanggol o mga batang maliit na katatanggap pa lamang kay JesuCristo at pinanahanan ng Banal na Espiritu, hanggang sa lebel ng pananampalataya ng mga ama na nakakakilala sa Diyos bilang Siya na naroon na mula pa sa pasimula. Sa pamamagitan ng aklat na ito, matatantya na ng bawat mambabasa ang lebel ng sarili niyang pananampalataya.

Sa Unang Kabanata, "Ano ang Pananampalataya?" makikita ang kahulugan ng pananampalataya, at ipinapaliwanag kung anong uri ng pananampalataya ang nagbibigay-lugod sa Diyos.

Makikita rin ang mga uri ng sagot sa panalangin at biyayang dala ng pananampalatayang katanggap-tanggap sa Diyos. Sa Biblia, may dalawang uri ng pananampalataya: ang "pananampalatayang makalaman" o ang pananampalatayang ayon lamang sa kaalaman at "ang pananampalatayang espiritwal." Sinasabi sa kabanatang ito kung paano natin matatamo ang pananampalatayang espiritwal at mamuhay ng pinagpalang buhay na nakay Cristo.

Ang malaking bahagi ng Kabanata 2, "Ang Paglago ng Pananampalatayang Espiritwal" ay base sa 1 Juan 2:12-14. Dito, inilalarawan ang proseso ng paglago ng pananampalatayang espiritwal sa paglaki ng isang tao mula sa isang sanggol, hanggang sa maging maliit na bata ito, maging isang kabataan, at pagkatapos ay maging isang ama. Sa madaling sabi, matapos tanggapin ng isang tao si JesuCristo, may espiritwal na paglago sa kanyang pananampalataya: mula sa pananampalataya ng isang sanggol hanggang sa pananampalataya ng isang ama o taong matanda na.

Sa Kabanata 3, "Ang Sukat ng Pananampalataya ng Bawat Tao," ipinapaliwanag ang lebel ng pananampalataya ng tao gamit ang talinghaga ng mga gawain ng tao: kung ang mga ito ay mananatili depende sa mga ginamit na mga materyales tulad ng dayami, pinaggapasan, kahoy, mga mamahaling batong-hiyas, pilak at ginto. Tinitingnan kung ano ang matitira sa mga ginawa ng tao kapag dumaan sa apoy ng pagsubok ang pananampalataya niya. Nais ng Diyos na matamo natin ang ginintuang pananampalataya na nanatili at di-natutupok sa kahit na anong uri ng matinding pagsubok.

Binibigyang-linaw sa Kabanata 4, "Ang Pananampalatayang Makakatanggap ng Kaligtasan" ang pinakamababang lebel ng pananampalataya—ang una sa limang lebel ng pananampalataya.

Ito ang lebel ng pananampalataya na matatawag na "kahiya-hiya," sapagkat ito'y sapat lamang para magtamo ng kaligtasan, ngunit walang matatanggap na mga gantimpala. Ang lebel na ito ay tinatawag ring "pananampalataya ng mga sanggol" o "pananampalatayang yari sa dayami." Gamit ang mga madetalyeng halimbawa, hinihikayat tayo sa Kabanata 4 na magpursiging magkaroon agad ng matatag na pananampalataya.

Sa Kabanata 5, "Pananampalatayang Nagsisikap Mamuhay Ayon sa Salita ng Diyos," sinasabing tayo ay nasa ikalawang lebel ng pananampalataya kapag sinusubukan natin magpatuloy sa ating pananampalataya sa yugtong ito. Itinuturo rin sa kabanatang ito kung paano umunlad sa pananampalataya tungo sa ikatlong lebel.

Sa Kabanata 6, "Pananampalatayang Makapamuhay Ayon sa Salita ng Diyos," titingnan natin ang maikling proseso kung saan nagsisimula ang pananampalataya sa unang lebel, lumalago patungo sa ikalawang lebel, at nagpapatuloy sa simulang bahagi ng ikatlong lebel, at umaangat hanggang sa marating ang malaking bato ng pananampalataya kung saan ay natamo mo na ang higit sa 60% ng ikatlong lebel ng pananampalataya. Binibigyang-linaw din sa kabanatang ito ang pagkakaiba ng simula ng ikatlong lebel ng pananampalataya at ng bahaging nasa bato ka na ng pananampalataya, at kung bakit hindi na natin kailangang mabigatan kapag nakatayo na tayo sa bato ng pananampalataya. At pinapakita rin ang kahalagahan ng pagpupunyagi laban sa mga kasalanan kahit hanggang sa punto ng pagbubuhos ng dugo.

Sa Kabanata 7, "Pananampalatayang Mahalin ang Diyos Nang Sukdulan," pinapaliwanag ang maraming pagkakaiba nga mga taong nasa ikatlong lebel ng pananampalataya at ng mga nasa ikaapat na lebel ng pananampalataya pagdating sa pagmamahal nila sa Panginoon. Sinusuri rin sa kabanatang ito ang iba't ibang pagpapala na dumarating sa mga nagmamahal sa Panginoon sa kasukdulan.

Sa Kabanata 8, "Pananampalatayang Nagbibigay-Lugod sa Diyos," pinapakita kung paano ang pananampalataya sa ikalimang lebel. Sinasabi sa kabanatang ito na para matamo natin ang pananampalatayang nasa ikalimang lebel, kailangang di lamang tayo lubusang mapabanal tulad nila Enoc, Elias, Abraham o Moises; kailangan rin nating maging matapat sa buong sambahayan ng Diyos sa pamamagitan ng pagtutupad ng lahat ng tungkuling ibinigay sa atin ng Diyos. Dagdag pa rito, kailangang maging ganap tayo hanggang sa punto ng pagsasakripisyo ng sarili nating buhay para sa Panginoon at tamuhin ang pananampalataya ni Cristo, ang pananampalataya ng buong espiritu. Panghuli, dinedetalye sa kabanatang ito ang tungkol sa mga uri ng pagpapala na maaasahan nating tamasahin kapag nabigyang-lugod natin ang Diyos sa ikalimang lebel ng pananampalataya.

Sa kasunod na kabanata, "Mga Patunay na Taglay ng mga Sumasampalataya," sinasabi na kapag natamo na natin ang ganap na pananampalataya, ito ay may kasamang mga mahimalang tanda. Dagdag pa rito, malapitan at isa-isang sinisiyasat ng kabanata ang mga tandang ito base sa pangako ni Jesus sa Marcos 16:17-18. Binibigyang-diin din ng autor na kailangan ng mangangaral na maghayag ng makapangyarihang mensahe na may kasamang mga mahimalang tanda at magpatotoo tungkol sa Diyos na buha'y [NOTE: ACCENT on top of LETTER a] gamit ang mga himalang iyon upang mabigyan ng malakas na pananampalataya ang di-mabilang na tao, sa isang panahon kung saan ang mundo ay napupuno na ng mga kasalanan at labis na kasamaan.

Panghuli, sa Kabanata 10, "Mga Iba't Ibang Tirahan sa Langit at mga Korona," nakasaad na maraming lugar na tirahan sa iba't ibang mga kaharian sa Kaharian ng Langit, na ang sinuman ay makakapasok sa mas isang magandang tirahan doon sa pamamagitan ng pananampalataya, at na magkakaiba ang uri ng ningning at gantimpala sa iba't ibang kaharian sa Kaharian ng Langit. Partikular na inilalarawan sa kabanatang ito kung gaano kaganda at kamangha-mangha ang Bagong Jerusalem kung saan naroroon ang trono ng Diyos. Ito ay upang matulungan ang mga mambabasang may pananampalataya at may hangaring magtungo sa higit na mas mainam na tirahan sa Langit.

Kung nauunawaan nating may mga natatanging pagkakaiba ang mga lugar na tirahan sa Langit at ang mga gantimpala roon ayon sa sukat ng pananampalataya ng bawat tao, tiyak na mababago ang ating kasalukuyang saloobin sa ating buhay kay Cristo-lubusan itong mababago.

Nawa'y bawat mambabasa ng *Ang Sukat ng Pananampalataya* ay magkaroon ng uri ng pananampalataya na nagbibigay-lugod sa Diyos, na makakatanggap ng anumang hihilingin niya, at labis na makakaluwalhati sa Diyos!

Geumsun Vin
Direktor ng Editorial Board

Mga Nilalaman

Paunang Salita

Panimula

Kabanata 1
{ Ano ang Pananampalataya? } • 1

1. Ang Kahulugan ng Pananampalatayang Katanggap-tanggap sa Diyos
2. Walang Kinikilalang Limitasyon ang Kapangyarihan ng Pananampalataya
3. Ang Pananampalatayang Makalaman at ang Pananampalatayang Espiritwal
4. Para Makamtan ang Pananampalatayang Espiritwal

Kabanata 2
{ Ang Paglago ng Pananampalatayang Espiritwal } • 33

1. Lebel ng Pananampalataya ng mga Sanggol/ Mga Batang Nagsisimula pa Lamang Humakbang
2. Ang Lebel ng Pananampalataya ng mga Bata
3. Ang Lebel ng Pananampalataya ng mga Kabataan
4. Ang Lebel ng Pananampalataya ng mga Ama

Kabanata 3
{ Ang Sukat ng Pananampalataya ng Bawat Tao } • 53

1. Ang Sukat ng Pananampalatayang Binibigay ng Diyos
2. Magkakaiba ang Sukat ng Pananampalataya ng mga Tao
3. Sinusubok ng Apoy ang Sukat ng ating Pananampalataya

Kabanata 4
{ Ang Pananampalatayang Makakatanggap ng Kaligtasan } • 73

1. Ang Unang Lebel ng Pananampalataya
2. Tinanggap na ba Ninyo ang Banal na Espiritu?
3. Ang Pananampalataya ng Kriminal na Nagsisi
4. Huwag Ninyong Buhusan ang Init ng Banal na Espiritu
5. Naligtas na si Adan?

Kabanata 5
{ Pananampalatayang Nagsisikap Mamuhay Ayon sa Salita ng Diyos } • 89

1. Ang Ikalawang Lebel ng Pananampalataya
2. Ang Pinakamahirap na Yugto sa Buhay ng Mananampalataya
3. Ang Pananampalataya ng mga Israelita noong Exodo
4. Hangga't Di Ka Maniwala at Sumunod
5. Mga Matatag at Di-Matatag na mga Cristiano

Kabanata 6
{ Pananampalatayang Makapamuhay Ayon sa Salita ng Diyos } • 111

1. Ang Ikatlong Lebel ng Pananampalataya
2. Hanggang Makarating sa Bato ng Pananampalataya
3. Pagpupunyagi Laban sa Kasalanan Kahit Hanggang sa Punto ng Pagbubuwis ng Dugo

Kabanata 7
{ Pananampalatayang Mahalin ang Diyos Nang Sukdulan } • 141

1. Ang Pananampalataya sa Ikaapat na Lebel
2. Nasa Mabuting Kalagayan ang Iyong Buhay Espiritwal
3. Walang-Kondisyon ang Iyong Pagmamahal sa Diyos
4. Mahalin ang Diyos nang Higit sa Anupaman

Kabanata 8
{ Pananampalatayang Nagbibigay-Lugod sa Diyos } • 181

1. Ang Ikalimang Lebel ng Pananampalataya
2. Pananampalatayang Magsakripisyo ng Sariling Buhay
3. Pananampalatayang Nakakapagpakita ng mga Kababalaghan at Tanda
4. Katapatan sa Buong Sambahayan ng Diyos

Kabanata 9
{ Mga Patunay na Taglay ng mga Sumasampalataya } • 219

1. Makakapagpalayas ng mga Demonyo
2. Magsasalita sa mga Bagong Wika
3. Dumampot ng Ahas
4. Walang Makamandag na Lason ang Maaaring Makapinsala sa Iyo
5. Gagaling ang Maysakit sa Pamamagitan ng Pagpapatong ng Iyong Kamay

Kabanata 10
{ Mga Iba't Ibang Korona at Tirahan sa Langit } • 245

1. Matatamo Lamang ang Langit sa Pamamagitan ng Pananampalataya
2. Marahas na Pagsulong sa Langit
3. Sarisaring mga Lugar na Tirahan sa Langit at mga Korona

Kabanata 1

Ano ang Pananampalataya?

1
Ang Kahulugan ng Pananampalatayang Katanggap-tanggap sa Diyos

2
Walang Kinikilalang Limitasyon ang Kapangyarihan ng Pananampalataya

3
Ang Pananampalatayang Makalaman at ang Pananampalatayang Espiritwal

4
Para Makamtan ang Pananampalatayang Espiritwal

Ngayon, ang pananampalataya ay pagtitiwala na mangyayari ang ating mga inaasahan at katiyakan tungkol sa mga bagay na hindi nakikita. Kinalugdan ng Diyos ang mga tao noong una dahil sa kanilang pananampalataya sa kanya. Dahil sa pananampalataya, nauunawaan natin na ang sanlibutan ay nilalang sa pamamagitan ng Salita ng Diyos, at ang mga bagay na nakikita ay mula sa mga hindi nakikita.

(Hebreo 11:1-3, Magandang Balita Biblia)

Sa Biblia, maraming nakasulat na mga pangyayari kung saan ang mga bagay na hindi natin inaasahan ay nangyari, at ang hindi posible kung sa pamamagitan ng kakayahan ng tao ay naisagawa at nakamit sa pamamagitan ng kapangyarihan ng Diyos.

Tinawid ni Moises at ng mga Israelita ang Dagat na Pula sa pamamagitan ng paghati niya rito, at dumaan sila sa isang tuyong daan sa pagitan ng dalawang pader ng tubig. Winasak nina Josue ang lunsod ng Jerico sa kanilang pag-iikot dito nang labintatlong ulit. Sa pamamagitan ng panalangin ni Elias, ibinuhos ng langit ang ulan pagkaraan ng tatlo't kalahating taon na tagtuyot. Pinatayo ni Pedro at pinalakad niya ang isang taong pinanganak na lumpo, samantalang binuhay naman ni apostol Pablo ang isang kabataang namatay nang nahulog ito mula sa ikatlong palapag ng bahay. Naglakad si Jesus sa tubig; pinahinahon Niya ang malakas na hangin at ang nagngangalit na mga alon; binigyan Niya ang bulag ng kakayahang makakita; at binuhay Niyang muli ang isang lalaking apat na araw nang nakalibing.

Ang kapangyarihan ng pananampalataya ay walang limitasyon, at ang lahat ng bagay ay posible kung meron ka nito. Katulad ng sinasabi sa atin ni Jesus sa Marcos 9:23, *"Kahit ano ay maaaring mangyari, para sa taong may pananampalataya,"* (Ang Salita ng Buhay/ASNB), matatanggap mo ang anumang hilingin mo kung may pananampalataya kang katanggap-tanggap sa Diyos.

Kung ganoon, anong uri ng pananampalataya ang tinatanggap ng Diyos, at paano natin makakamit ito?

1. Ang Kahulugan ng Pananampalatayang Katanggap-tanggap sa Diyos

Marami sa mga tao ngayon ang nagsasabing naniniwala sila sa makapangyarihang Diyos, ngunit hindi naman sila nakakatanggap ng sagot sa kanilang mga panalangin dahil wala silang tunay na pananampalataya. Mababasa sa Hebreo 11:6, *"Kung walang pananampalataya, hindi tayo kalulugdan ng Diyos sapagkat ang sinumang lumalapit sa kanya ay dapat maniwalang may Diyos na nagbibigay ng gantimpala sa mga humahanap sa Kanya nang buong puso" (Ang Salita ng Diyos para sa Pilipino/ASDP).* Maliwanag na sinasabi ng Diyos sa atin na Siya ay ating mabibigyan ng kasiyahan sa pamamagitan lamang ng tunay na pananampalataya.

Walang imposible kung meron kang ganap na pananampalataya, sapagkat ito ang pundasyon ng mabuting pamumuhay bilang Cristiano at ang susi para sa mga kasagutan at pagpapala ng Diyos. Pero, di tinatamasa ng maraming tao ang Kanyang mga pagpapala at di nila natatanggap ang kaligtasan, sapagkat hindi nila alam at wala pa sa kanila ang tunay na pananampalataya.

Ang pananampalataya ay "pagtitiwala na mangyayari ang ating mga inaasahan," ang "katunayan ng mga bagay na di natin nakikita"

Kung ganoon, ano ang pananampalataya na tinatanggap ng Diyos? Ayon sa *Webster's New World College Dictionary*, ang pananampalataya ay "ang walang-dudang pagtitiwala na di nangangailangan ng patunay o ebidensya" o "walang-alinlangang paniniwala sa Diyos o sa mga doktrina ng relihiyon, atbp" (salin). Ang pananampalataya ay ang salitang pistis sa wikang Griego, na ibig sabihin ay "maging matibay o matapat." Ayon sa Hebreo 11:1, ang kahulugan ng pananampalataya ay *"ang pagtitiwala na mangyayari ang ating mga inaasahan"* (MBB).

Ang "realidad ng mga bagay na ating inaasahan" (substance of things hoped for) ay tumutukoy sa pagiging isang realidad na sa ating tunay na buhay ng mga bagay na pinapangarap nating maganap sapagkat nakakatiyak tayo, kaya't parang aktuwal nang nagkaroon ito ng kaganapan. Halimbawa, ano ang pinakagustong mangyari ng isang taong maysakit na nakakaramdam ng matinding kirot? Siyempre, gustong-gusto niyang gumaling mula sa kanyang karamdaman at manumbalik ang dati niyang kalusugan, ngunit kailangan niya ng sapat na pananampalataya para makatiyak na makakamit niya ang paggaling. Sa madaling sabi, ang maayos na kalusugan ay mapapasakanya kung meron siyang ganap na pananampalataya.

Ang "ebidensya ng mga bagay na hindi natin nakikita" (evidence of things not seen) naman ay tungkol sa mga bagay at usapin kung saan tayo na may pananampalatayang espiritwal ay nakakatiyak na, kahit hindi pa lantarang nakikita ito ng ating mga mata.

Kaya naman, ang pananampalataya ang nagbibigay sa atin ng kakayahan para magtiwala na nililikha ng Diyos ang lahat ng bagay mula sa wala. Tinanggap ng mga ninuno ng pananampalataya ang "katiyakan ng mga bagay na... inaasahan" nila bilang isang aktwalidad kalakip ang pananampalataya nila, at ang mga "katunayan ng mga bagay na di... nakikita" bilang mga bagay at pangyayari na aktwal na nasasalat o nasasaksihan. Sa ganitong paraan, naranasan nila ang kapangyarihan ng Diyos na lumilikha ng mga bagay mula sa wala.

Tulad ng mga ninuno ng pananampalataya, ang mga tao na naniniwalang nililikha ng Diyos ang lahat ng bagay mula sa wala ay makakayanan ding magtiwala na bago pa nagsimula ang panahon, nilikha nga Niya ang lahat ng bagay sa Langit at lupa sa pamamagitan lamang ng Salita Niya. Tunay na wala ngang sinumang nakakita gamit ang mga mata niya sa paglalalang Niya ng kalangitan at daigdig, sapagkat naganap ito bago pa ginawa ang tao. Ngunit, ang mga taong may pananalig ay di nag-aalinlangan na nilikha nga ng Diyos ang lahat ng bagay mula sa wala, sapagkat naniniwala sila.

Kaya ipinapaalala sa atin ng Hebreo 11:3 na, *"Dahil sa pananampalataya, nauunawaan natin na ang sanlibutan ay nilalang sa pamamagitan ng Salita ng Diyos, at ang mga bagay na nakikita ay mula sa mga hindi nakikita"* (MBB). Nang sabihin ng Diyos, *"Magkaroon ng liwanag!"* nagkaroon nga ng liwanag (Genesis 1:3). Nang sabihin Niya, *"Magkaroon sa lupa ng lahat ng uri ng tumutubong halamang nagkakabinhi at mga punong namumunga,"* nangyari ang lahat ng ito ayon sa inutos ng Diyos (Genesis 1:11, MBB).

Ang lahat ng bagay sa daigdig na lantad na nakikita ng ating mga mata ay hindi ginawa mula sa mga bagay na nakikita. Ganunpaman, pinaniniwalaan ng maraming tao na ginawa ang lahat ng ito mula sa mga bagay na nakikita natin; di sila naniniwala na ang mga ito ay nagmula sa wala. Di pa nakikita, naririnig o natututunan ng mga taong ganito na maaaring makalikha ng mga bagay mula sa wala.

Nagpapatunay ng iyong pananampalataya ang iyong pagsunod

Para umasa ka na magaganap ang isang bagay na hindi maaaring mangyari, at ito nga ay aktwal na magaganap, kailangang may ebidensya na meron ka ngang pananampalatayang katanggap-tanggap sa Diyos. Sa madaling sabi, kailangan mong magpakita ng katibayan sa pamamagitan ng pagsunod mo sa sinasabi ng Salita ng Diyos, dahil nananalig ka sa Kanyang Salita. Binabanggit sa Hebreo 12:4-7 ang mga ninuno ng pananampalataya na itinuring na matuwid sa pamamagitan ng pananampalatayang meron sila, at ipinakita nila ang katibayan ng pananalig nila sa Diyos: Si Abel ay pinuri bilang isang taong matuwid nang mag-alay siya sa Diyos ng dugo ng hayop na tinanggap ng Diyos. Pinuri si Enoc bilang isang taong nagbigay-lugod sa Diyos, sapagkat lubos siyang nagpakabanal; si Noe ay naging tagapagmana ng matuwid na pamumuhay dahil gumawa siya ng barko ng kaligtasan nang may pananampalataya.

Pag-aralan natin ang kuwento nina Abel at Cain sa Genesis 4:1-15 nang sa ganoon ay maunawaan natin ang tunay na pananampalataya na katanggap-tanggap sa Diyos. Si Cain at Abel ay ang mga anak nila Adan at Eva sa lupa matapos silang itaboy sa Hardin ng Eden, sapagkat sinuway nila ang utos ng Diyos: *"Huwag na huwag mong kakainin ang bunga [ng punongkahoy na nagbibigay ng kaalaman tungkol sa mabuti at masama], sapagkat sa araw na kainin mo iyon ay mamamatay ka"* (Genesis 2:17b, MBB).

Nalungkot pagkatapos sina Adan at Eva sa ginawa nilang pagsuway—naranasan ni Adan ang hirap ng pagbubungkal ng lupa sa sarili niyang pawis, at naranasan ni Eva ang higit na hirap ng pagsilang ng anak sa isinumpang daigdig. Matiyagang tinuruan ni Adan at Eva ang mga anak nila tungkol sa kahalagahan ng pagsunod sa Diyos. Tiyak na itinuro nila sa mga batang sina Cain at Abel na kailangan nilang mamuhay ayon sa Salita ng Diyos, at marahil ay binigyang-diin nila na dapat na hinding-hindi sila susuway sa mga utos Niya.

Dagdag pa rito, siguro sinabi rin nila sa kanila na kailangan nilang magdala ng isang hayop bilang isang hain at mag-alay sa Diyos ng dugo para sa kapatawaran ng kanilang mga kasalanan. Kaya naman, batid nina Cain at Abel na dapat silang mag-alay sa Diyos ng dugo para mapatawad ang mga kasalanan nila.

Matapos ang mahabang panahon, pinagtaksilan ni Cain ang Diyos katulad ng ginawa ng ina niyang si Eva na sumuway sa sinabi ng Diyos. Isa siyang magsasaka, at inalay niya ang inani niyang butil mula sa lupa, sapagkat iyon ay karapat-dapat ayon sa sarili niyang pamantayan. Ngunit si Abel na isang pastol ay nag-alay ng panganay na anak ng kanyang kawan kasama ang mga matatabang bahagi nito, ayon sa inutos ng Diyos sa kanya sa pamamagitan ng kanyang mga magulang. Tinanggap ng Diyos ang alay ni Abel, ngunit tinanggihan Niya ang kay Cain na sumuway sa ipinag-utos Niya na mag-alay siya ng dugo. Pinapurihan ng Diyos si Abel bilang isang taong matuwid (Hebreo 11:4). Itinuturo ng kuwentong ito nina Cain at Abel na nagtitiwala at nasisiyahan ang Diyos sa atin ayon sa pananalig natin sa sinabi Niya at pagsunod dito. Ang nangyari kina Moises at Enoc ay nagpapakita rin ng katotohanang ito.

Ang mga ginagawa nating pagsunod sa Salita ng Diyos ay mga pagpapatunay ng ating pananampalataya. Kaya naman, dapat nating tandaan na tinatanggap at binibigyan tayo ng katiyakan ng Diyos sa bawat pagkakataong nagpapakita tayo sa Kanya ng patunay ng ating pananalig sa pamamagitan ng pagsunod natin sa Kanyang Salita sa lahat ng oras, at sa pagsisikap natin na makasunod sa Kanya sa anumang sitwasyon.

Ang pananampalataya ay nagdadala ng mga pagpapala at kasagutan

Kailangang sundin natin ang pamamaraan na sinasabi ng Salita ng Diyos. Sa ganoon ay makapagsimula tayo sa "mga bagay na ating inaasahan" sa pamamagitan ng pananampalataya at makamit "ang realidad ng ating inaasahan." Kapag katulad ng ginawa ni Cain na paglihis ay hindi natin sinunod ang paraan ng Diyos dahil mahirap gawin ang nasabing paraan, hindi natin matatanggap ang mga sagot at pagpapala na ayon sa mga patakaran sa daigdig na espiritwal.

Puno ng detalye ang paglalahad sa Hebreo 11:8-19 tungkol kay Abraham na nagpakita ng pananampalataya niya sa pamamagitan ng pagsunod sa Salita ng Diyos. May pananalig na sinunod niya ang sinabi ng Diyos na iwan niya ang sarili niyang bayan. Sinunod niya ang Diyos pati na nang sinabi sa kanya na ialay niya bilang hain ang anak niyang si Isaac na ipinagkaloob noong siya ay 100 taon na. Nananalig siya na maaaring ibalik ng

Diyos ang anak niya mula sa mga patay. Binigyan siya ng Diyos ng maraming pagpapala at sagot sa panalangin, sapagkat tinanggap ng Diyos ang pananampalataya niya at mga ginawa niyang pagsunod.

> *Mula sa langit, nagsalitang muli kay Abraham ang anghel ni Yahweh, "Ako'y nangangako sa pamamagitan ng aking pangalan— Yahweh. Sapagkat hindi mo ipinagkait sa akin ang kaisa-isa mong anak, pagpapalain kita. Ang lahi mo'y magiging sindami ng bituin sa langit at ng buhangin sa dagat. Sasakupin nila ang mga lunsod ng kanilang mga kaaway. Sa pamamagitan ng iyong lahi, pagpapalain ang lahat ng bansa sa daigdig sapagkat sinunod mo ang aking utos"* (Genesis 22:15-18, MBB).

Dagdag pa rito, makikita natin sa Genesis 24:1, *"Matandang-matanda na noon si Abraham; at pinagpapalang mabuti ni Yahweh"* (MBB). Ipinapaalala rin sa atin sa Santiago 2:23, *"Natupad ang sinasabi ng kasulatan, 'Si Abraham ay sumampalataya sa Diyos, at dahil dito, siya'y itinuring ng Diyos bilang isang taong matuwid,' at tinawag siyang 'kaibigan ng Diyos"* (MBB).

Higit pa rito, labis na pinagpala si Abraham sa lahat ng bagay, sapagkat nanalig siya sa Diyos na Siyang nakapangyayari sa lahat ng bagay tungkol sa buhay at kamatayan, pagpapala at sumpa, at itinalaga ni Abraham ang lahat sa Kanya. Sa ganito ring paraan, tatamasahin mo ang pagpapala ng Diyos sa lahat ng gagawin mo at tatanggapin mo ang mga sagot sa lahat ng hihilingin mo kung nauunawaan mo ang tunay na kahulugan ng pananampalataya at magpakita ng patunay ng pananalig mo sa pamamagitan ng mga gawain ng ganap na pagsunod, katulad ng ginawa ni Abraham nang napakaraming beses.

2. Walang Kinikilalang Limitasyon ang Kapangyarihan ng Pananampalataya

Maaari tayong makipag-ugnay sa Diyos sa pamamagitan ng pananampalataya, sapagkat ito ay tulad ng unang gate o pintuan sa espiritwal na rehiyon na may apat na dimensyon. Kailangang dumaan muna tayo sa unang gate bago mabuksan ang mga tainga natin para marinig ang Salita ng Diyos at mabuksan ang mga mata nating espiritwal para makita natin ang rehiyong espiritwal.

Bilang resulta, maipamumuhay natin ang Salita ng Diyos, matatanggap natin ang anumang hilingin natin nang may pananalig, at mamumuhay tayong may galak ng pag-asa tungo sa Kaharian ng Langit. Dagdag pa rito, kapag ang puso natin ay puspos ng galak at pasasalamat, at kapag nag-uumapaw ang pag-asa natin para sa Langit, mamahalin natin ang Diyos nang higit sa ano pa mang bagay at mabibigyan natin Siya ng lugod.

Kapag magkaganoon, ang daigdig ay hindi na magiging karapat-dapat sa atin at sa ating pananampalataya, sapagkat di lamang tayo magiging patotoo para sa Panginoon sa pamamagitan ng kapangyarihang ibinigay sa atin ng Banal na Espiritu, tayo rin ay magiging matapat kahit hanggang sa kamatayan at mamahalin natin ang Diyos nang buong buhay natin katulad ng ginawa ng apostol Pablo.

Ang daigdig ay di-karapat-dapat sa kapangyarihan ng pananampalataya

Para ilarawan ang kapangyarihan ng pananampalataya, ipinapakita sa Hebreo 11:33-38 ang pananampalataya ng mga ninuno natin.

> *Dahil sa pananampalataya nila sa Diyos, nagwagi sila laban sa mga kaharian, namuhay sila nang matuwid, at nagkamit ng mga ipinangako ng Diyos. Napaamo nila ang mga leon, napatay ang naglalagablab na apoy, at nakaligtas sila sa tiyak na kamatayan. Sila'y mahihina ngunit binigyan ng lakas upang maging magiting sa digmaan, kaya't natalo ang hukbo ng mga dayuhan. Dahil sa pananampalataya sa Diyos, ibinalik sa ilang mga babae ang kanilang mga mahal sa buhay matapos ang mga ito'y buhaying muli. May mga tumangging sila'y palayain, sapagkat pinili nila ang mamatay sa pahirap upang sila'y muling buhayin at magtamo ng mas mabuting buhay. Meron namang hinamak at hinagupit, at meron ding ibinilanggong nakakadena. Ang iba naman ay pinagbabato, nilagari sa dalawa, at pinatay sa tabak. Ang iba'y nagdamit ng balat ng tupa at kambing, ang iba'y namulubi, inapi at pinagmalupitan. Hindi karapat-dapat sa kanila ang daigdig! Nagpagala-gala sila sa mga ilang at kabundukan. Nagtago sila sa mga yungib at lungga sa lupa* (MBB).

Makakayanan ng mga taong may ganitong uri ng pananampalataya na ipagpalit hindi lamang ang karangalan at kayamang ibinibigay ng daigdig, kundi pati na rin ang sarili nilang buhay. Hindi nga nararapat sa kanila ang daigdig. Katulad ito ng mababasa natin sa 1 Juan 4:18, *"Walang kasamang takot ang pag-ibig at pinapawi ng ganap na pag-ibig ang anumang pagkatakot. Hindi pa ganap ang pag-ibig ng sinumang natatakot, sapagkat ang takot ay kaugnay ng parusa"* (MBB). Iiwanan tayo ng takot ayon sa sukat ng pagmamahal natin.

Ang di-posible sa lakas ng tao ay nagiging posible sa kapangyarihan ng Diyos. Nagpatotoo ang isa sa mga propeta na si Elias tungkol sa Diyos na buha'y sa pamamagitan ng pagpapababa ng apoy mula sa Langit. Iniligtas ni Eliseo ang bansa niya sa pamamagitan ng paggabay ng Banal na Espiritu na nagturo sa kanya kung saan matatagpuan ang kampo ng kaaway nila. Napagtagumpayan ni Daniel ang pagkakakulong sa lungga ng mga nagugutom na leon.

Sa Bagong Tipan, maraming tao ang nagsuko ng sarili nilang buhay para sa ebanghelyo ng Panginoon. Si Santiago, na isa sa 12 disipulo ni Jesus, ang unang naging martir sa kanila nang patayin siya sa pamamagitan ng tabak. Ipinako nang patiwarik sa krus si Pedro, ang nanguguna sa mga disipulo ni Jesus. Dahil sa dakilang pag-ibig niya sa Panginoon, nagalak at nagpasalamat ang apostol Pablo kahit pa nakakulong siya sa loob ng bilangguan, kahit na ilang ulit na rin siyang pinagtangkaang patayin at hinagupit siya nang maraming beses. Sa bandang huli, pinugutan siya ng ulo, at siya ay naging isang dakilang martir para sa Panginoon.

Maliban pa rito, di-mabilang na mga Cristiano ang nilapa ng mga leon sa Koliseum sa Roma, at di-nasisilayan ng sikat ng araw ang mga tumira sa mga catacombs, mga libingan sa ilalim ng lupa, dahil sa matinding pang-uusig ng emperyo ng Roma. Pinanghawakan ng apostol Pablo ang pananampalataya niya sa lahat ng uri ng pagkakataon, at napagtagumpayan niya ang daigdig sa pamamagitan ng dakila niyang pananampalataya. Kaya naman, maaari niyang ibulalas, *"Sino ang makapaghihiwalay sa atin sa pag-ibig ni Cristo? Ang kaguluhan kaya, ang kapighatian, pag-uusig, pagkagutom, kahirapan, panganib, o kamatayan?"* (Roma 8:35, MBB)

May solusyon ang pananampalataya para sa anumang problema

May isang insidente kung saan nakakita si Jesus ng pananampalataya sa isang lalaking paralitiko at mga kaibigan niya. Sinabi Niya sa kanya sa Marcos 2, *"Anak, pinatawad na ang mga kasalanan mo,"* (t. 5) at napagaling ang lumpo nang sandali ring iyon. Nang nabalitaan nilang nasa Capernaum si Jesus, siksikan doon sa dami ng tao, at halos wala nang espasyo kahit na sa labas ng pinto. Sa dami ng mga tao hindi makalapit kay Jesus ang paralitiko at ang apat na kaibigan nito, kaya gumawa ang mga iyon ng butas sa bubong ng bahay sa tapat ni Jesus, at doon nila ibinaba ang paralitiko sa kanyang higaan. Ang ginawa nila ay itinuring ni Jesus na isang aksyon ng pananampalataya, at pinatawad Niya ang paralitiko sa mga kasalanan niya: *"Anak, pinatawad na ang mga kasalanan mo"* (t. 5, MBB).

Ngunit, may pag-aalinlangan ang mga guro ng Kautusan, at nag-usap-usap sila at sinasabi, *"Bakit nagsasalita nang ganito ang taong ito? Isang paglapastangan sa Diyos iyan! Hindi ba't Diyos lamang ang nakakapagpatawad ng mga kasalanan?"* (t. 7) Sinabi ni Jesus sa kanila:

> *"Bakit kayo nag-iisip nang ganyan? Alin ba ang mas madali, ang sabihin sa paralitiko, 'Pinapatawad na ang mga kasalanan mo,' o ang sabihing, 'Tumayo ka, bitbitin mo ang iyong higaan at lumakad ka'?"* (Marcos 2:8-9, MBB).

Pagkatapos nito, inutusan ni Jesus ang paraliko, *"Tumindig ka, dalhin mo ang higaan mo at umuwi ka na"* (t. 11). Ang lalaking paraliko ay tumayong dala-dala ang higaan niya at lumakad palabas na kitang-kita ng lahat ng tao sa loob at paligid ng bahay. Namangha sila at nagpuri sa Diyos, *"Wala pa kaming nasasaksihang katulad nito"* (t. 12).

Sinasabi sa kuwento na ang lahat ng problema sa ating buhay ay natutugunan kapag napatawad ang mga kasalanan natin sa pamamagitan ng pananampalataya. Ito ay sapagkat mga 2000 taon na ang nakakaraan nang binuksan ng Tagapagligtas nating si Jesus ang daan ng kaligtasan nang tubusin Niya tayo mula sa lahat ng uri ng problema sa buhay katulad ng kasalanan, kamatayan, karukhaan, mga sakit at iba pa. (Para sa karagdagang kaalaman tungkol dito, tingnan *Ang Mensahe ng Krus.*)

Makakamit mo ang lahat ng hilingin mo kapag napatawad ang iyong mga kasalanan na mula sa iyong hindi pamumuhay ayon sa Salita ng Diyos. Ipinapangako Niya sa atin sa 1 Juan 3:21-22: *"Mga minamahal, kung di tayo inuusig ng ating konsensya, panatag tayong makakalapit sa Dios. At matatanggap natin ang anumang hinihiling natin sa kanya, dahil sumusunod tayo sa kanyang mga utos at ginagawa ang naaayon sa kanyang kalooban"* (MBB, 1980). Sa ganyang paraan, may lakas ng loob na makakahingi tayo ng anuman nang walang balakid na kasalanan sa pagitan natin at ng Diyos, at matatanggap natin ang anumang bagay na hilingin natin.

Kaya naman, sa Mateo 6 binigyang-diin ni Jesus na hindi tayo dapat mag-alala tungkol sa kung ano ang isusuot natin, ano ang kakainin natin, at kung saan tayo titira. Sa halip, dapat nating unahing pagsikapan na pagharian tayo ng Diyos at mamuhay nang matuwid, nang ayon sa Kanyang kalooban:

> *Kaya't sinasabi ko sa inyo, huwag kayong mabalisa tungkol sa inyong kakainin at sa inyong iinumin upang kayo'y mabuhay o kaya'y tungkol sa susuutin ng inyong katawan. Hindi ba't ang buhay ay higit na mahalaga kaysa pagkain, at ang katawan kaysa damit? Masdan ninyo ang mga ibon. Hindi sila nagtatanim ni umaani man o kaya'y nagtitipon sa kamalig, ngunit pinakakain sila ng inyong Ama na nasa langit. Hindi ba't higit kayong mahalaga kaysa mga ibon? Sino sa inyo ang makakapagpahaba ng kanyang buhay nang kahit isang oras sa pamamagitan ng kanyang pagkabalisa? At bakit kayo nababalisa tungkol sa pananamit? Isipin ninyo kung paano tumutubo ang mga bulaklak sa parang; hindi sila nagtatrabaho ni gumagawa ng damit. Ngunit sinasabi ko sa inyo, kahit si Solomon na napakayaman ay hindi*

nakapagdamit ng singganda ng isa sa mga bulaklak na ito. Kung dinaramtan ng Diyos ang damo sa parang, na buha'y ngayon at kinabukasan ay iginagatong sa kalan, kayo pa kaya? Kay liit ng inyong pananampalataya sa kanya! Kaya't huwag kayong mag-aalalang baka kayo kapusin sa pagkain, inumin o damit. Hindi ba't ang mga Hentil ang nababahala sa mga bagay na iyan? Alam ng inyong Ama na nasa langit na kailangan ninyo ang lahat ng iyan. Ngunit higit sa lahat ay pagsikapan ninyo na kayo'y pagharian ng Diyos at mamuhay nang ayon sa kanyang kalooban, at ibibigay niya sa inyo ang lahat ng inyong pangangailangan (t. 25-33, MBB).

Kung talagang naniniwala tayo sa Salita ng Diyos, uunahin nating paglaanan ng panahon ang Kaharian ng Diyos at ang pagiging matuwid, kasama na ang paggawa ng kalooban Niya. Katulad ng mga tsekeng ginagarantiyahan ng bangko, ang mga pangako ng Diyos ay mapagkakatiwalaan. At kasama nito, ibibigay Niya sa atin ang lahat ng pangangailangan natin ayon sa pinangako Niya, nang sa ganoon ay makamtan natin di lamang ang kaligtasan at buhay na walang-hanggan, kundi ang tagumpay sa lahat ng gawain natin sa buhay na ito.

May kontrol ang pananampalataya pati na sa kalikasan

Sa pamamagitan ng Mateo 8:23-27, matututunan natin ang tungkol sa kapangyarihan ng pananampalataya upang iligtas tayo mula sa anumang mapanganib na klima at bugso ng panahon, at matutulungan tayo upang kontrolin ito. Tunay ngang posible ang lahat ng bagay kung may pananampalataya tayo.

Sumakay si Jesus sa bangka, kasama ang kanyang mga alagad. Habang sila'y naglalayag sa lawa, si Jesus ay natutulog. Biglang bumugso ang isang malakas na unos at halos matabunan ng mga alon ang bangka. Dahil sa labis na takot, si Jesus ay nilapitan at ginising ng mga alagad. "Panginoon, tulungan ninyo kami! Lulubog tayo!" sabi nila. Ngunit sinabi niya sa kanila, "Bakit kayo natatakot? Napakaliit naman ng inyong pananampalataya!" Bumangon siya, pinatigil ang hangin at ang mga alon, at bumuti ang panahon. Namangha silang lahat at sinabi, "Ano kayang uri ng tao ito? Maging ang hangin at ang lawa ay sumusunod sa kanya!" (MBB)

Sinasabi ng salaysay na di tayo dapat matakot sa anumang matinding bagyo o nagngangalit na mga alon, sapagkat maaari nating kontrolin kahit ang mga bagay sa kalikasan kung tayo lamang ay may pananampalataya.

Kung nais nating maranasan ang lakas ng kapangyarihan ng pananampalataya na kayang kontrolin ang klima at bugso ng panahon, kailangan nating maabot ang lubos na katiyakan ng pananampalataya katulad nang kay Jesus kung saan posible ang lahat ng bagay. Kaya naman, pinaaalalahanan tayo ng Hebreo 10:22, *"Kaya't lumapit tayo sa Diyos nang may pusong tapat at may matibay na pananampalataya sa kanya. Lumapit tayong may malinis na budhi sapagkat nalinis na ang ating mga puso at hinugasan na ng dalisay na tubig ang ating mga katawan"* (MBB).

Sinasabi ng Biblia na makakamit natin ang mga tugon sa anumang hilingin natin at magagawa natin ang higit pa sa mga nagawa ni Jesus kung lubos ang katiyakan natin sa pananampalataya.

> *"Sinasabi ko sa inyo ang totoo, ang sumasampalataya sa akin ay makakagawa rin ng mga ginagawa ko, at higit pa rito ang magagawa niya dahil pupunta na ako sa Ama.. At anuman ang hilingin n'yo sa aking pangalan ay gagawin ko upang maparangalan ang Ama sa pamamagitan ko na kanyang Anak"* (Juan 14:12-13, ASD).

Kaya, dapat nating maunawaan na talagang napakalaki ng kapangyarihan ng pananampalataya. Kamtin natin ang uri ng pananampalataya na hinihingi ng Diyos sa atin, ang nagbibigay-lugod sa Kanya. Kapag nagkaganoon, di lamang natin matatanggap ang tugon sa anumang hilingin natin, kundi magagawa rin natin ang higit pa sa mga nakayang gawin ni Jesus.

3. Ang Pananampalatayang Makalaman at ang Pananampalatayang Espiritwal

Isang kapitan ng mga kawal na Romano ang lumapit kay Jesus alang-alang sa maysakit nitong alipin. Dahil sa taglay nitong pananampalataya, sinabi ni Jesus sa kanya, *"...mangyayari ang kahilingan ninyo ayon sa inyong pananalig,"* at napagaling sa saglit ding iyon ang alipin ng kapitan (Mateo 8:13, MBB). Sa ganitong paraan, natural lamang na ang tunay na pananampalataya ay may kasunod na katugunan mula sa Diyos. Kung ganoon, bakit maraming tao ang hindi nakakatanggap ng sagot sa kanilang mga panalangin kahit na sinasabi nilang naniniwala sila sa Panginoon?

Ito ay sapagkat may espiritwal na uri ng pananampalataya kung saan maaari tayong makipag-ugnay at makipag-usap sa Diyos at tumanggap ng mga kasagutan ng mga panalangin natin. Meron ding pananampalatayang makamundo o karnal kung saan ay wala tayong matatanggap na anumang sagot, sapagkat wala itong kinalaman sa Diyos. Kung ganoon, ating suriin ang pagkakaiba ng dalawang klase ng pananampalatayang ito.

Ang pananampalatayang makamundo ay sa lebel ng kaalaman lamang

Ang pananampalatayang makamundo o karnal ay ang uri ng pananampalataya kung saan ay nanininiwala lamang tayo, sapagkat may nakikita ang mga mata natin o naaayon ito sa sarili nating kaalaman o sa common sense. Ang uri ng pananampalatayang ito ay karaniwang tinatawag na "pananampalatayang base sa kaalaman" o "pananampalatayang sinasang-ayunan ng katwiran."

Halimbawa, may mga taong naniniwala kapag sinasabi ng iba na "Ang mesa ay gawa sa kahoy," dahil nakikita nila mismo kung paano ginagawa ang mesang gawa sa kahoy at nakarinig na rin ng tungkol dito. Kahit sinuman ay maaaring magkaroon ng ganitong uri ng pananampalataya, sapagkat naniniwala silang nagmula sa ibang bagay ang isang bagay. Sa madaling sabi, palaging iniisip ng mga tao na kailangang may mga bagay na nakikita upang pagmulan o makagawa ng iba pang bagay.

Mula sa pagkapanganak hanggang sa proseso ng paglaki, ang mga tao ay nag-iipon at nag-iimbak ng kaalaman at mga datos sa kanilang utak. It natanim nila sa isip ang mga nakikita, naririnig at natututunan nila mula sa kanilang mga magulang, kapatid, kapitbahay, pati na ang mula sa paaralan, at ginagamit nila ang mga nakaimbak na kaalamang ito kapag kailangan.

Kasama sa mga naipon nating kaalaman ang maraming kasinungalingan na kontra o sumasalungat sa Salita ng Diyos. Ang Salita Niya ay ang katotohanan na kahit kailan ay hindi magbabago, ngunit karamihan sa kaalaman ng tao ay napapalitan sa paglipas ng panahon. Ngunit itinuturing ng mga tao na katotohanan ang kasinungalingan, sapagkat hindi nila talagang alam kung ano ang totoo. Halimbawa, ipinapalagay ng mga tao na totoo ang teorya ng ebolusyon, sapagkat ito ang itinuro sa kanila sa paaralan. Kaya naman, hindi nila mapaniwalaan na may mga bagay na maaaring magmula sa wala.

Ang pananampalatayang makamundo ay patay na pananampalatayang walang mga gawa

Sa una pa lamang, di na matanggap ng mga taong may pananampalatayang makamundo na nilikha ng Diyos ang mga bagay mula sa wala, kahit na ano pa man ang gawin nilang pagsisimba at pakikinig sa Salita ng Diyos. Ito ay sapagkat ang kaalamang nasagap nila mula pa noong pagkabata ay taliwas sa Salita ng Diyos. Di nila pinaniniwalaan ang mga kababalaghan na nakatala sa Biblia. Pinapanaligan nila ang Salita ng Diyos kapag puspos sila ng Banal na Espiritu at biyaya, ngunit pinagaalinlanganan nila ito kapag nawala ang biyayang iyon. Naiisip na nga nilang ang mga sagot na natatanggap nila mula sa Diyos ay nagkataon lamang.

Kaya naman, laging may pagtatalo sa puso ng mga taong may pananampalatayang makamundo. Hindi sila nagpapatotoo mula sa kaibuturan ng kanilang mga puso kahit na sinasabi ng kanilang mga labi na naniniwala sila. Wala silang pakikipag-ugnayan at di nakakausap ang Diyos, at sila ay hindi rin Niya kinasisiyahan, sapagkat di sila namumuhay ayon sa Kanyang Salita.

Narito ang isang halimbawa. Sa karaniwan, ang tao ay nararapat na maghiganti sa kaaway niya, ngunit sinasabi ng Biblia na dapat nating mahalin ang mga kaaway natin at ibigay ang kabilang pisngi natin kapag sinampal tayo. Lalaban o gaganti ang isang taong may makamundong pananampalataya kapag sinaktan siya para masiyahan siya. Kung ganito siya namuhay nang buong buhay niya, mas malamang na madali sa kanya ang mamuhi, mainggit, o manibugho sa iba. Dagdag pa rito, malaking kabigatan para sa kanya ang mamuhay ayon sa Salita ng Diyos, at hindi siya makakapamuhay nang may galak at pasasalamat, sapagkat di ito umaayon sa kanyang kaisipan.

Tulad ng makikita natin sa Santiago 2:26, *"Patay ang katawang walang espiritu; gayundin naman, patay ang pananampalatayang walang kasamang gawa"* (MBB), ang makamundong pananampalataya ay patay na uri ng pananampalataya, walang katapat na mga gawa. Ang mga taong may makamundong uri ng pananampalataya ay di tatanggap ng kaligtasan o mga sagot mula sa Diyos. Ito ang sinabi ni Jesus tungkol dito, *"Hindi lahat ng tumatawag sa akin, 'Panginoon, Panginoon,' ay papasok sa kaharian ng langit kundi ang mga tao lamang na sumusunod sa kalooban ng aking Ama na nasa langit"* (Mateo 7:21, MBB).

Tinatanggap ng Diyos ang pananampalatayang espiritwal

Ang pananampalatayang espiritwal ay ibinibigay sa atin kapag nananalig pa rin tayo kahit na wala tayong makitang anumang bagay na lantad sa mga mata natin o may bagay na di sumasang-ayon sa sarili nating kaalaman o katwiran. Ito ay ang paniniwalang may kakayahan ang Diyos na lumikha mula sa wala.

Walang pag-aalinlangang naniniwala ang mga taong may pananampalatayang espiritwal na nilikha ng Diyos ang mga kalangitan at ang daigdig sa pamamagitan ng Kanyang Salita, at hinubog Niya ang tao mula sa alabok. Ang pananampalatayang espiritwal ay hindi isang bagay na makakamit natin kapag ginusto natin; ito ay ipinagkakaloob lamang ng Diyos. Tinatanggap ng mga taong may pananampalatayang espiritwal ang mga himalang nakasulat sa Biblia nang walang-duda, kaya di mahirap para sa kanilang mamuhay ayon sa Salita ng Diyos, at tinatanggap nila ang sagot sa anumang hilingin nila nang may pananampalataya.

Tinatanggap ng Diyos ang pananampalatayang may katapat na gawa at sa pamamagitan nito ay maliligtas tayo, makakarating sa Langit at makatatanggap ng sagot sa ating mga panalangin.

Ang pananampalatayang espiritwal ay buháy na pananampalataya na may katapat na mga gawa

Kapag meron tayong pananampalatayang espiritwal, tinatanggap tayo ng Diyos, at tiyak na may katugunan at pagpapala ng Diyos ang buhay natin. Halimbawa, nagsasaka ang dalawang lalaki sa lupa ng kanilang panginoon. Sa parehong mga kondisyon, umani ang isang magsasaka ng limang sako ng bigas samantalang tatlong sako naman ang inani ng isa. Kanino higit na malulugod ang may-ari ng lupa? Natural lamang na higit na papaboran at kalulugdan Niya ang magsasakang umani ng limang sako ng bigas.

Magkaiba ang inani ng dalawang magsasaka sa parehong lupa ayon sa pagsisikap nila. Marahil ang magsasakang umani ng limang sako ng bigas ay matiyagang nagbunot ng damo at nagpakapawis para palaging patubigan ito. Samantalang umani nang di-hihigit sa tatlong sako ang isa namang magsasaka, sapagkat siya ay tamad at nagpabaya sa kanyang tungkulin.

Tinitimbang ng Diyos ang bawat tao ayon sa kanyang bunga. Ituturing lamang ng Diyos na espiritwal ang pananampalataya mo kapag may kasama itong mga gawa, at pagpapalain ka Niya.

Nang gabing hinuli si Jesus, sinabi ng disipulo Niyang si Pedro, *"Kahit na po kayo iwan ng lahat, hindi ko kayo iiwan"* (Mateo 26:33, MBB). Ngunit sumagot si Jesus, *"Tandaan mo, sa gabi ring ito, bago tumilaok ang manok, tatlong beses mo akong ikakaila"* (t. 34). Ang pagpahayag ni Pedro ng katapatan ay taos-puso, ngunit batid ni Jesus na itatakwil Siya nito kapag nanganib na ang sariling buhay niya.

Di pa natatanggap ni Pedro ang Banal na Espiritu nang

tatlong beses niyang itatwa si Jesus sapagkat nanganib ang buhay niya noong inaresto si Jesus. Ngunit lubusang nabago si Pedro matapos niyang tanggapin ang Banal na Espiritu. Ang pananampalataya niyang kaalaman lamang noon ay naging pananampalatayang espiritwal, at siya ay naging isang apostol na buong tapang na nagpahayag ng ebanghelyo nang makapangyarihan. Namuhay siya nang matuwid ayon sa Salita ng Diyos hanggang sa ipako siya sa krus nang patiwarik.

Kaya naman, makakayanan nating magtiwala at sumunod sa Diyos sa anumang sitwasyon kung meron tayong espiritwal na pananampalataya. Para magkamit ng espiritwal na pananampalataya, kailangang pagsumikapan nating sundin nang lubusan ang Salita ng Diyos at magkaroon ng pusong hindi pabago-bago. Sa pamamagitan ng buha'y na espiritwal na pananampalataya na may katapat na mga gawa, makakatanggap tayo ng kaligtasan at buhay na walang-hanggan, at tayo ay mababago hanggang sa tayo ay maging isang tao ng espiritu, at tatamasin natin ang mga kamangha-manghang mga pagpapala sa ating mga kaluluwa at katawan.

Sa kabilang dako, kung ang pananampalataya natin ay patay at walang kasamang gawa, hindi tayo tatanggap ng kaligtasan at ng mga kasagutan ng Diyos kahit na gaanong hirap ang gawin nating pagsisikap at gaano katagal ang ipamalagi natin sa iglesya.

4. Para Makamtan ang Pananampalatayang Espiritwal

Paano mapapalitan ang pananampalataya nating karnal para

ito ay maging espiritwal na pananampalataya at makitang magkatotoo sa buhay natin "ang mga bagay na inaasahan" natin at mabigyan ng katibayang nasasalat ang "mga bagay na di-nakikita"? Ano ang kailangan natin para magkamit ng pananampalatayang espiritwal?

Itapon ang karnal na kaisipan at teorya

Karamihan sa mga kaalamang tinanggap natin mula pa noong ipinanganak tayo ay pumipigil sa atin para magkamit ng pananampalatayang espiritwal, sapagkat ito ay salungat sa Salita ng Diyos. Halimbawa, itinatanggi ng teorya tungkol ng ebolusyon na ang Diyos ang lumikha ng daigdig. Dahil dito, hindi matanggap ng mga naniniwala sa ebolusyon na nakakalikha ang Diyos ng mga bagay mula sa wala. Paano nila paniniwalaan ang *"Nang pasimula ay nilikha ng Diyos ang langit at ang lupa"* (Genesis 1:1, MBB)?

Kaya, kung nais nating magkaroon ng pananampalatayang espiritwal, kailangan nating buwagin ang anumang kaisipan at lahat ng teorya na laban sa Salita ng Diyos tulad ng teorya ng ebolusyon na makakasagabal sa pananalig natin sa sinabi ng Diyos sa Banal ng Kasulatan. Hangga't di natin iwinawaksi ang mga kaisipan at teorya na laban sa Salita Niya, hindi natin mapapaniwalaan ang sinabi ng Diyos na nakasulat sa Biblia gaano man kasigasig tayong magsikap para maniwala dito.

Dagdag pa rito, gaano mang sipag natin sa pagsisimba at pagdalo sa panambahan, hindi tayo magkakamit ng pananampalatayang espiritwal. Kaya naman, maraming tao ang malayo sa daan ng kaligtasan at hindi nakakatanggap ng sagot mula sa Diyos para sa kanilang mga panalangin kahit na sila ay palasimba.

Makamundo ang pananampalataya ni apostol Pablo bago niya makilala ang Panginoong Jesus sa isang bisyon patungo sa lunsod ng Damasco. Hindi niya kinikilala si Jesus bilang Tagapagligtas ng lahat ng tao; sa halip, ipinapakulong at inuusuig niya ang maraming Cristiano.

Kaya naman, dapat nating iwaksi at alisin sa isip natin ang bawat kaisipan o teorya na salungat sa Salita ng Diyos nang sa ganoon ay mabago ang makamundong uri ng pananampalataya natin at maging espiritwal na pananampalataya ito. Ipinaaalala sa atin ng Diyos sa pamamagitan ng apostol Pablo:

> *Ang sandatang ginamit namin sa pakikipaglaban ay hindi sandatang makamundo, kundi ang kapangyarihan ng Diyos na nakakapagpabagsak ng mga kuta. Sinisira namin ang mga maling pangangatwiran, ginagapi namin ang lahat ng pagmamataas laban sa kaalaman tungkol sa Diyos, at binibihag namin ang lahat ng isipan upang matutong sumunod kay Cristo. At kung lubusan na kayong sumusunod, nakahanda kaming parusahan ang lahat ng sumusuway* (2 Corinto 10:4-6, MBB).

Saka lamang naging isang dakilang mangangaral ng ebanghelyo si Pablo matapos niyang matamo ang pananampalatayang espiritwal sa pamamagitan ng pagbuwag ng bawat uri ng kaisipan, teorya, o katwiran na laban sa Diyos. Siya ang nanguna sa pagdala ng ebanghelyo sa mga Hentil o di-Judio, at siya ay naging isang batong panulok (cornerstone) sa pagmimisyon sa buong daigdig. Sa bandang huli, nagawa ni Pablong ihayag nang buong tapang:

> *Ngunit dahil kay Cristo, ang mga bagay na pinapahalagahan ko noon ay itinuring kong walang kabuluhan ngayon. Oo, itinuring kong walang kabuluhan ang lahat ng bagay bilang kapalit ng lalong mahalaga, ang pagkakilala kay Cristo Jesus na aking Panginoon. Ang lahat ng bagay ay ipinalagay kong walang kabuluhan, makamtam ko lamang si Cristo at lubusan makasama niya. Ang aking pagiging matuwid ay hindi sa pamamagitan ng pagsunod sa Kautusan, kundi sa pananalig kay Cristo. Ang pagiging matuwid ko ngayo'y buhat sa Diyos, sa pamamagitan ng pananampalataya* (Filipos 3:7-9, MBB).

Maging masigasig sa pag-aaral ng Salita ng Diyos

Itinuturo sa atin sa Roma 10:17, *"Kaya't ang pananampalataya ay bunga ng pakikinig, at ang pakikinig naman ay bunga ng pangangaral tungkol kay Cristo"* (MBB). Kailangang makinig tayo sa Salita ng Diyos at pag-aralan ito. Kung hindi natin alam ang Salita ng Diyos, hindi tayo makakapamuhay ayon dito. Kung hindi natin isasagawa ang Salita ng Diyos at sa halip ay iipunin at iimbakin lamang ito bilang kaalaman, hindi Niya tayo mabibigyan ng pananampalatayang espiritwal, sapagkat maaaring maging mayabang tayo dahil sa nalalaman natin.

Halimbawa, pangarap ng isang batang babae na maging isang kilalang pianista. Gaano man kadalas ang gawin niyang pagbabasa ng mga aklat o textbook at mag-aral ng mga teorya, hindi siya magiging magaling na pianista kung hindi siya magsasanay. Ganoon din, hangga't hindi natin sinusunod ang Salita ng Diyos, walang saysay anumang hirap ang gawin nating pagbabasa, pakikinig at pag-aaral nito. Makakamit lamang natin ang pananampalatayang espiritwal kapag mamuhay tayo ayon sa Salita ng Diyos.

Sundin ang Salita ng Diyos

Kaya naman, kailangang manalig tayo sa Diyos na buhay at tumalima sa Kanyang Salita sa lahat ng pagkakataon. Kapag pinaniwalaan natin nang walang pag-aalinlangan ang Salita ng Diyos matapos nating marinig ito, tatalima tayo dito. Bilang resulta, maaari tayong magkaroon ng katiyakan sa mga puso natin, sapagkat ang Salita ng Diyos ay naisakatuparan natin. Pagkatapos nito, higit tayong magsisikap na mamuhay ayon sa Salita ng Diyos.

Sa paulit-ulit nating pagdaan sa prosesong ito, matatamo natin ang pananampalataya na makakatulong sa ating lubusang tumalima sa Salita ng Diyos, at ang kalakasan at biyayang mula sa Kanya ay mapapasaatin. Mapupuspos tayo ng Banal na Espiritu at magiging maayos ang lahat para sa atin.

Noong panahon ng Exodo, di-kukulangin sa 600,000 ang mga kalalakihan na Israelita na may 20 taong gulang pataas. Ngunit sa bandang huli, dadalawa lamang sa kanila—sina Caleb at Joshua—ang nakapasok sa Lupang Pangako sa Canaan. Maliban sa dalawang ito, wala nang sinuman sa kanila ang nanalig sa pangako ng Diyos mula sa kanilang puso at sumunod sa Kanya.

Sa Bilang 14:11, sinasabi ng Diyos kay Moises, *"Hanggang kailan ako hahamakin ng mga taong ito? Kailan pa sila maniniwala sa akin samantalang nasaksihan naman nilang lahat ang mga himalang ginawa ko para sa kanila?"* (MBB).

Marami na silang kaalaman tungkol sa Diyos, at dahil nasaksihan nila ang kapangyarihan Niya na nagdala ng sampung salot sa Egipto at humati sa Dagat na Pula, inakala rin nilang naniniwala sila sa Diyos. Naranasan din nila ang paggabay at presensya ng Diyos sa pamamagitan ng haligi ng apoy sa gabi at haligi ng ulap sa araw, at kumain sila ng manna mula sa kalangitan araw-araw.

Ganoon pa man, nang iutos sa kanila ng Diyos na pasukin ang lupain ng Canaan, hindi sila sumunod, sapagkat natakot sila sa mga nakatira sa Canaan. Sa halip, nagreklamo sila at sinalungat sina Moises at Aaron. Nangyari ito, sapagkat wala silang espiritwal na pananampalataya upang tumalima sa Diyos kahit na may pananampalataya silang karnal matapos nilang masaksihan at marinig nang maraming ulit ang mga kamangha-manghang ginawa ng Diyos ayon sa Kanyang kapangyarihan.

Para makamit natin ang espiritwal na pananampalataya, kailangang maniwala tayo sa Diyos at tumalima sa Salita Niya sa lahat ng panahon. Kung tunay ngang Siya ay minamahal natin, susundin natin Siya, at sa gayon ay sasagutin Niya ang mga panalangin natin at sa huli ay dadalhin Niya tayo sa buhay na walang-hanggan.

Ipinapaalala sa atin sa Roma 10:9-10, *"Kung ipahahayag ng*

iyong labi na si Jesus ay Panginoon at buong puso kang sasampalataya na siya'y muling binuhay ng Diyos, maliligtas ka. Sapagkat sumasampalataya ang tao sa pamamagitan ng kanyang puso at sa gayon ay pinapawalang-sala ng Diyos. Nagpapahayag naman siya sa pamamagitan ng kanyang labi at sa gayon ay naliligtas" (MBB).

Ang "pagsampalataya sa pamamagitan ng iyong puso" ay hindi pananampalatayang puro kaalaman lamang. Sa halip, ito ay ang pananampalatayang espiritwal kung saan ay nananalig tayo sa isang bagay nang walang halong alinlangan sa puso natin. Ang mga naniniwala sa Salita ng Diyos nang mula sa puso nila ay tumatalima dito, nagiging matuwid at unti-unting nakakatulad ang Panginoon. Ang pagpapahayag nila ng "Naniniwala kami sa Diyos" ay totoo, at tatanggap sila ng kaligtasan.

Ipinapanalangin ko sa ngalan ng Panginoon na nawa'y tamuhin ninyo ang pananampalatayang espiritwal na may kasamang mga gawa upang makatalima sa Salita ng Diyos. Sa gayon, mabibigyan ninyo Siya ng lugod at matatamasa ninyo ang buhay na puspos ng kapangyarihan Niya, at sa pamamagitan nito ay magiging posible ang lahat ng bagay.

Kabanata 2

Ang Paglago ng Pananampalatayang Espiritwal

Ang Sukat ng Pananampalataya

1
Lebel ng Pananampalataya ng mga Sanggol/
Mga Batang Nagsisimula pa Lamang Humakbang

2
Ang Lebel ng Pananampalataya ng mga Bata

3
Ang Lebel ng Pananampalataya ng mga Kabataan

4
Ang Lebel ng Pananampalataya ng mga Ama

Sumusulat ako sa inyo, mga anak, sapagkat pinatawad na ang inyong mga kasalanan dahil sa kanyang pangalan. Sumusulat ako sa inyo, mga ama, sapagkat nakikilala ninyo siya na sa simula pa'y siya na. Sumusulat ako sa inyo, mga kabataan, sapagkat napagtagumpayan na ninyo ang Masama. Sumusulat ako sa inyo, mga anak, sapagkat nakikilala ninyo ang Ama. Sumusulat ako sa inyo, mga ama, sapagkat nakikilala ninyo siya na sa simula pa'y siya na. Sumusulat ako sa inyo, mga kabataan, sapagkat malalakas kayo; nananatili sa inyo ang salita ng Diyos, at tinalo na ninyo ang Masama.

(1 Juan 2:12-14, MBB)

Ang karapatan at mga pagpapala ng mga anak ng Diyos ay iyong matatamasa kapag ikaw ay may pananampalatayang espiritwal. Di ka lamang maliligtas at makakarating sa Langit, tatanggapin mo rin ang sagot ng anumang hilingin mo. Dagdag pa rito, kung meron kang pananampalatayang nagbibigay-lugod sa Diyos sa pamamagitan ng pagsunod mo sa Salita Niya, ang lahat ng bagay ay maaaring mangyari dahil sa pananampalataya mo.

Kaya naman sinasabi sa atin ni Jesus sa Marcos 16:17-18, *"Ang mga sumasampalataya ay bibigyan ng kapangyarihang gumawa ng mga himala: sa pangalan ko'y magpapalayas sila ng mga demonyo at magsasalita sa iba't ibang wika. Hindi sila maaano kahit dumampot sila ng ahas o uminom ng lason; at gagaling ang mga maysakit na papatungan nila ng kamay"* (MBB).

Ang maliit na buto ng mustasa ay magiging isang malaking puno

Sinabi Niya Jesus sa Kanyang mga disipulo na maliit ang pananampalataya nila nang makita Niyang hindi nila maitaboy ang demonyong sumapi sa isang bata, at idinagdag Niya na lahat ng bagay ay posible kung meron silang pananampalatayang sinliit ng isang buto ng mustasa. Sinabi Niya sa Mateo 17:20, *"Dahil sa maliit ang inyong pananampalataya. Tandaan ninyo: kung kayo'y may pananampalataya sa Diyos na sinlaki ng buto ng mustasa, maaari ninyong sabihin sa bundok na ito, 'Lumipat ka roon!' at ito'y lilipat nga. Tunay na walang bagay na hindi ninyo magagawa"* (MBB).

Ang buto ng mustasa ay sinliit lamang ng isang tuldok ng bolpen sa papel. Ngunit kahit sinliit lang nito ang pananampalataya mo, magagawa mong palipatin ang isang bundok sa ibang lugar, at ang lahat ng bagay ay magiging posible para sa iyo.

Meron ba kayong pananampalatayang sinliit ng isang buto ng mustasa? Nakakapagpalipat ka ba ng isang bundok sa ibang lugar kapag inutusan mo? Ang lahat ng bagay ba ay napangyayari mo? Dahil hindi mo posibleng maintindihan ang bahaging ito ng Kasulatan hangga't di mo lubos na maunawaan ang espiritwal na kahulugan nito, pag-aralan natin ito gamit ang kuwento ni Jesus tungkol sa buto ng mustasa:

> *Sa pagpapatuloy, isa pang talinghaga ang isinalaysay ni Jesus sa kanila. "Ang kaharian ng langit ay katulad ng isang buto ng mustasa na itinanim ng isang tao sa kanyang bukid. Ang buto ng mustasa ang pinakamaliit sa lahat ng binhi. Ngunit pagtubo nito, ito'y magiging mas malaki kaysa alin mang halaman at nagiging punongkahoy, kaya't nakakapagpugad ang mga ibon sa mga sanga nito"* (Mateo 13:31-32, MBB).

Ang buto ng mustasa ay ang pinakamaliit sa mga buto, ngunit

kapag lumago ito at naging isang punongkahoy, pinamumugaran ng mga ibon ang mga sanga nito. Ginamit ni Jesus ang kuwento ng isang buto ng mustasa para ituro sa atin na mapapalipat natin ang isang bundok at mapangyayari natin ang lahat ng bagay kapag ang maliit na pananampalataya natin ay naging matatag. Dapat sanang mas malaki ang pananampalataya ng mga disipulo ni Jesus sapagkat Siya ay nakasama nila nang mahabang panahon, at nasaksihan nila ang mga kamangha-manghang ginawa Niya. Ngunit, sapagkat hindi sila nagkaroon ng malaking pananampalataya, pinagsabihan sila ni Jesus.

Ang buong sukat ng pananampalataya

Sa sandaling tanggapin mo ang Banal na Espiritu at magkamit ng espiritwal na pananampalataya, kailangang lumago ito hanggang sa maging ganap upang ito ay makapangyayari sa lahat ng bagay. Nais ng Diyos na matamo mo ang mga sagot sa anumang hilingin mo sa pamamagitan ng pagpapaunlad ng iyong pananampalataya.

Ipinapaalala sa atin sa Efeso 4:13-15, *"..hanggang sa makamtan natin ang iisang pananampalataya at pagkakilala sa Anak ng Diyos at magiging ganap ang ating pagkatao ayon sa pagiging-ganap ni Cristo. Nang sa gayon, hindi na tayo magiging tulad ng mga batang madaling matangay ng sari-saring aral. Hindi na tayo maililigaw ng mga taong ang hangad ay dalhin tayo sa kamalian sa pamamagitan ng kanilang katusuan at panlilinlang. Sa halip, sa pamamagitan ng pagsasalita ng katotohanan sa diwa ng pag-ibig, tayo'y dapat maging lubos na katulad ni Cristo na siyang ulo nating lahat"* (MBB).

Natural lamang na kapag ipinanganak ang isang sanggol, ang kapanganakan niya ay irerehistro sa gobyerno. Sa pagdaan ng mga buwan, ang sanggol ay hahakbang-hakbang na tulad ng ginagawa ng mga bata. Pagdaan ng mga taon, ito ay magiging isang kabataan, at pagkatapos, kung ito ay isang lalaki, siya ay magiging binata. Sa takdang panahon, mag-aasawa siya, magkakaanak sila, at siya ay magiging isang ama.

Sa ganito ring paraan, kapag ikaw ay maging anak ng Diyos sa pamamagitan ng pagtanggap mo kay JesuCristo sa buhay mo, ang pangalan mo ay itinala sa Aklat ng Buhay sa Kaharian ng Langit. Ang pananampalataya mo ay kailangang lumago araw-araw upang maabot nito ang pananampalataya ng mga bata, at pagkatapos nito, ang pananampalataya ng mga kabataan, at pagkatapos nito, ang pananampalataya ng mga ama.

Kaya naman, itinuturo sa atin sa 1 Corinto 3:2-3, *"Gatas ang ibinigay ko sa inyo noon at hindi matigas na pagkain, sapagkat hindi pa ninyo kaya iyon. Subalit hanggang ngayon ay hindi pa rin ninyo kaya, sapagkat nananaig pa sa inyo ang laman. Ang inyong pag-iinggitan at pag-aaway-away ay palatandaan na makasanlibutan pa kayo at namumuhay ayon sa laman"* (MBB).

Tulad ng isang sanggol na kailangang painumin ng gatas upang mabuhay, kailangan ng isang espiritwal na sanggol na uminom ng espiritwal na gatas upang ito ay lumaki. Kung ganoon, paano lalago ang isang espiritwal na sanggol upang pagdating ng panahon, ito ay magiging isang ama?

1. Lebel ng Pananampalataya ng mga Sanggol/ Mga Batang Nagsisimula pa Lamang Humakbang

Mababasa sa 1 Juan 2:12, *"Sumusulat ako sa inyo, mga anak, sapagkat pinatawad na ang inyong mga kasalanan dahil sa kanyang pangalan"* (MBB). Sinasabi ng talatang ito na ang taong di nakakakilala sa Diyos ay patatawarin sa kanyang mga kasalanan kapag tinanggap niya si JesuCristo, at magkakaroon siya ng karapatang maging isang anak ng Diyos sa pamamagitan ng Banal na Espiritu na mananahan sa puso niya (Juan 1:12).

Walang ibang pangalan kundi sa pangalan ni JesuCristo tayo mapapatawad sa mga kasalanan natin at tatanggap ng kaligtasan, ngunit ipinapalagay ng mga taong makamundo na ang Cristianismo ay isa lamang uri ng relihiyon na mabuti para sa katiwasayan ng isipan. Pakutya silang nagtatanong nang ganito, "Bakit mo sinasabi na sa pamamagitan lamang ni JesuCristo maliligtas ang tao?"

Bakit nga ba si JesuCristo lamang ang maaaring maging ating Tagapagligtas? Hindi maliligtas ang mga tao sa pamamagitan ng kahit ano pa mang pangalan maliban ang kay JesuCristo, at mapapatawad lamang sila sa kanilang mga kasalanan sa pamamagitan ng dugo ni Jesus na namatay sa krus.

Ipinapahayag sa Gawa 4:12, *"Sa kanya lamang matatagpuan ang kaligtasan, sapagkat walang ibang pangalan ng sinumang tao sa buong mundo na ibinigay ng Diyos sa mga tao upang tayo ay maligtas"* (MBB). At mababasa sa Gawa 10:43, *"Siya ang tinutukoy ng mga propeta nang kanilang ipahayag na ang bawat sumasampalataya sa kanya ay tatanggap ng kapatawaran sa kanilang mga kasalanan sa pamamagitan ng kanyang pangalan"* (MBB). Kalooban ng Diyos na maligtas ang mga tao sa pamamagitan ni JesuCristo.

Sa buong kasaysayan ng tao, merong ilan na tinatawag na "dakila" o "may magandang kalooban" katulad nila Socrates, Confucius, Buddha, at iba pa. Ngunit sa pananaw ng Diyos, lahat sila ay pawang mga nilalang at mga makasalanan, sapagkat ang lahat ng tao ay ipinanganak nang may sala na minana pa natin mula sa ating mga ninuno at kay Adan na nagkasala dahil sa kanyang pagsuway.

Tanging si Jesus lamang ang may espiritwal na kapangyarihan at may angkop na kwalipikasyon upang maging Tagapagligtas ng tao: wala Siyang kasalanang minana, sapagkat Siya ay ipinaglihi sa pamamagitan ng Banal na Espiritu. Hindi rin Siya nagkasala noong nabubuhay pa Siya. Kung ganoon, karapat-dapat Siyang magligtas ng sangkatauhan sapagkat wala Siyang sala, at Siya ang may dakilang pagmamahal upang ialay ang sarili Niyang buhay para sa mga makasalanan.

Kung ganoon, kung naniniwala tayong si Jesus ang tanging tamang daan sa kaligtasan at tatanggapin natin Siya bilang sarili nating Tagapagligtas, patatawarin tayo sa lahat ng kasalanan natin, tatanggapin rin natin ang Banal na Espiritu bilang isang kaloob ng Diyos, at matatatakan tayo bilang mga anak Niya.

Ang pananampalataya ng kriminal sa tabi ni Jesus

Habang nakapako si Jesus sa krus upang pasanin ang mga kasalanan ng sangkatauhan, nagsisi at nagbalik-loob ang isa sa mga kriminal na nasa tabi Niya, at bago ito namatay ay tinanggap niyang Tagapagligtas si Jesus. Dahil dito, natamo niya ang tatak ng pagiging anak ng Diyos at nakapasok siya sa Paraiso. Ang lahat ng tumanggap kay JesuCristo ay ipinanganak-muli, at tinatawag sila ng Diyos na "maliliit na anak Ko."

Maaaring mangatwiran ang ilang tao: "Tinanggap ng isang kriminal si Jesus bilang Tagapagligtas niya bago siya namatay, at nagtamo ito ng kaligtasan. Kung ganoon, magpapakasarap muna ako sa buhay sa mundo hangga't gusto ko, at tatanggapin ko na lang si Jesus bilang Tagapagligtas bago ako mamatay. Pupunta pa rin ako sa Langit!" Kaya lang, mali o baluktot ang ganitong kaisipan.

Paano tinanggap ng kriminal na ito si Jesus, na nilibak ng masasamang tao at namatay na sa krus? Marahil, naisip niya na si Jesus ang Tagapagligtas habang pinapakinggan niya ang mga sinasabi ni Jesus sa krus. Ihinayag niya ang pananampalataya niya kay Jesus at tinanggap Siyang Tagapagligtas niya habang nakabitin silang magkatabi sa kanilang mga krus. Sa ganitong paraan, tinamo niya ang kaligtasan at ang karapatang makapasok sa Paraiso.

Tulad niya, tatamuhin ng sinumang tumanggap kay Jesus bilang Tagapagligtas ang karapatang maging anak ng Diyos, at tatanggapin din niya ang Banal na Espiritu. Kaya naman, ang tawag ng Diyos sa kanya ay "anak kong maliit." Halimbawa, kapag ipinanganak ang isang sanggol, ipinapatala ang kapanganakan niya, at siya ay nagiging isang mamamayan ng bansa kung saan siya ipinanganak. Sa ganito ring paraan, magiging mamamayan tayo ng Langit at kikilalanin bilang anak ng Diyos kung ang pangalan natin ay nakatala sa Aklat ng Buhay.

Kung ganoon, ang pananampalataya ng mga sanggol o mga batang maliliit ang lebel ng pananampalataya ng mga taong bago pa lamang tumanggap kay JesuCristo, napatawad na sa kanilang mga kasalanan, at naging mga anak ng Diyos nang maitala ang mga pangalan nila sa Aklat ng Buhay sa Langit.

2. Ang Lebel ng Pananampalataya ng mga Bata

Ang mga tao na ipinapanganak-muli bilang mga anak ng Diyos, sapagkat kanilang tinanggap si JesuCristo sa buhay nila, ay lalago sa buhay espiritwal at magkakaroon sila ng lebel ng pananampalataya ng mga bata. Kapag ipinanganak ang isang sanggol, pagdating ng panahon na patigilin na siya sa pagdede sa kanyang ina ay nakakakilala na sa kanyang mga magulang, at nalalaman na niya ang ilang pagkakaiba sa mga bagay-bagay, sa kanyang kapaligiran at sa mga tao.

Ngunit kaunti pa lamang ang nalalaman ng maliliit na mga bata, at kailangan nila ang pag-iingat ng mga magulang nila. Kapag tinanong sila kung kilala nila ang mga magulang nila, marahil ay sasagot sila ng "Oo." Ngunit kapag tinanong sila tungkol sa bayan ng mga magulang nila, o ang mga pangalan ng lolo at lola, at mga magulang ng lolo at lola nila, maaaring hindi nila alam kung ano ang isasagot. Hindi pa alam ng maliliit na bata ang lahat ng detalye tungkol sa mga magulang nila, kahit na sinasabi nila, "Kilala ko ang nanay at tatay ko."

Kapag ibinili ng mga magulang ng laruan ang kanilang anak, alam ng bata kung ito ay isang laruang kotse o manika, pero hindi niya alam kung paano ginawa ang kotse o saan binili ang manika. Ganoon din, alam ng maliit na bata ang ilang bahagi ng mga bagay na nakikita ng kanilang mga mata, ngunit di pa nila nauunawaan ang detalye ng mga bagay na di nila nakikita.

Sa espiritwal, ang mga bata ay may pananampalataya ng mga nagsisimula pa lamang na makilala ang Diyos Ama. Natatamasa nila ang kagandahang-loob ng Diyos sa pamamagitan ng pananampalataya matapos nilang tanggapin si JesusCristo at ang Banal na Espiritu. Sinasabi sa 1 Juan 2:14, *"Sumusulat ako sa inyo, mga anak, sapagkat nakikilala ninyo ang Ama."* Ang ibig sabihin dito ng "nakikilala ninyo ang Ama" ay ganito: ang mga taong may pananampalataya ng mga bata ay tumanggap kay JesuCristo at natuto sa Salita ng Diyos sa pamamagitan ng pagdalo sa iglesya.

Tulad ng sanggol na kakaunti lamang ang nalalaman sa simula pero nakakakilala na sa tatay at nanay niya habang lumalaki, unti-unti ring nauunawaan ng mga bagong mananampalataya ang kalooban at puso ng Diyos Ama sa kanilang pagdalo sa iglesya at pakikinig sa Kanyang Salita. Ganunpaman, hindi pa nila nasusunod ang Salita sapagkat kulang pa ang kanilang pananampalataya.

Ang pananampalataya ng mga bata ay ang pananampalataya ng mga taong nakakaalam ng katotohanan sa pakikinig nila nito, at kung minsan ay nakakasunod sila, at kung minsan naman ay hindi. Ang ganitong lebel ng pananampalataya ay pananampalatayang hindi pa ganap.

Sino ang tumatawag sa Diyos bilang "Ama"?

Kapag ang isang taong di naman tumanggap kay JesuCristo ay nagpatotoo na kilala niya ang Diyos, siya ay nagsisinungaling. Meron ding mga nagsasabi, "Hindi ako nagsisimba pero kilala ko ang Diyos." Sila ay mga taong nakabasa na ng isa o dalawang talata ng Biblia, dating dumadalo sa iglesya noon o nakarinig tungkol sa Diyos dito o doon.Ngunit talagang kilala nga ba nila ang Diyos na Manlilikha?

Kung talagang kilala nila ang Diyos, dapat na maunawaan nila na si Jesus ang kaisa-isang Anak ng Diyos, at kung bakit Siya ipinadala ng Diyos sa mundong ito, at bakit inilagay ng Diyos sa Hardin ng Eden ang punong nagbibigay ng kaalaman tungkol sa mabuti o masama. Dapat ding alam nila ang tungkol sa pagkakaroon ng Langit at impiyerno, at kung paano sila maliligtas at makakapasok sa Langit.

Dagdag pa rito, kung tunay na nauunawaan nila ang mga katotohanang ito, walang tatangging magsimba at mamuhay ayon sa Salita ng Diyos. Ngunit hindi sila dumadalo sa simbahan o tumatawag sa "Ama" sapagkat hindi naman sila talagang naniniwala sa Diyos o nakakakilala sa Kanya.

Ganoon din, may ilang taong makamundong hindi naniniwala sa Diyos ngunit magsasabing kilala nila ang Diyos, pero hindi totoo ito. Hindi nila makikilala ang Diyos o matatawag Siyang "Ama," sapagkat hindi nila kilala si JesuCristo, at hindi sila namumuhay ayon sa Kanyang Salita (Juan 8:19).

Iba't iba ang tawag ng mga tao sa Diyos

Magkakaiba ang tawag ng mga tao sa Diyos ayon sa sukat ng pananampalataya nila. Walang sinuman ang tumatawag sa Kanya ng "Diyos Ama" bago niya tanggapin si JesuCristo bilang Tagapagligtas niya. Natural lamang na di niya tatawagin Siyang "Ama" kung hindi pa naman siya ipanapanganak-muli.

Ano ang tawag sa Diyos ng mga bago pa lamang ipinanganak-muli? Medyo nahihiya pa sila kaya ang tawag nila sa Kanya ay "Diyos." Hindi pa nila magawang tawagin Siya nang may paglalambing bilang "Amang Diyos." Nag-aalangan pa sila o di pa sila sanay sa ganitong tawag, sapagkat hindi pa sila nakakapaglingkod sa Kanya.

Ngunit ang pangalang ginagamit ng mga mananampalataya sa Diyos ay nagbabago habang ang pananampalataya nila ay lumago sa lebel ng pananampalataya ng mga bata. Tinatawag nilang "Ama" ang Diyos kapag meron na silang pananampalataya ng mga bata, tulad ng magiliw na pagtawag ng mga bata sa kanilang mga ama ng "Tatay." Hindi naman maling tawagin nila Siya ng "Diyos" o "Diyos Ama." Pero darating ang panahon na magiging "aking Amang Diyos" ang tawag na nila, sa halip na "Dios Ama" habang patuloy na lumalago ang pananampalataya nila. Dagdag pa rito, "Ama" na lamang ang itatawag nila sa Kanya kapag nananalangin sila sa Diyos.

Sa palagay ninyo, sino ang mas higit na malambing at higit na malapit sa Diyos: ang tumatawag sa Kanya ng "Diyos" o ang taong tumatawag sa Kanya ng "Ama"? Anong lugod ng Diyos kapag tinawag mo Siyang "Aking Ama" mula sa kaibuturan ng iyong puso!

Sinasabi sa Kawikaan 8:17, *"Iniibig ko silang sa akin ay umiibig, at ako'y natatagpuan ng humahanap sa aking masigasig"* (ABAB). Habang lalo ninyong minamahal ang Diyos, higit din Niya kayong mamahalin. Habang sinisikap ninyong hanapin Siya, higit na madali ninyong matatanggap ang mga sagot Niya.

Sa katunayan, mamumuhay tayo sa Langit magpakailanman, at "Ama" ang itatawag natin sa Diyos bilang mga anak Niya, kaya dapat lamang na magkaroon na tayo ng tama at malapit na relasyon sa Diyos sa buhay na ito. Kaya naman, tuparin natin ang ating tungkulin bilang mga anak ng Diyos, at ipakita natin ang katibayan ng pagmamahal natin sa Kanya sa pamamagitan ng pagsunod natin sa lahat ng mga inuutos Niya.

3. Ang Lebel ng Pananampalataya ng mga Kabataan

Tulad ng isang batang lumalaki bilang isang malakas at nag-iisip na tinedyer, ang pananampalataya ng mga bata ay magiging matatag, at nagiging pananampalataya ng mga kabataan. Ibig sabihin, pagkatapos ng yugto ng pagiging isang bata sa pananampalataya sa larangan ng espiritwal, tataas ang lebel ng pananalig ng tao sa pamamagitan ng mga pananalangin niya at sa pakikinig o pagbabasa ng Salita ng Diyos, at ito ay magiging pananampalataya ng mga kabataan na may kakayahang makapagsabi kung ano ang kalooban ng Ama at kung ano ang kasalanan.

Ang mga kabataan ay malalakas at may tapang ng loob

Kakaunti lamang sa mga bata ang lubos na nakakaalam ng mga batas ng kanilang bansa. Kailangang nasa ilalim pa rin sila ng pag-iingat ng mga magulang nila, at kapag makagawa ang mga bata ng pagkakasala, ang mga magulang nila ang mananagot dito, sapagkat hindi nila naturuan ang mga anak nila nang mabuti. Hindi pa tama ang lahat ng nalalaman nila tungkol sa kung ano ang kasalanan, ano ang matuwid, at ano ang nasa puso ng magulang nila, sapagkat pinag-aaralan pa lamang nila ang mga ito.

Paano naman kaya ang mga kabataan? Sila ay malalakas, madaling magalit at malamang ay mabilis magkasala. Handa silang makita, matutunan, at maranasan ang lahat ng bagay. Sila rin ay mahilig gumaya sa iba. Mausisa sila, matigas ang ulo at buo ang loob na walang bagay na hindi nila magagawa.

Ang mga kabataang espiritwal ay hindi naghahangad ng mga bagay na makamundo, kundi sila ay puspos ng Banal na Espiritu, at ang pag-asa nila ay nakatuon sa Langit. Nagtatagumpay sila sa mga kasalanan gamit ang Salita ng Diyos, sapagkat malakas ang pananampalataya nila. Namumuhay sila nang matagumpay sa lahat ng sitwasyon, napaglalaban nila ang mundo at ang demonyo nang may katapangang hindi sumusuko, sapagkat ang Salita ng Diyos ay nananatili sa kanila.

Paggapi at pagtatagumpay laban sa Masama

Kung ganoon, paanong ang demonyo at ang makasalanang mundo ay napagtatagumpayan ng mga taong may pananampalataya ng tulad ng mga kabataan? Ang mga tumanggap kay JesuCristo ay nabigyan ng karapatan upang maging mga anak ng Diyos at talagang mapagtatagumpayan at matatalo nila ang mga demonyo. Kahit na malakas ang demonyo, hindi siya mangangahas na gawan ng kahit anuman ang mga anak ng Diyos. Kaya makikita natin sa 1 Juan 2:13, *"Sumusulat ako sa inyo, mga kabataan, sapagkat napagtagumpayan na ninyo ang Masama"*

(MBB).

Mapagtatagumpayan natin ang demonyo kapag nanatili tayo sa katotohanan, sapagkat dapat na nananatili sa atin ang Salita ng Diyos. Hindi makakasunod ang mga tao sa batas kung hindi nila alam ito. Ganoon din naman, hindi tayo makakapamuhay ayon sa Salita ng Diyos nang hindi nalalaman ito.

Kaya naman, kailangan nating panatiliin ang Kanyang Salita sa mga puso natin at mamuhay ayon dito sa pamamagitan ng pagwawaksi ng lahat ng uri ng kasalanan. Sa ganitong paraan, ang kamunduhan ay mapagtatagumpayan ng mga taong may pananampalataya sa lebel ng mga kabataan sa pamamagitan ng Salita ng Diyos. Kaya, sinasabi sa 1 Juan 2:14, *"Sumusulat ako sa inyo, mga kabataan, sapagkat malalakas kayo; nananatili sa inyo ang salita ng Diyos, at tinalo na ninyo ang Masama"* (MBB).

4. Ang Lebel ng Pananampalataya ng mga Ama

Kapag ang mga kabataang may mga espiritung malakas at di-sumusuko ay lalong lumago at sumapit na sa sapat na espiritwal na gulang, magkakaroon sila ng kakayahan sa pagtasa at pang-unawa ng bawat sitwasyon, at pagkatapos ng maraming karanasan, sila ay magtatamo ng karunungan na maging mahinahon at magpakababang-loob kung kailangan.

Sino ang nakakaalam ng pinagmulan ng Diyos?

Ang mga ama ay iba sa mga kabataan sa maraming paraan.

Mura pa ang isip ng mga kabataan, sapagkat kulang pa sila sa karanasan, kahit na marami na silang natutunan o alam. Kaya naman, maraming sitwasyon at pangyayari ang di maunawaan ng mga kabataan, samantalang nauunawaang mabuti ng mga ama ang maraming bagay tungkol dito dahil naranasan na nila ang maraming aspeto ng buhay.

Batid din ng mga ama kung bakit nais ng mga magulang na magkaroon ng mga anak, kung gaano kahirap ang pagdadalang-tao, at kung gaano kahirap ang pagpapalaki ng mga anak. Marami silang alam tungkol sa pamilya nila: taga-saan ang mga magulang nila, paano sila nagkakilala at naging mag-asawa, at iba pa.

May isang kawikaan sa Pilipinas at sa Korea na nagsasabi: "Talagang maiintidihan lamang ninyo ang puso ng mga magulang mo kapag nagkaanak na rin kayo." Sa ganito ring sabi, tanging ang mga taong merong pananampalataya ng mga ama ang lubos na nakauunawa sa puso ng Diyos Ama. Tungkol sa mga matatag nang mga Cristiano, sinasabi ng 1 Juan 2:13, *"Sumusulat ako sa inyo, mga ama, sapagkat nakikilala ninyo siya na sa simula pa'y siya na"* (MBB).

Dagdag pa rito, ang mga taong may lebel ng panampalataya ng mga ama ay nagiging huwaran sa marami, at natatanggap nila ang maraming uri ng tao dahil sa kanilang kababaang-loob at kakayahang maging matatag sa katotohanan nang hindi lumilihis dito.

Kung ihahambing natin ang panampalataya sa panahon ng anihan, ang pananampalataya ng mga kabataan ay katulad ng mga bungang bubot o mura pa, at hindi pa hinog sa panahon. Ang mga taong may lebel ng pananampalataya ng mga kabataan ay maihahalintulad sa mga bungang mura pa, sapagkat iginigiit pa nila ang sarili nilang katwiran, kaisipan at teorya.

Ngunit ipinakita ni Jesus ang isang halimbawa nang hugasan Niya ang mga paa ng mga disipulo Niya. Ang mga nasa lebel ng pananampalataya na ng mga ama ay may maipapakitang mga gawa bilang mga hinog na bunga, at niluluwalhati nila ang Diyos sa pamamagitan ng ganitong mga gawa.

Magkaroon ng puso ni Jesus

Nais ng Diyos na magkaroon ang mga anak Niya ng puso ng Diyos, na naroon na sa pasimula, at ng puso ni JesuCristo, na nagpakababa at naging masunurin hanggang kamatayan (Filipos 2:5-8). Dahil dito, pinapayagan ng Diyos na may dumating na mga pagsubok sa mga anak Niya, at sa pamamagitan ng mga ito, magiging matibay ang pananampalataya nila at magkakamit sila ng katatagan at pag-asa. Sa ganitong paraan, ang pananampalataya nila ay lalago hanggang sa lebel ng pananampalataya ng mga ama.

Sa Lucas 17, tinuruan ni Jesus ang mga disipulo Niya sa pamamagitan ng isang kuwento tungkol sa isang tagapaglingkod. May isang utusang nagtrabahong maghapon sa bukid at dapithapon na nang makauwi, pero walang sumalubong sa kanya para magsabi, "Mahusay na lingkod, mamahinga ka na at narito ang hapunan mo." Sa halip, kailangan pa ng utusang maghanda ng pagkain para sa panginoon niya at asikasuhin siya. Kapag natapos na niya ang lahat ng ito, doon pa lamang siya makakakain. Dagdag pa rito, walang magsasabi sa kanya ng "Salamat nang marami para sa pagsisipag mo sa gawain," kahit na ginawa niya ang lahat ng inutos sa kanya ng kanyang panginoon. Ito lamang ang masasabi ng utusan, *"Kami'y mga alipin na hindi karapat-dapat; ginawa lamang namin ang aming tungkulin"* (t. 10 ASDP).

Dapat din tayong maging mababang-loob at masunurin tulad ng utusan na nagsabi, "Isa lamang akong di-karapat-dapat na tagapaglingkod. Ginawa ko lamang ang tungkulin ko," matapos nating gawin ang lahat ng pinapagawa sa atin ng Diyos. Batid ng mga taong may antas ng pananampalataya ng mga ama ang lalim at taas ng pag-ibig ng Diyos na sa pasimula pa'y Siya na, at ang pag-ibig ni JesuCristo na nagpakababa at isinantabi ang sarili Niyang mga karapatan at naging masunurin hanggang kamatayan. Kaya naman, kinikilala at labis na pinagmamapuri ng Diyos ang mga ganitong tao, at sila ay magniningning na tulad ng araw sa Langit.

Katulad ng maliit na buto ng mustasa na lumalaki at nagiging isang punongkahoy na pinamumugaran ng mga ibon, ang espiritwal na pananampalataya ay lumalago rin mula sa lebel ng mga sanggol at mga maliliit na batang nagsisimula pa lamang humakbang, hanggang sa lebel ng pananampalataya ng mga bata, ng mga kabataan at ng mga ama. Anong laking pagpapala sa atin kung nakikilala natin Siya na mula nang pasimula pa'y Siya na, at magkaroon ng sapat na pananampalataya upang maunawaan ang lalim at taas ng pag-ibig Niya, at pangalagaan ang maraming mga kaluluwang naliligaw katulad ng ginawa ni Jesus!

Nawa'y matamo natin ang puso ng Panginoon na umaapaw sa pagbibigay at pagmamahal, makamit ang pananampalataya ng mga ama, mamunga nang hitik, at sumikat nang katulad ng araw sa Langit magpakailanman! Ito ang panalangin ko sa ngalan ng ating Panginoon!

Kabanata 3

Ang Sukat ng Pananampalataya ng Bawat Tao

1
Ang Sukat ng Pananampalatayang Binibigay ng Diyos

2
Magkakaiba ang Sukat ng Pananampalataya ng mga Tao

3
Sinusubok ng Apoy ang Sukat ng aking Pananampalataya

*Dahil sa biyayang tinanggap ko, sinasabi ko sa inyo:
Huwag ninyong pahalagahan ang inyong sarili nang higit
sa nararapat. Sa halip, tingnan ninyong mabuti ang
inyong sarili ayon sa sukat ng pananampalatayang
ipinagkaloob sa inyo ng Diyos.*
(Roma 12:3 (Ang Salita ng Diyos para sa Pilipino/ASDP))

Hinahayaan tayo ng Diyos ng umani ayon sa inihasik natin, at ginagantimpalaan Niya tayo ayon sa ginawa natin sapagkat ito ang makatarungan. Sinasabi sa Mateo 7:7-8, *"Humingi kayo at kayo'y bibigyan; humanap kayo at kayo ay makakatagpo; kumatok kayo at kayo'y pagbubuksan. Sapagkat ang bawat humihingi ay tatanggap; ang bawat humahanap ay makakatagpo; at ang bawat kumakatok ay pagbubuksan"* (MBB).

Tumatanggap tayo ng mga pagpapala at mga sagot sa panalangin natin hindi sa pamamagitan ng pananampalatayang karnal kundi sa pamamagitan ng pananampalatang espiritwal. Ang ating pananampalataya ay karnal kapag nakinig lamang tayo sa Salita ng Diyos at natutunan ito. Ngunit hindi basta nagkakaroon ng pananampalatayang espiritwal-matatamo lamang ito kapag binigay ito ng Diyos.

Sa ganoon, sinasabi sa Roma 12:3, *"Sa halip, tingnan ninyong mabuti ang inyong sarili ayon sa sukat ng pananampalatayang ipinagkaloob sa inyo ng Diyos"* (ASDP). Ang pananampalatayang espiritwal na ibinigay ng Diyos sa bawat tao ay magkakaiba. Tulad ng makikita rin natin sa 1 Corinto 15:41, *"Iba ang liwanag ng araw, iba naman ang liwanag ng buwan, at iba rin ang liwanag ng mga bituin, sapagkat maging ang mga bituin ay magkakaiba ang liwanag"* (MBB), magkakaiba rin ang mga tirahan sa kalangitan at ang mga kaluwalhatiang ibibigay bilang gantimpala sa bawat tao ayon sa sukat ng pananampalataya niya.

1. Ang Sukat ng Pananampalatayang Binibigay ng Diyos

Ang ibig sabihin ng "sukat" ay ang timbang, dami o laki ng isang bagay. Sinusukat ng Diyos ang pananampalataya ng bawat tao, at sinasagot Niya ang bawat isa ayon sa sukat ng kanyang pananampalataya.

Kadalasan, natatanggap ng mga taong may malaking pananampalataya ang mga sagot sa panalangin nila kapag matindi ang pagnanais nila para dito. Ang iba naman ay nakakatanggap lamang ng mga sagot kapag sinamahan nila ng isang araw na pag-aayuno ang masidhing pananalangin, samantalang ang panalangin ng ibang taong may maliit na pananampalataya ay nasasagot lamang pagkaraan ng maraming buwan o taon. Kung maaari nating "trabahuin" ang espiritwal na pananampalataya kung gusto natin, matatamo ng kahit sino ng mga pagpapala at tugon sa panalangin ayon sa kagustuhan nila. Kapag nagkaganito, nakakalito at magulo ang daigdig na ginagalawan natin.

Isang halimbawa na lamang, may isang taong hindi namumuhay ayon sa Salita ng Diyos. Kapag nanalangin siya ng, "Panginoon, gawin po ninyo akong pinuno ng pinakakilalang korporasyon sa bansang ito!" o "Galit po ako sa taong iyan. Panginoon, patayin mo siya," at ito ay ipinagkaloob sa kanya, ano na lang ang mangyayari sa daigdig natin?

Ang pananampalatayang espiritwal at pagsunod sa Diyos

Paano nga ba nakakamit ang pananampalatayang espiritwal? Hindi ibinibigay ng Diyos ang pananampalatayang espiritwal sa bawat tao kundi sa mga taong naging karapat-dapat lamang dahil sumusunod sila sa Kanyang Salita. Sa ganito ring paraan, maaari ninyong makamit ang pananampalatayang espiritwal ayon sa pagwawaksi ninyo ng mga bagay sa buhay ninyo na di-naaayon sa pamumuhay sa katotohanan tulad ng pagkapoot, pakikipag-away, inggit, pakikiapid, at iba pang katulad nito. Mahalin din ninyo ang mga kaaway ninyo.

Sa Biblia, pinuri ni Jesus ang ilang tao, at sinabi, "Dakila ang pananampalataya mo!" samantalang ang ilan naman ay pinagsabihan Niya, "Napakaliit naman ng pananampalataya ninyo!"

Halimbawa, sa Mateo 15:21-28 (MBB), lumapit kay Jesus ang isang babaing Cananea at hiniling sa Kanya na pagalingin Niya ang anak niyang babae na sinasapian ng demonyo. Sinigaw niya, *"Panginoon, anak ni David, maawa po Kayo sa akin! Ang anak kong babae ay sinasapian ng demonyo at labis na pinapahirapan nito"* (t. 22).

Lumuhod ang babae sa harap ni Jesus. *"Tulungan po ninyo ako, Panginoon,"* sabi niya (t. 25). Tinanggihan siyang muli ni Jesus, *"Hindi dapat kunin ang pagkain ng mga bata at ibigay sa mga aso"* (t. 26). Sinabi Niya ito sapagkat noong panahon ni Jesus, ang mga Hentil o mga di-Judio ay itinuturing ng mga Judio bilang mga aso at ang babaing ito ay isang Hentil mula sa rehiyon ng Tiro.

Sa ganitong pagkakataon, ang karamihan ng tao ay mahihiya, masisiraan ng loob o masasaktan at di na magpapatuloy sa paghingi ng katugunan sa problema. Ngunit di nagpabigo ang babaing ito at tinanggap niya ang sinabi ni Jesus nang may kababaang-loob. Nagpakababa siya tulad ng isang asong maliit at aba, at hindi siya tumigil sa pagmamakaawa: *"Totoo nga, Panginoon. Ngunit ang mga aso man po ay kumakain ng mumong nalalaglag sa hapag ng kanilang panginoon"* (t. 27). Dahil dito, nasiyahan si Jesus sa pananampalataya niya at sinabi, *"Napakalaki ng iyong pananampalataya! Mangyayari ang hinihiling mo."* At noon din ay gumaling ang kanyang anak (t. 28).

Makikita rin natin sa Mateo 17:14-20 na pinagsabihan ni Jesus ang mga disipulo Niya dahil maliit ang pananampalataya nila. Dinala ng isang ama ang anak niyang may epilepsy sa mga disipulo ni Jesus sapagkat ang anak niya ay labis nang nahihirapan, ngunit hindi nila mapagaling ang bata. Kaya, dinala ng ama ang anak niya kay Jesus, na agad pinalayas ang mga demonyong nasa bata at pinagaling siya. Matapos pagalingin iyon ni Jesus, nilapitan Siya ng mga disipulo at tinanong Siya, *"Bakit hindi po namin mapalayas ang demonyo?"* (t. 19). Ang sagot Niya, *"Dahil sa kaliitan ng inyong pananampalataya"* (t. 20).

Dagdag pa rito, sinisi ni Jesus si Pedro sa Mateo 14:22-33 (ASDP). Isang gabi, habang ang mga disipulo ay nasa isang bangka sa gitna ng naglalakihang alon, nilapitan sila ni Jesus na naglalakad sa ibabaw ng tubig. Nahintakutan sila nang makitang nalalakad sa tubig si Jesus, at sumigaw sila, *"Multo!"* (t. 26).

Agad Siyang nagsalita, *"Huwag kayong matakot! Ako ito. Lakasan ninyo ang inyong loob"* (t. 27).

Lumakas ang loob ni Pedro at sinabi, *"Panginoon, kung ikaw nga iyan, palakarin Mo rin ako papunta riyan"* (t. 28). Kaya sinabi ni Jesus, "Halika," tulad ng nais na marinig ni Pedro. Humakbang si Pedro pababa sa bangka, lumakad siya sa ibabaw ng tubig, at lumapit kay Jesus. Ngunit nang napansin niya ang hangin, natakot si Pedro at nang magsimula siyang lumubog, humiyaw siya, *"Panginoon, iligtas Mo ako!"* (t. 30). Agad-agad na iniabot ni Jesus ang Kanyang kamay at sinagip Niya si Pedro, ngunit pagkatapos ay sinisi Niya ang disipulo, *"Ikaw na maliit ang pananampalataya, bakit ka nag-aalinlangan?"* (t. 31).

Sinisi si Pedro dahil sa kaliitan ng pananampalataya nito sa panahong iyon, ngunit nang tanggapin nito ang Banal na Espiritu at ang kapangyarihan ng Diyos, gumawa siya ng mga kababalaghan sa ngalan ng Panginoon, at sa laki ng pananampalataya niya ay ipinako siya sa krus nang patiwarik alang-alang sa Panginoon.

2. Magkakaiba ang Sukat ng Pananampalataya ng mga Tao

Ipinapaliwanag ng maraming kuwento sa Biblia ang tungkol sa sukat ng pananampalataya. Sa 1 Juan 2, binibigyang-linaw ang sukat ng pananampalataya sa pamamagitan ng paghahambing nito sa paglaki ng isang tao, at sa Ezekiel 47:3-5, inihambing ito sa lalim ng tubig sa ilog mula sa Templo:

> *Ang tao'y nagpunta sa gawing silangan na may hawak na panukat at sumukat ng humigit-kumulang na 450 metro [500 metro, MBB] at pagkatapos ay inilusong ako sa tubig nang hanggang bukung-bukong ang lalim. Sumukat pa siya ng ganoon din kahaba. Pagkatapos, inilusong niya ako sa tubig na hanggang baywang ang lalim. Sumukat pa uli siya ng ganoon din kalayo, humigit-kumulang sa 450 metro at ang dulo nito ay isang ilog na hindi ko na matatawid sapagkat malalim na ang tubig at kailangan pang languyin dahil sa lalim – isang ilog na mahirap tawirin* (NPV).

Ang aklat ng Ezekiel ay isa sa limang malalaking aklat ng propesiya sa Matandang Tipan. Ipinatala ng Diyos sa propetang si Ezekiel ang mga propesiya noong winasak ng mga taga-Babilonia ang Kaharian ng Judah sa katimugan at tinangay ang maraming Judio upang maging mga bilanggo ng digmaan. Simula sa Ezekiel 40, inilalarawan ang Templo na nakita ni Ezekiel sa isang pangitain.

Sa Ezekiel 47, isinulat ng propeta ang pangitain kung saan niya nakita ang tubig na lumalabas mula sa ilalim ng pasukan sa Templo patungo sa silangan. Ang tubig ay nagmumula sa may katimugang bahagi ng Templo, sa may bandang timog ng altar. Pagkatapos, umaagos ang tubig patungong gate sa hilaga, at dumadaloy palabas ng santwaryo papunta sa paligid at lumalabas sa gate na nakaharap sa silangan.

Ang tubig dito ay espiritwal na simbolo ng Salita ng Diyos (Juan 4:14), at dahil ang tubig na ito ay dumaraan sa santwaryo at dumadaloy sa paligid ng loob nito, at pagkatapos ay umaagos palabas doon, nangangahulugan ito na ang Salita ng Diyos ay ipinangangaral hindi lamang sa santwaryo kundi sa daigdig din.

Ano ang ibig sabihin ni Ezekiel nang isulat niyang *"sumukat siya ng 500 metro"* (47:3, MBB) patungong silangan gamit ang hawak niyang panukat? Ang tinutukoy nito ay ang pagsukat ng Panginoon ng pananampalataya ng bawat tao at ang paghuhusga sa bawat tao ayon sa sukat ng pananampalataya niya sa Araw ng Paghuhukom.

Ang tinutukoy sa "Ang tao'y nagpunta sa silangan na may hawak na panukat" ay ang lingkod ng Diyos. Ang nagbabagong lalim ng tubig ay patalinghagang salita na sumisimbolo sa magkakaibang lebel ng pananampalataya.

Ayon sa lalim ng tubig

"Ang tubig na hanggang sa bukong-bukong" ay tumutukoy sa pananampalataya ng mga espiritwal na mga sanggol/mga batang nagsisimulang humakbang, ang lebel ng pananampalataya na sapat lamang para magtamo ng kaligtasan. Kung ihahambing ang lebel ng pananampalatayang ito sa taas ng isang tao, ang lebel na ito ay hanggang sa taas ng bukong-bukong. Kasunod nito ang "tubig na hanggang tuhod" na tumutukoy sa pananampalataya ng mga bata, at ang "tubig na hanggang baywang" na tumutukoy sa pananampalataya ng mga kabataan. At panghuli, "ang tubig na sa lalim ay maaari nang languyin" ay tumutukoy sa pananampalataya ng mga ama.

Sa ganitong paraan, sa Araw ng Paghuhukom, susukatin ang pananampalataya ng bawat tao, at itatakda ng Panginoon ang tirahan ng bawat tao ayon sa kung paano niya ipinamuhay ang Salita ng Diyos sa buhay niya.

Ang pagsukat niya ng "500 metro" ay nagpapakita ng dakilang puso ng Diyos, ang maingat Niyang pagsukat nang walang pagkakamali, at ang lalim ng Kanyang habag na nagsasaalang-alang ng lahat ng bagay. Sinusukat ng Diyos ang bawat pananampalataya, hindi mula sa iisang perspektiba lamang, kundi mula sa lahat ng anggulo. Nakatingin ang Diyos sa lahat ng ginagawa natin, at maingat Niyang sinisiyasat ang kaibuturan ng ating mga puso upang di isipin ng sinumang tao na mali ang pagkakahatol sa kanya.

Kaya nga, sinisiyasat ng Diyos ang bawat bagay gamit ang mga mata Niyang nagniningas. Inaaani ng bawat nilalang anuman ang inihasik niya, at gagantimpalaan siya ayon sa ginawa niya. Kaya sinasabi sa Roma 12:3, *"Dahil sa biyayang tinanggap ko, sinasabi ko sa inyo: Huwag ninyong pahalagahan ang inyong sarili nang higit sa nararapat. Sa halip, tingnan ninyong mabuti ang inyong sarili ayon sa sukat ng pananampalatayang ipinagkaloob sa inyo ng Diyos"* (ASDP).

Mag-isip nang matalino ayon sa sukat ng inyong pananampalataya

Magkaiba ang pamamaraan at ang pakiramdam ng paglalakad sa tubig na hanggang bukong-bukong at sa tubig na hanggang baywang ang taas. Maiisip mo pang lumakad o tumakbo kung hanggang sa may bukong-bukong lamang ang taas ng tubig sapagkat di ka makakalangoy doon. Ngunit kung hanggang baywang na ang taas nito, nanaisin mo pang lumangoy kaysa maglakad.

Tulad nito, magkaiba mag-isip ang mga nasa lebel ng pananampalataya ng mga bata sa mga nasa lebel ng pananampalataya ng mga ama; magkakaiba rin ang pag-iisip nila ayon sa lebel ng pananampalataya nila, tulad na iba-iba ang kaisipan ng mga tao na nasa sarisaring lalim ng tubig. Kaya naman, marapat lamang na maging matalino tayo sa pag-iisip ayon sa sukat ng ating pananampalataya.

Natamo ni Abraham si Isaac bilang anak na pinangako ng Diyos matapos makita ng Diyos ang pananampalataya ni Abraham sa Kanya. Ganito ang nangyari. Isang araw, inutos ng Diyos kay Abraham na ihandog niya ang kaisa-isa niyang anak na si Isaac bilang isang haing susunugin. Ano ang inisip ni Abraham sa utos ng Diyos na ito? Hindi man lamang siya nanangis at inisip, Bakit naman kaya inuutusan ako ng Diyos na ihandog si Isaac bilang haing susunugin, samantalang Siya ang nagbigay kay Isaac sa akin bilang anak na pinangako Niya? Binabali ba Niya ang pinangako Niya?

Ipinapaalala sa atin sa Hebreo 11 na pinag-isipang mabuti ni Abraham ang inutos ng Diyos: Hindi Siya maaaring magsinungaling kahit kailanman, kaya bubuhayin Niya ang aking anak mula sa mga patay. Hindi pinahalagahan ni Abraham ang kanyang sarili nang higit sa nararapat; sa halip, buong talino niyang tiningnan ang sarili niya ayon sa sukat ng pananampalatayang ibinigay sa kanya ng Diyos.

Hindi nagmaktol o nagreklamo si Abraham kundi sumunod siya sa Diyos nang may kababaang-loob. Dahil dito, siya ay pinuri at higit pang biniyayaan ng Diyos, at itinuring siyang Ama ng pananampalataya.

Kailangang maunawaan natin na sa pamamagitan ng pagdaan niya sa matindi at mabigat na pagsubok, si Abraham ay ihinayag na nagmamay-ari ng espiritwal na pananampalataya, at ito ang nagdala sa kanya sa daan ng mga pagpapala. Matatamo natin ang pag-ibig at mga biyaya ng Diyos sa ating pagdaan sa nag-aalab na mga pagsubok sa pamamagitan ng matalinong pag-iisip tungkol sa ating sarili ayon sa sukat ng ating pananampalataya.

3. Sinusubok ng Apoy ang Sukat ng ating Pananampalataya

Sinasabi sa atin sa 1 Corinto 3:12-15 na sinusubok ng Diyos ang pananampalataya ng bawat nilalang sa pamamagitan ng apoy at sinusukat kung ano sa kanyang mga gawain ang nanatili pagkatapos nito:

> *Kung sa pundasyong ito ay may magtatayo na ang gamit ay ginto, pilak, mamahaling bato, kahoy o dayami, mahahayag kung anong klase ang kanyang ginawa sapagkat ilalantad ito ng takdang araw. Mahahayag ito sa pamamagitan ng apoy, at ang apoy ang susubok sa uri ng gawain ng bawat isa. Kapag nanatili ang kanyang ginawa, tatanggap siya ng gantimpala. Ngunit kapag nasunog ang kanyang ginawa, malulugi siya, bagaman siya ay maliligtas, ngunit para lamang nakatakas sa apoy* (ASDP).

Dito, "ang pundasyon" na tinutukoy ay ang Panginoong JesuCristo, at ang "gawain" ay kung ano ang ginawa nang may taos-pusong pagsisikap. Mahahayag kung anong klase ang gawain ng sinumang naniniwala kay JesuCristo "sapagkat ilalantad ito ng takdang araw."

Kailan malalantad ang ating mga ginawa?

Una, ihahayag ang ginawa ng bawat nilalang kapag natapos na ang kanyang pananungkulan. Kung ang tungkulin ay ibinibigay nang taunan, mahahayag ang naging trabaho niya sa pagtatapos ng taon.

Pangalawa, sinusubok ng Diyos ang gawain ng bawat tao pagdating ng apoy ng pagsubok sa kanyang buhay. May ilang tao na payapa at di-nagbabago kahit na sila ay humaharap sa matinding hirap at pagsubok na para na ring dumaraan sa apoy; may ilan namang hindi nakakapagtiis.

At panghuli, susubukin ng Diyos ang mga ginawa ng bawat nilalang sa Araw ng Paghuhukom na mangyayari pagkatapos ng Pagbabalik-Muli ni JesuCristo. Susukatin Niya ang kabanalan at katapatan ng bawat tao, at ang mga ito ang basehan ng magiging bahay niya sa kalangitan at ng mga gantimpalang kanyang tatanggapin.

Ang mananatiling gawain matapos subukin ng apoy

Muling ipinapaalala sa atin sa 1 Corinto 3:12-13, *"Kung sa pundasyong ito ay may magtatayo na ang gamit ay ginto, pilak, mamahaling bato kahoy o dayami, mahahayag kung anong klase ang kanyang ginawa sapagkat ilalantad ito ng takdang araw. Mahahayag ito sa pamamagitan ng apoy, at ang apoy ang susubok sa uri ng gawain ng bawat isa"* (ASDP).

Kapag sinubok ng Diyos ang ginawa ng bawat tao sa pamamagitan ng apoy, malalaman kung ano ang kalidad nito: kung ito ay mula sa pananampalatayang tulad ng ginto, pilak, mamahaling bato, kahoy, o dayami. Pagkatapos ng pagsubok ng Diyos, ang mga taong may pananampalatayang tulad ng ginto, pilak, mamahaling bato, kahoy, o dayami ay maliligtas ngunit ang mga taong may pananampalatayang tulad ng dayami ay hindi maaaring maligtas sapagkat wala silang pinagkaiba sa taong patay ang espiritu.

Dagdag pa rito, mapagtatagumpayan ng mga taong may pananampalatayang tulad ng ginto, pilak, o mamahaling bato ang mga matinding pagsubok tulad na ang ginto, pilak, o mamahaling bato ay di natutupok sa apoy. Ngunit hindi magiging madali para sa mga taong may pananampalatayang kahoy o dayami ang magtagumpay sa mga ganoong tindi ng mga pagsubok.

Ang mga katangian ng ginto, pilak at mamahaling bato

Ang ginto ay isang dilaw na metal na madaling mapasunod sa sarisaring hulma at gawin sa anumang nipis. Ito ay espesyal na ginagamit sa paggawa ng mga perang barya, alahas, mga gamit-pampaganda at adorno. Matagal nang kinikilala ito bilang pinakamahalagang hiyas. Hindi nagbabago ang natatangi nitong kinang kahit sa pagdaan ng panahon sapagkat walang nagaganap na reaksyong kemikal sa pagitan ng ginto at iba pang mga kemikal.

Dahil nga dito, itinuturing ang ginto na pinakamahalagang hiyas sapagkat wala itong pagbabago, lubhang napapakinabangan sa maraming mapaggagamitan, at may sapat na kalambutan upang hubugin sa lahat ng korte.

Ang pilak ay malawakang ginagamit para sa paggawa ng mga perang barya at mga gamit-pampaganda at sa mga pinaggagamitang industriyal sapagkat pangalawa ito sa pagiging madaling pasunod sa sarisaring hubog at nipis, at mahusay na tagadaloy ng init. Mas magaan ang pilak kaysa ginto, at di kasing ganda o singkinang ng ginto.

Ang mga mamahaling bato tulad ng brilyante, safiro at esmeralda ay naglalabas ng magagandang kulay at ningning ngunit di maaaring magamit sa sarisaring kapakinabangan. Nawawalan din sila ng halaga at nawawalan ng silbi kapag sila ay nabasag o nagalusan.

Kaya sinusukat ng Diyos ang pananampalataya ng bawat tao bilang pananampalatayang tulad ng ginto, pilak, mamahaling bato, kahoy, o dayami ayon sa kung ano ang matitira sa kanilang gawain matapos dumaan sa mainit na mga pagsubok. Kinikilala Niya ang pananampalatayang tulad ng ginto bilang pinakamahalaga sa lahat.

Sikaping magkaroon ng pananampalatayang tulad ng ginto

Sa isang dako, ang mga taong may pananampalatayang tulad ng ginto ay hindi nayayanig kahit na sila ay dumaan sa maiinit na pagsubok. Ang pananampalatayang tulad ng pilak ay hindi kasing tatag ng pananampalatayang tulad ng ginto, ngunit higit na mataas ang kalidad nito kaysa ang pananampalatayang tulad ng mamahaling batong-hiyas na mas mahina ang resistensya sa apoy. Sa kabilang dako naman, ang mga taong may pananampalatayang tulad ng kahoy o dayami, na ang mga gawain ay madaling masunog o matupok sa mga pagsubok ng Diyos, ay halos makakaligtas lamang at walang matatanggap kahit na anong gantimpala. Gagantimpalaan ng Diyos ang bawat isa ayon sa ginawa niya sapagkat ang Diyos ay patas at matuwid. Kaya naman tinatanggap Niya ang mga taong may pananampalatayang di pabago-bago katulad ng ginto na walang pagbabago, at gagantimpalaan Niya sila sa Langit at dito rin sa lupa.

Ang apostol Pablo na nagbuhos ng sarili niyang buhay bilang isang apostol para sa mga Hentil o di-Judio ay nangaral ng ebanghelyo nang may pusong walang-pagbabago, at tinapos niya ang dapat niyang takbuhin sa pananampalataya kahit na dumanas siya ng di-mabilang na mga pagsubok at hirap mula nang makilala niya ang Panginoon.

Ito ang sinasabi sa Mga Gawa 16:25, *"Nang maghahatinggabi, nanalangin sina Pablo at Silas. Umawit sila ng mga awitin sa Panginoon, at nakikinig naman ang ibang bilanggo"* (ASDP). Dahil sa pangangaral nila ng ebanghelyo, sina Pablo at Silas ay marahas na pinaghahampas at ipinabilanggo, ipinasok ang mga paa nila sa mga tablang may butas, ngunit umawit sila sa Diyos sa pananalangin nila, nang walang-pagrereklamo.

Kahit kailan ay hindi itinakwil ni Pablo ang Panginoon hanggang kamatayan, at hindi siya nagreklamo nang kahit minsan. Palagi siyang puno ng galak at pasasalamat sa kanyang pusong puno ng pag-asa para sa Langit, at siya ay naging matapat sa gawain ng Panginoon hanggang ibinigay niya ang kanyang buhay.

Kung mayroon kayong ginintuang pananampalataya katulad ng kay apostol Pablo, kayo rin ay maninirahan sa maluwalhating lugar sa Langit at magniningning tulad ng araw. Tatanggapin ninyo ang dakilang pag-ibig ng Diyos dahil sa mga gawa ninyong hindi masusunog at magiging abo.

Ang pananampalatayang tulad ng dayami at pinaggapasan

Ginagampanan ng mga taong may pananampalatayang tulad ng pilak ang kanilang mga tungkulin ayon sa nararapat nilang gawin kahit na ang pananampalataya nila ay hindi higit sa pananampalatayang tulad ng ginto. Kung ganoon, ano naman ang pananampalatayang tulad ng mamahaling batong-hiyas?

Ihinahayag ng mga taong may pananampalatayang tulad ng mamahaling batong-hiyas, "Magiging matapat ako sa Panginoon! Ipapangaral ko ang ebanghelyo nang buong puso ko," matapos silang mapagaling sa kanilang sakit o mapuspos ng Banal na Espiritu. Kapag sinagot ang mga panalangin nila, sinasabi nila, "Mula ngayon, mamumuhay lamang ako para sa Panginoon." Sa panlabas, parang may pananampalataya silang tulad ng ginto ngunit natitisod o napapalihis sila ng landas kapag dumaan sila sa mainit na mga pagsubok sapagkat wala silang pananampalatayang tulad ng ginto. Mukhang malaki ang pananampalataya nila kapag sila ay napupuspos ng Banal na Espiritu, ngunit iniiwanan nila ang landas na pananampalataya at sa bandang huli, nawawasak at nagkakapira-piraso ang mga puso nila na parang wala silang kahit na anong pananampalataya.

Sa madaling sabi, ang mga may pananampalatayang tulad ng mamahaling batong-hiyas ay mukhang maganda ngunit ito ay pansumandali lamang. Ganunpaman, ang mga gawa ng mga taong may pananampalatayang tulad ng mamahaling batong-hiyas ay mananatili pagkatapos ng pagsubok sa apoy, katulad ng pananatili ng hugis ng mga hiyas o mamahaling bato pagdaan sa apoy.

Sa kabilang dako, ang gawa ng mga taong may pananampalatayang tulad ng dayami o pinaggapasan ay matutupok at maaabo pagkatapos ng pagsubok sa apoy. Muli, sinasabi sa atin sa 1 Corinto 3:14-15, *"Kung ang itinayo sa ibabaw ng pundasyon ay manatili, ang nagtayo nito'y tatanggap ng gantimpala. Ngunit kung masunog, mawawalan siya ng gantimpala; gayunman, maliligtas siya, lamang ay parang nagdaan sa apoy"* (MBB).

Totoong ang mga taong may pananampalatayang tulad ng ginto, pilak, mga mamahaling batong-hiyas ay maliligtas at gagantimpalaan sa Langit sapagkat ang mga gawa nila ay mananatili matapos subukin ng Diyos sa pamamagitan ng apoy. Ngunit ang gawa ng mga taong may pananampalayang tulad ng kahoy o dayami ay matutupok na parang abo kapag pinadaan sa mga pagsubok ng apoy, at ang mga taong ito ay halos maliligtas lamang ngunit walang anumang matatanggap na gantimpala sa Langit.

Masayang tinatanggap ng Diyos ang pananampalataya mo, at lubos na gagantimpalaan ka Niya kapag naging tapat ka sa paghahanap sa Kanya. Sinasabi sa Hebreo 11:6, *"Kung walang pananampalataya, hindi tayo kalulugdan ng Diyos sapagkat ang sinumang lumalapit sa Kanya ay dapat maniwalang may Diyos na nagbibigay ng gantimpala sa mga humahanap sa Kanya nang buong puso"* (ASDP).

Sinusukat Niya ang pananampalataya ng bawat tao gamit ang pagsubok sa pamamagitan ng apoy. Nagbibigay din ang Diyos ng mga pagpapala dito sa lupa at mga gantimpala sa Langit sa sinumang may pananampalatayang di-nagbabago katulad ng ginto.

Kaya naman, kailangang maunawaan mo na may sarisaring tugon at pagpapala ang Diyos, at may magkakaibang tirahan at mga korona sa Langit ayon sa sukat ng pananampalataya ng bawat tao.

Nawa'y magpunyagi kang makamit ang pananampalataya na tulad ng ginto na nakakapagbigay-lugod sa Diyos, nang sa ganoon ay matamasa mo ang mga pagpapala Niya sa lahat ng ginagawa mo dito sa lupa, at nawa ay maninirahan ka sa isang maluwalhating lugar sa Langit at magningning doon nang tulad sa araw. Ito ang panalangin ko para sa iyo sa ngalan ng ating Panginoon!

Kabanata 4

Ang Pananampalatayang Makakatanggap ng Kaligtasan

Ang Sukat ng Pananampalataya

1
Ang Unang Lebel ng Pananampalataya

2
Tinanggap na ba Ninyo ang Banal na Espiritu?

3
Ang Pananampalataya ng Kriminal na Nagsisi

4
Huwag Ninyong Buhusan ang Init ng Banal na Espiritu

5
Naligtas na si Adan?

Sumagot si Pedro sa kanila, "Magsisi ang bawat isa sa inyong mga kasalanan at magpabautismo sa pangalan ni Jesu-Cristo, at mapapatawad ang inyong mga kasalanan at matatanggap ninyo ang regalo ng Dios na walang iba kundi ang Banal na Espiritu. Sapagkat ang Banal na Espiritung ito ay ipanangako para sa inyo, at sa inyong mga anak, at sa lahat ng taong nasa malayo-sa lahat na tatawagin ng Panginoon nating Dios na magsisilapit sa kanya."
(Mga Gawa 2:38-39, Ang Salita ng Dios/ASD)

Sa nakaraang kabanata, ipinakita ko sa malawakang-tanaw na tinatanggap ng Diyos ang pananampalatayang espiritwal na sinasamahan ng mga gawa; na ang bawat tao ay may kanyang sukat ng pananampalatayang espiritwal; at ito ay nagiging matatag [ayon] sa pagsunod ng bawat tao sa Salita ng Diyos.

Ang lebel ng pananampalataya ay maaaring ilagay sa limang grupo—ang mga pananampalatayang tulad ng ginto, pilak, mga mamahaling batong-hiyas, kahoy, at dayami. Tulad ng pag-akyat sa isang hagdan nang paisa-isang baitang, magiging matatag ang pananampalataya natin, mula sa pagiging katulad ng dayami hanggang sa maging katulad ginto, habang pinapakinggan natin ang Salita ng Diyos at sinusunod ito.

Sapagkat makakamit lamang ang Langit sa pamamagitan ng pananampalataya, kailangang unti-unti nating palakihin ang pananampalataya natin nang sa ganoon ay buong pagpupunyagi nating mapanghawakan ang kaharian ng Langit. Dagdag pa rito, habang lalo nating natatamo ang pananampalatayang tulad ng ginto, lalong manunumbalik ang nawalang wangis at larawan ng Diyos sa atin, pagpapalain Niya tayo at masisiyahan Siya sa atin. Panghuli, mararating natin ang Bagong Jerusalem kung saan naroon ang trono ng Diyos. At kung ang pananampalataya natin ay katulad ng ginto, kalulugdan tayo ng Diyos, lalakad tayong kasama Niya, ibibigay Niya ang mga pagnanais ng mga puso natin, at pagpapalain Niya tayo upang makagawa tayo ng mga himala.

Kaya naman, umaasa akong susukatin mo ang iyong pananampalataya at pagsusumikapan mong makamit ang pananampalatayang mas ganap.

1. Ang Unang Lebel ng Pananampalataya

Bago natin tinanggap si JesuCristo, tayo ay maituturing na mga anak ng demonyo at papunta at mahuhulog tayo sa impiyerno dahil namumuhay tayo sa kasalanan. Mababasa natin sa 1 Juan 3:8 ang tungkol dito: *"Ang nagpapatuloy sa pagkakasala ay kampon ng diyablo, sapagkat sa simula pa'y gumagawa na ng kasalanan ang diyablo. At naparito ang Anak ng Diyos upang wasakin ang mga gawa ng diyablo"* (MBB).

Kahit na mukha tayong mabait at walang-sala, mapagtatanto natin na namumuhay tayo sa kadiliman sapagkat ang kasamaang nakatago sa loob natin ay mahahayag sa liwanag ng ganap na katotohanan ng Diyos.

Noon, akala ko'y kapita-pitagan at napakabuti ko nang tao kaya hindi ko na kailangang magpasailalim pa sa batas. Hanggang tinanggap ko ang Panginoon sa buhay ko at tiningnan ko ang sarili ko sa liwanag ng Salita ng katotohanan, at nakita ko kung gaano ako kasama. Ang mga kilos ko, ang mga sinasabi ko at pinapakinggan, at ang mga iniisip ko ay di naaayon sa Kanyang Salita.

Pinapurihan ng Diyos si Job sa Job 1:8, *"Wala siyang katulad sa daigdig. Mabuti siyang tao, sumasamba sa akin, at umiiwas sa masamang gawain"* (MBB). Ganunpaman, si Job na itinuring na walang-sala at taong matuwid ay nagkasala pa rin sa kanyang pananalita habang siya ay nagdadalamhati at dumaraing o nagrereklamo sa matinding pagsubok niya.

Sinabi niya, *"Hanggang ngayon labis pa rin ang hinaing ko. Pinahihirapan pa rin ako ng Dios sa kabila ng labis kong pagdaing"* (Job 23:2, ASD) at *"Isinusumpa ko sa Diyos na sa aki'y nagkait ng katarungan, sa Makapangyarihang Diyos na nagdulot sa akin ng kapaitan"* (Job 27:2, MBB).

Nalantad ang kasalanan at kasamaan ni Job noong dumanas siya ng mga pagsubok na naglagay ng buhay niya sa panganib, kahit na pinapurihan siya ng Diyos bilang isang taong matuwid at hindi gumagawa ng masama. Sino ang makakapagsabi sa harap ng Diyos na siya ay walang-sala, Siya na mismong liwanag at walang kahit na anong dilim ang matatagpuan sa Kanya?

Sa paningin ng Diyos, ang lahat ng natitirang kasalanan sa buhay natin tulad ng poot o anumang pagkainggit, pati na rin ang masasamang gawain tulad ng pananakit, pakikipag-away, o pagnanakaw ay itinuturing na kasalanang lahat. Malinaw na sinasabi sa atin ng Diyos sa 1 Juan 1:8, *"Kung sinasabi nating tayo'y walang kasalanan, dinadaya natin ang ating sarili, at wala sa atin ang katotohanan"* (MBB).

Pagtanggap kay JesuCristo

Ipinadala ng Diyos ng pag-ibig ang kaisa-isa Niyang Anak na si Jesus sa daigdig upang tubusin tayo sa ating mga kasalanan. Ipinako si Jesus sa krus nang dahil sa atin at ibinuhos Niya ang mahal Niyang dugo na dalisay at walang bahid ng kasalanan. Pinarusahan Siya para sa ating mga kasalanan. Ngunit sa ikatlong araw, matapos Niyang wasakin ang kapangyarihan ng kamatayan, nabuhay Siyang muli. Apatnapung araw pagkatapos ng Muli Niyang Pagkabuhay, iniakyat si Jesus sa Langit habang nakatingin ang mga disipulo Niya, at ipinangako sa kanila na babalik Siyang muli at dadalhin tayo sa Langit (Mga Gawa 1).

Ang Banal na Espiritu ay matatanggap natin bilang isang handog, at tatatakan tayo bilang anak ng Diyos kapag nanalig tayo sa daan ng kaligtasan at tinanggap natin si JesuCristo sa mga puso natin bilang sarili nating Tagapagligtas. Tatanggapin natin ang karapatan upang maging mga anak ng Diyos tulad ng ipinangako sa Juan 1:12: *"Subalit ang lahat ng tumanggap at sumampalataya sa kanya ay binigyan niya ng karapatang maging mga anak ng Diyos"* (MBB).

Ang karapatang maging anak ng Diyos

Ipaghalimbawa na lamang nating may ipinanganak na sanggol. Ipinaregistro ng mga magulang niya ang kapanganakan niya sa munisipyo sa isang bayan at ipinatala ang pangalan niya bilang anak nila. Sa ganito ring paraan, kapag ipinanganak kang muli bilang isang anak ng Diyos, itinatala ang pangalan mo sa Aklat ng Buhay sa Langit, at ikaw ay magiging isang mamamayan ng Langit.

Kaya naman, kapag ikaw ay nasa unang lebel ng pananampalataya, ikaw ay naging isang anak ng Diyos nang tanggapin mo si JesuCristo sa puso mo, at dahil pinatawad ka na sa mga kasalanan mo (1 Juan 2:12), matatawag mo nang "Ama" ang Diyos (Galacia 4:6). Dagdag pa rito, magagalak ka sapagkat tinanggap mo ang Banal na Espiritu kahit na di mo pa alam ang Salita ng Diyos na katotohanan, at kapag tiningnan mo ang kapaligiran, nadarama mo na tunay ngang may Diyos.

Kaya naman, ang unang lebel ng pananampalataya ay tinatawag na "pananampalataya upang makatanggap ng kaligtasan" o "pananampalataya upang matanggap ang Banal na Espiritu." Ito ay katumbas ng pananampalataya ng mga sanggol o maliliit na bata na nag-aaral nang humakbang o ng pananampalatayang tulad ng dayami na nauna nang inilarawan.

2. Tinanggap na ba Ninyo ang Banal na Espiritu?

Sa Gawa 19:1-2, si Pablo, ang apostol sa mga Hentil na nagtalaga ng kanyang sarili sa pangangaral ng ebanghelyo, ay nakatagpo ng ilang disipulo sa Efeso at tinanong sila, *"Tinanggap ba ninyo ang Banal na Espiritu nang sumampalataya kayo?"* Ganito ang naging sagot nila, *"Hindi, di pa namin naririnig na merong Banal na Espiritu."* Tinanggap nila ang bautismo sa tubig ni Juan Bautista noong nagsisi sila, ngunit ang Banal na Espiritu ay handog na nagmumula sa Diyos.

Tulad ng ipinangako sa Joel 2:28 at sa Gawa 2:17, ibubuhos Niya ang Kanyang Banal na Espiritu sa lahat ng tao sa mga huling araw. Nagkaroon na ng katuparan ang pangako, at ang mga taong tumanggap sa Espiritu ng Diyos, ang Banal na Espiritu, ay nagtatag ng iglesya. Ngunit, tulad ng mga disipulo sa Efeso, marami ang mga nagsasabing sumasampalataya sila sa Diyos ngunit namumuhay sila nang di nababatid kung sino ang Banal na Espiritu at ano ang bautismo ng Espiritu.

Kung tinanggap ninyo ang karapatan na maging anak ng Diyos dahil tinanggap ninyo si JesuCristo, ibinibigay ng Diyos sa inyo bilang handog ang Banal na Espiritu upang magkaroon kayo ng katiyakan sa karapatan ninyong iyon. Kaya, kung di ninyo kilala ang Banal na Espiritu, hindi kayo matatawag o kikilalaning anak ng Diyos. Mababasa sa 2 Corinto 1:21-22, *"Ang Diyos ang nagpapatibay sa amin at sa inyo sa pamamagitan ng pakikipag-isa kay Cristo, at siya rin ang humirang sa amin. Nilagyan niya kami ng kanyang tatak at pinagkalooban ng kanyang Espiritu bilang patunay na tutuparin niya ang kanyang mga ipinangako"* (MBB).

Pagtanggap sa Banal na Espiritu

Detalyadong ipinapaliwanag sa Gawa 2:38-39 kung paano natin maaaring tanggapin ang Banal na Espiritu: *"Magsisi ang bawat isa sa inyong mga kasalanan at magpabautismo sa pangalan ni Jesu-Cristo, at mapapatawad ang inyong mga kasalanan at matatanggap ninyo ang regalo ng Dios na walang iba kundi ang Banal na Espiritu. Sapagkat ang Banal na Espiritung ito ang ipinangako para sa inyo, at sa inyong mga anak, at sa lahat ng taong nasa malayo – sa lahat ng tatawagin ng Panginoon nating Dios na magsisilapit sa kanya"* (ASD).

Sinuman ay patatawarin ng Diyos at pagkakalooban ng Banal na Espiritu kapag umamin siya ng kanyang mga kasalanan, magsisi nang nagpapakumbaba at magtiwala kay Jesus bilang kanyang Tagapagligtas.

Halimbawa, sa Gawa 10, may isang lalaking di-Judio na ang pangalan ay Cornelio na taga-Cesarea. Isang araw, dumalaw si Pedro sa bahay niya at ipinangaral ang ebanghelyo ni JesuCristo sa kanya at sa buong sambahayan niya. Habang nangangaral si Pedro, bumaba ang Banal na Espiritu sa kanila at nagsimula silang magsalita sa iba't ibang wika.

Nasa unang lebel ng pananampalataya ang mga taong pinagkalooban ng Banal na Espiritu nang tanggapin nila si JesuCristo bilang kanilang Tagapagligtas. Ngunit sapat lamang ito para maligtas sila, sapagkat hindi pa nila naiwawaksi ang mga kasalanan nila sa punto ng pagpipilit na labanan ang mga ito, at hindi pa nila natutupad ang mga tungkuling pinagagawa ng Diyos sa kanila o niluluwalhati ang Ama.

Ang kriminal, na katabi ni Jesus at nakapako rin sa krus, at tumanggap sa Kanya bilang Tagapagligtas ay nasa unang lebel ng pananampalataya.

3. Ang Pananampalataya ng Kriminal na Nagsisi

Sinasabi sa Lucas 23 na may dalawang kriminal sa magkabilang tabi ni Jesus nang nakapako Siya sa krus. Habang nililibak ng isa si Jesus, pinagsabihan ito ng kasama niya na tumanggap kay Jesus bilang Tagapagligtas sa pamamagitan ng pagsisisi niya sa kanyang mga kasalanan. Sinabi niya, "Jesus, alalahanin Mo ako kapag naghahari ka na," at sinabi ni Jesus sa kanya, *"Sinasabi ko sa iyo, isasama kita ngayon sa Paraiso"* (t. 42-43, MBB).

Ang "paraisong" pinangako ni Jesus sa isa sa mga kriminal ay malapit sa labas ng Langit. Doon papasok at panghabang-panahong maninirahan ang mga taong nasa unang lebel ng pananampalataya. Ang mga naligtas na kaluluwa na nakatira sa Paraiso ay walang tatanggaping kahit na anong gantimpala. Inamin ng naligtas na kriminal na ito ang mga kasalanan niya dahil sumunod siya sa udyok ng kanyang konsensya, at pinatawad siya sa mga ito nang tanggapin niya si JesuCristo bilang Tagapagligtas niya.

Kaya lang, wala siyang ginawa para sa Panginoon noong nandito pa siya sa lupa. Kaya ang tinanggap lamang niya ay ang pangako ng Paraiso kung saan ay walang gantimpala. Kapag, pagkatapos mong matamo ang Banal na Espiritu nang tanggapin nila si JesuCristo, hindi mo pinalago ang pananampalataya mo na singliit lamang ng buto ng mustasa, tamang-tama lamang ito para maligtas ka at manirahan nang panghabang-panahon sa Paraiso kung saan ay walang anumang gantimpala.

Ngunit hindi natin dapat isipin na ang mga bagong mananampalataya lamang o ang mga nagsisimula sa pananampalataya lamang ang nasa unang lebel ng pananampalataya. Kahit na matagal ka nang namumuhay bilang isang Cristiano at naglilingkod bilang isang elder o diyakono, kapag nasunog at naabo ang mga ginawa mo sa pamamagitan ng apoy ng pagsubok, nakakahiya na kaligtasan lamang ang iyong matatamo.

Kaya naman kailangang manalangin tayo at magsikap na mamuhay ayon sa Salita ng Diyos matapos nating tanggapin ang Banal na Espiritu. Kung hindi tayo mamumuhay ayon sa Salita at sa halip ay magpapatuloy tayong mamuhay sa pagkakasala, ang pangalan natin ay buburahin sa Aklat ng Buhay, at hindi tayo makakapasok sa Langit.

4. Huwag Ninyong Buhusan ang Init ng Banal na Espiritu

May ilang tao na minsan ay naging matapat ngunit dahan-

dahang nanlamig sa kanilang pananampalataya dahil sa sarisaring dahilan, at halos magtatamo na lamang ng kaligtasan.

May isang elder sa aming iglesya na matapat na naglingkod sa iba't ibang paraan sa iglesya, kaya naman mukhang parang napakalaki ng pananampalataya niya kung titingnan sa labas. Ngunit isang araw, bigla na lamang siyang nagkasakit nang malubha. Hindi siya makapagsalita at lumapit sa akin upang ipanalangin ko.

Sa halip na ipanalangin ang kanyang paggaling, ipinalangin ko ang kanyang kaligtasan. Sa panahong iyon, ang kaluluwa niya ay labis na nagdurusa mula sa takot dahil sa pagtutunggalian sa pagitan ng mga anghel na nagsusumikap na dalhin siya sa Langit at mga masasamang espiritu na nagsusumikap namang dalhin siya sa impiyerno. Kung may sapat lamang siyang pananampalataya upang maligtas, hindi sana siya susubukang kunin ng mga masamang espiritu. Agad-agad akong nanalangin para paalisin ang masasamang espiritu, at nanalangin ako sa Diyos na tanggapin Niya ang taong ito. Pagkatapos ng panalangin ko, guminhawa siya at lumuha. Nagsisi siya bago namatay, tamang-tama lamang upang makaligtas.

Ang lalaking binanggit ko sa simula ay gumaling sa kanyang sakit matapos kong ipanalangin; ang asawa rin niya ay nabuhay nang ipinanalangin ko noong siya'y nasa bingit na ng kamatayan. Sa pakikinig nila sa Salita ng buhay, ang pamilya niyang maraming problema ay naging isang masayang pamilya. Mula noon, siya ay naging matatag at naglingkod bilang isang matapat na manggagawa ng Diyos sa pamamagitan ng mga pagsisikap niya, at tapat niyang isinagawa ang kanyang mga tungkulin.

Ngunit noong naharap ang iglesya sa pagsubok, hindi niya tinangkang ipagtanggol o ipaglaban ito. Sa halip, hinayaan niyang pangunahan ni Satanas ang pag-iisip niya. Ang mga lumalabas sa bibig niya ay naging isang malaking pader ng kasalanan na naghiwalay sa kanya sa Diyos. Di nagtagal, nawala siya sa ilalim ng pag-iingat ng Diyos, at siya ay nagkaroon ng malubhang sakit.

Bilang manggagawa ng Diyos, di siya dapat tumingin o nakinig sa anumang bagay na laban sa katotohanan at sa kalooban ng Diyos; ngunit ninais niyang pakinggan ang ganoong mga bagay at ipinagkalat ito. Walang nagawa ang Diyos kundi talikuran ang taong tumalikod sa Kanyang malaking kagandahang-loob na nagpagaling sa kanya mula sa kanyang malubhang karamdaman. Natupok ang kanyang mga gantimpala, at nawalan siya ng lakas para manalangin. Bumaba nang bumaba ang pananampalataya niya at sa huli, humantong siya sa puntong nawalan na rin siya ng katiyakan tungkol sa kaligtasan niya.

Mabuti na lamang at di nakakalimutan ng Diyos ang mga ginawa niyang paglilingkod sa iglesya noong nakaraan. Kaya naman, kahit na kahiya-hiya, tatanggap pa rin ng taong ito ng kaligtasan matapos bigyan siya ng Diyos ng kagandahang-loob upang makapagsisi sa mga ginawa niya.

Kaya, kailangan ninyong mabatid na para sa Diyos, higit na mahalaga ang nasa loob ng inyong puso tungkol sa Kanya at ang paggawa ninyo ayon sa Kanyang kalooban kaysa ang haba ng panahon na nanampalataya kayo. Kung palagi kayong dumadalo sa iglesya ngunit may pader sa pagitan ninyo ng Diyos dahil sa pagkakasala, dahil sa inyong pagsuway sa Salita ng Diyos, mawawala ang Banal na Espiritu sa inyo, mawawala ang butil ng pananampalataya ninyo na sinlaki lamang ng buto ng mustasa (1 Tesalonica 5:19), at hindi kayo magtatamo ng kaligtasan.

Sa Hebreo 10:38, sinasabi ng Diyos na, *"Ang matuwid kong lingkod ay mabubuhay sa pamamagitan ng pananampalataya; ngunit kung siya'y tatalikod, hindi ko siya kalulugdan"* (MBB). Magiging napakamiserable para sa iyo kung bumalik ka sa mundo pagkaraan ng maraming taon ng paglago mo sa pananampalataya! Kailangang manatili kang gising nang sa ganoon ay hindi ka matukso o makaranas ng pagdausdos ng iyong pananampalataya.

5. Naligtas ba si Adan?

Maraming tao ang nag-iisip kung ano ang nangyari kina Adan at Eva matapos nilang kainin ang bunga mula sa puno na nagbibigay ng kaalaman tungkol sa mabuti at masama. Maaari pa ba silang maligtas pagkatapos silang sumpain at palayasin mula sa Hardin ng Eden dahil sa kanilang pagsuway?

Tingnan nating maigi ang proseso kung saan ang unang nilalang na si Adan ay sumuway sa utos ng Diyos. Matapos likhain ng Diyos ang langit at lupa, bumuo Siya ng tao mula sa alabok ayon sa Kanyang imahe at larawan. Nang ibinigay Niya sa tao ang hininga ng buhay, ito ay nagkaroon ng buhay. Pagkatapos, nagtanim Siya ng halamanan sa Eden sa may dakong silangan ng Eden na hiwalay sa daigdig, at dinala ang tao doon.

Sa Hardin ng Eden, kung saan mas maganda at sagana ang lahat ng bagay kaysa anumang lugar sa lupa, walang anumang nanaisin pa si Adan, at tinamasa niya ang biyaya ng buhay na walang-hanggan at ang karapatang pamahalaan ang lahat ng bagay. Dagdag pa rito, binigyan siya ng Diyos ng isang katuwang o makakatulong, at pinagpala sila upang maging mabunga, magtagumpay at punuin ang daigdig. Sa ganoon, pinagpala ng Diyos sina Adan upang mamuhay sa pinakamabuting kapaligiran kung saan wala na siyang iba pang kakailanganin.

Ngunit may isang bagay na ipinagbawal ng Diyos. Sinabi Niya, *"Makakain mo ang alinmang bungangkahoy sa halamanan, maliban sa bunga ng punongkahoy na nagbibigay ng kaalaman tungkol sa mabuti at masama. Huwag na huwag mong kakainin ang bungang iyon, sapagkat sa araw na kainin mo iyon ay mamamatay ka"* (Genesis 2:17, MBB). Ipinapahiwatig nito na ang Diyos ang lubos na nakapangyayari, at makikita dito na may itinakda na Siyang kaayusan para sa sangkatauhan.

Pagkaraan ng mahabang panahon, nakaligtaan nina Adan at Eva ang utos ng Diyos, at kinain nila ang bunga ng punong ito dahil nagpatukso sila sa ahas. Nagkasala sila at namatay ang kanilang mga espiritu dahil sa kanilang pagkakasala, at sila ay naging mortal at makasalanan.

Kinailangang palayasin sila mula sa Hardin ng Eden, at manirahan sa lupa sa gitna ng lahat ng uri ng dusa tulad ng mga sakit, mga pagluha, hinagpis, at hapdi, at namatay sila nang malagot na ang hininga nila [ng buhay] tulad ng sinabi ng Diyos, "Tiyak na mamamatay kayo."

Tumanggap ba sina Adan at Eva ng kaligtasan—napunta ba sila sa Langit? Sinuway nila ang utos ng Diyos at nagkasala sila laban sa Kanya. Dahil dito, ganito ang katwiran ng ilang tao, "Hindi sila naligtas sapagkat nagkasala sila, at sila ang naging dahilan ng sumpa at ng lahat ng paghihirap sa buhay ng kanilang mga inapo." Ngunit binuksan din para sa kanila ng Diyos ng pag-ibig ang daan tungo sa kaligtasan. Naging higit na dalisay at maamo ang kanilang puso tungo sa Diyos matapos silang magkasala, di tulad ng mga tao sa kasalukuyang panahon na may mga pusong nadudungisan na ng lahat ng uri ng kasalanan at kasamaan sa daigdig na ito na sukdulan ng sama.

Dahil sa kanilang kasalanan, kinailangang kumayod na si Adan sa pamamagitan ng kanyang pawis—ibang-iba sa buhay niya noong naninirahan pa siya sa Hardin ng Eden. Dahil din dito, nagkaroon si Eva ng mas mahirap na karanasan ng pagdadalang-tao sa labas ng Hardin ng Eden. Pareho din nilang nasaksihan kung paano pinatay ng isang anak nila ang sarili nitong kapatid.

Sa pamamagitan ng mga pagdurusa at ng mga karanasang ito, nakita nina Adan at Eva ang halaga ng mga biyaya at kasaganaang tinamasa nila sa Hardin ng Eden. Na-miss nila ang panahong namumuhay sila sa pag-ibig at proteksyon ng Diyos. Mula sa mga puso nila, batid nilang ang lahat ng tinamasa nila sa Hardin ng Eden ay mga pagpapala at mula sa pagmamahal ng Diyos, at dahil dito lubusang pinagsisihan nila ang pagsuway nila sa utos ng Diyos.

At paano namang di tatanggapin ng Diyos ng pag-ibig, na nagpapatawad pati na ng mamamatay-tao kapag nagsisisi ito mula sa kaibuturan ng kanyang puso, ang pagbabalik-loob nila? Sa katunayan, sila ay ginawa ng mismong mga kamay ng Diyos at tinustusan ng Kanyang biyaya at pangangalaga sa mahabang panahon. Paano naman sila itataboy ng Diyos sa impiyerno?

Tinanggap ng Diyos ang pagsisisi nina Adan at Eva, at inakay sila sa daan ng kaligtasan sa pag-ibig Niya. Siyempre, sapat lamang na nakaligtas sila at nakarating sa Paraiso. Iyan ay dahil sa pagtalikod nila sa pag-ibig ng Diyos kahit na minahal Niya sila nang labis. Hindi maliit na bagay ang naging pagsuway nila sapagkat nagdulot ito ng matinding sakit sa puso ng Diyos at naging sanhi ng kamatayan at pagdurusa ng mga di-mabilang na salinlahing kasunod nila.

Halimbawa, may isang sanggol na hindi lumalaki kahit na nagdaan na ang mahabang panahon. Kapag lumaki nang maayos ang sanggol, matutuwa ang nanay at tatay niya. Pero, kung magana namang kumain ang bata ngunit di lumalaki ito, madaragdagan nang madaragdagan araw-araw ang pagkabalisa at pag-aalala ng mga magulang niya.

Sa ganito ring paraan, sa sandaling tanggapin mo ang Banal na Espiritu at makamit ang pananampalataya na sinlaki ng isang butil ng mustasa, kailangang pagsikapan mong gawing higit na malago ang pananampalataya mo sa pamamagitan ng pag-aaral at pagsunod sa Salita ng Diyos. Doon mo lamang matatanggap ang anumang hingin mo sa pangalan ng Panginoon, mabibigyan ng kaluwalhatian ang Diyos, at makakausad patungo sa Kaharian ng Langit.

Panalangin ko, sa pangalan ng ating Panginoon, na hindi ka sana makuntento na ligtas ka na at tumanggap na ng Banal na Espiritu. Sa halip, magsikap ka sanang magkamit ng higit na mataas na lebel ng pananampalataya upang matamasa mo ang karapatan at mga pagpapala bilang mga minamahal na mga anak ng Diyos!

Kabanata 5

Pananampalatayang Nagsisikap Mamuhay Ayon sa Salita ng Diyos

Ang Sukat ng Pananampalataya

1
Ang Ikalawang Lebel ng Pananampalataya

2
Ang Pinakamahirap na Yugto sa Buhay ng Mananampalataya

3
Ang Pananampalataya ng mga Israelita noong Exodo

4
Hangga't Di Ka Maniwala at Sumunod

5
Mga Matatag at Di-Matatag na mga Cristiano

Ito ang natuklasan ko: kapag nais kong gumawa ng mabuti, ang masama ay malapit sa akin. Sa kaibuturan ng aking puso, ako'y nalulugod sa Kautusan ng Diyos. Ngunit may ibang kapangyarihan sa mga bahagi ng aking katawan na salungat sa mga tuntunin ng aking isip; ipinapaalipin ako ng kapangyarihang ito sa kasalanang nananatili sa aking katawan. Anong saklap ng aking kalagayan! Sino kaya ang magliligtas sa akin sa kalagayang ito na nagpapahamak sa akin? Wala nang iba pa kundi ang Diyos sa pamamagitan ni Jesu-Cristo na ating Panginoon! Salamat sa kanya!

(Roma 7:21-25, MBB)

Sa pagsisimula mo sa buhay mo kay Cristo at pagkatanggap mo sa Banal na Espiritu, lalo kang nagiging masigasig at mainit sa buhay pananampalataya at napupuno ng galak ng kaligtasan. Siniskap mong sundin ang Salita ng Diyos habang nakikilala mo ang Diyos at natututunan ang tungkol sa Langit. Tinutulungan ka ng Banal na Espiritu para maunawaan mo ang katotohanan at sumunod sa daan ng katotohanan. Kapag sinuway mo ang Salita ng Diyos, makakaramdam ka ng lungkot—hindi ka masaya, sapagkat ang Banal na Espiritu na nananahan sa iyo ay dumaraing, at sa huli ay mauunawaan mo kung ano ang kasalanan.

Sa ganitong paraan, kahit nasa iyo na ang pananampalataya na sapat para maligtas ka, nagsisikap kang mamuhay ayon sa Salita ng Diyos at nagiging matatag ang pananampalataya mo. Tingnan natin nang detalyado kung paano ka makakapamuhay sa ikalawang lebel ng pananampalataya.

1. Ang Ikalawang Lebel ng Pananampalataya

Kapag naligtas ka sa pamamagitan ng paniniwala kay JesuCristo at nasa unang lebel ng pananampalataya, maaari ka pa ring makagawa ng mga kasalanan nang di mo nalalaman o sinasadya sapagkat limitado pa lang ang kaalaman mo sa Salita ng Diyos. Katulad ito ng isang sanggol na hindi nahihiya kahit na hubad siya.

Ngunit kung nakikinig ka sa Salita ng Diyos at nararamdaman mo sa iyong espiritu na may buhay sa Salita, pananabikan mo ang pakikinig sa Salita at pananalangin sa Diyos. Nakakakita ka ng mga matapat na manggagawa sa iglesya, at nais mo ring mamuhay nang matapat kay Cristo.

Dahil dito, dahan-dahan mong tatalikuran ang mga gawain sa buhay na makamundo, dadalo ka sa iglesya at sisikapin mong makinig sa Salita ng Diyos. Dati-rati, gustong-gusto mong makasama ang mga kaibigan mo sa mundo pero ngayon, nais mo nang sundin ang mga turong espiritwal at sumama sa mga kapwa mong mananampalataya sapagkat hinahanap ng puso mo ang Espiritu.

Sa ikalawang lebel ng pananampalataya, matututunan mo sa pamamagitan ng mensahe ng mangangaral at patotoo ng ibang mga kapatid kay Cristo kung paano mamuhay ng isang mabuting buhay Cristiano bilang isang anak ng Diyos.

Siyempre pa, matututunan mong mamuhay bilang isang Cristiano. Kapag Araw ng Panginoon, dadalo ka sa pagsamba at lubos na igagalang mo ito, at ibibigay mo ang iyong ikapu (ikasampung bahagi ng iyong kita) sa simbahan. Matututunan mo na maaaring lagi kang magalak, laging manalangin at maging mapagpasalamant sa lahat ng panahon. Matututunan mong mahalin ang iyong kapwa tulad ng sarili mo at mahalin maging ang iyong mga kaaway. Dagdag pa rito, sinasabi sa iyong hindi mo lamang dapat iwaksi ang lahat ng uri ng kasamaan tulad ng pagkamuhi, inggit, panghuhusga o paninirang-puri. Marapat ding makatulad ng puso mo ang puso ng Panginoon. Sa puntong ito, magpapasya kang mamuhay ayon sa Salita ng Diyos.

2. Ang Pinakamahirap na Yugto sa Buhay ng Mananampalataya

Gagawin mo ang lahat ng magagawa mo para sundin ang Salita ng Diyos sapagkat alam mo ang katotohanan. Ngunit kasabay nito, may mararamdaman kang kabigatan sapagkat hindi madaling mamuhay ayon sa Salita ng Diyos. Ang ginagawa mo ay parang labag sa kalooban mo.

Sa maraming pagkakataon, hindi ka makakapamuhay ayon sa Salita ng Diyos sapagkat wala ka pang sapat na lakas para masunod ito. Maaaring magbuntong-hininga ang ilan at sabihin, "Sana hindi ko na lamang lamang ako naging aktibo sa simbahan."

Hayaan ninyong ipaliwanag ko ito sa pamamagitan ng isang halimbawa. Nais mong igalang ang Araw ng Panginoon linggo-linggo pero kung minsan, kailangan mong lumiban sa pagsisimba dahil sa isang pagtitipon o appointment. Kung minsan, nakakadalo ka sa panambahan sa umaga pero hindi ka nakakadalo sa panambahan sa gabi. Minsan, dumadalo ka sa kasal ng kaibigan o kamag-anak mo pero lumiliban ka sa pagsamba sa Linggo.

Batid mo ring dapat ibigay sa Diyos ang buong ikapu pero kung minsan ay hindi mo sinusunod ang kautusang ito. Kung minsan naman, napapansin mong punong-puno ka ng galit sa kapwa mo kahit na sinisikap mong huwag mapoot. May pagnanasa sa iyo kapag nakakita ka ng isang nakakaakit na miyembrong babae o lalaki sapagkat ang elemento ng kasalanan at kasamaan ay nananatili pa rin sa iyong puso (Mateo 5:28).

Kapag ikaw ay nasa ikalawang lebel ng pananampalataya, sinisikap mong gawin ang lahat ng magagawa mo para sundin ang Salita ng Diyos, kahit na hindi pa naibibigay sa iyo ang sapat na lakas para makasunod ka nang lubusan. Ginagawa mo ang lahat ng magagawa mo para iwaksi ang mga kasalanan mo katulad ng panghuhusga sa kapwa, inggit, pagseselos, pakikipagrelasyon sa hindi mo asawa, at iba pa, sapagkat ang lahat ng ito ay labag sa Salita ng Diyos.

Di laging pagsunod sa Salita ng Diyos

Sa Roma 7:21-23, tinatalakay ni apostol Pablo nang madetalye kung bakit ang ikalawang lebel ng pananampalataya ang pinakamahirap na yugto sa buhay ng mananampalataya:

> *Ito ang natuklasan ko: kapag nais kong gumawa ng mabuti, ang masama ay malapit sa akin. Sa kaibuturan ng aking puso, ako'y nalulugod sa Kautusan ng Diyos. Ngunit may ibang kapangyarihan sa mga bahagi ng aking katawan na salungat sa mga tuntunin ng aking isip; ipinapaalipin ako ng kapangyarihang ito sa kasalanang nananatili sa aking katawan* (MBB).

May ilang mga Cristiano na naghihirap ang loob, sapagkat alam nila ang Salita ng Diyos, pero hindi nila sinusunod ang inuutos ng Diyos dito. Tungkulin ng mga espiritwal na lider na pangunahan sila nang may karunungan tungo sa daan ng katotohanan.

Halimbawa, may isang lalaking hindi maitigil ang paninigarilyo o pag-inom. Kapag pagsasabihan mo siya, "Kapag ipinagpatuloy mo ang paninigarilyo (o pag-inom), magagalit ang Diyos sa iyo," magdadalawang-isip na siya sa pagpunta sa iglesya at sa huli, iiwan niya ang Diyos. Mas mabuti kung palakasin mo muna ang loob niya at sabihin, "Madali mong makakayanang itigil ang paninigarilyo o pag-inom sapagkat tutulungan ka ng Diyos. Habang umuunlad ang pananampalataya mo, magiging mas madali sa iyong itigil ito. Kaya, palagi kang manalangin nang may pananampalataya sa Diyos." Sa ganitong pagkakataon, maaakay mo siyang lumapit sa Diyos, hindi sa pamamagitan ng pagpapa-guilty sa kanya o pananakot na may naghihintay sa kanya na kaparusahan. Sa halip, kailangang tulungan mo siyang lumapit sa Diyos nang may galak at pasasalamat, kasama ang katiyakan ng pag-ibig ng Diyos.

Isa pang halimbawa: may isang tao na dumadalo lamang sa panambahan sa umaga at nagbubukas ng tindahan niya sa hapon. Ano ang sasabihin mo sa kanya? Mas mabuting gabayan siya at banayad na pagsabihan, "Matutuwa sa iyo ang Diyos kung itatalaga mo ang buong Araw ng Panginoon para sa Kanya. Kung gagawin mo ito at mananalangin para sa mga pagpapala Niya, makikita mong mas masagana ang pagpapala sa iyo ng Diyos kaysa kikitain mo sa iyong pagbubukas ng tindahan sa Araw para sa Panginoon."

Ganunpaman, hindi nangangahulugan itong tamang manatiling walang pagbabago at paglago ang lebel ng pananampalataya ng isang tao. Tulad na kapag ang isang bata ay hindi lumalaki nang tama at sa panahon, ito ay nagiging masakitin, lumpo, o namamatay din. Ganoon din, manghihina ang pananampalataya ng taong hindi lumalago ang pananampalataya sa pagdaan ng panahon, at malalayo siya sa daan ng kaligtasan. Nakakalungkot naman kung hindi siya maliligtas!

Sinasabi sa atin ni Jesus sa Pahayag 3:15-16, *"Nalalaman ko ang mga ginawa mo. Alam kong hindi ka malamig ni mainit man! Higit na mabuti kung ikaw ay malamig o mainit. Ngunit dahil sa ikaw ay maligamgam, isusuka kita!"* (MBB) Pinagsasabihan at ipinapaalam sa atin ng Diyos na hindi tayo maliligtas nang may maligamgam na pananampalataya. Kung malamig ang pananampalataya mo, aakayin ka ng Diyos sa pagbabagong-loob at kaligtasan sa pamamagitan ng pagpapahintulot Niya na dumating ang mga pagsubok sa buhay mo. Ngunit kung patuloy ka pa rin na maligamgam sa pananampalataya, hindi na magiging madali para sa iyo na makita ang iyong sariling kalagayan at magsisi sa mga kasalanan mo.

3. Ang Pananampalataya ng mga Israelita noong Exodo

Kapag hindi ka makapamuhay ayon sa Salita ng Diyos, magmamaktol ka o magrereklamo tungkol sa mga hirap na nararanasan mo sa halip na pagtagumpayan ang mga ito nang may pananampalataya at kagalakan. Ganunpaman, hinahayaan ka ng Diyos ng pag-ibig, at patuloy na hinihikayat kang mamuhay at manatili sa katotohanan.

Kunin natin ang halimbawa ng mga Israelita. Inalipin ang mga Israelita nang mga 400 taon sa Egipto. Nakaalis sila roon sa pamumuno si Moises, at maraming beses na nakita nila ang mga himalang ginawa ng Diyos habang naglalakbay sila patungo sa bayan ng Canaan.

Nasaksihan nilang pinarusahan ang Egipto ng sampung salot, hinati ang Dagat na Pula, at naging matamis ang dating mapait na tubig sa Mara at maaari nang inumin. Habang dumaraan sila sa Disyerto ng Sin, kumain sila ng manna at mga pugo na mula sa langit. Nasaksihan nila ang mga ganoong nakamamanghang pagpapakita ng kapangyarihan ng Diyos.

Ngunit nagmaktol at umangal pa rin sila sa halip na manalangin nang may kasamang pananampalataya sa bawat pagkakataong haharap sila sa hirap. Ganunpaman, nahabag sa kanila ang Diyos na puno ng pag-ibig at sinamahan Nia sila at inakay araw at gabi hanggang sa makarating sila sa Lupang Pangako.

Mga taong maangal at mapagmaktol

Bakit palaging umaangal at nagmamaktol ang mga Israelita tuwing may dumarating na hirap at pagsubok sa kanila? Hindi ito dahil sa kalagayan nila kundi dahil sa pananampalataya nila. Kung meron sana silang tunay na pananampalataya, masaya na sana sila at tinatamasa na sa puso nila ang Lupang Pangako kahit na sa kasalukuyan ay nasa disyerto pa rin sila.

Sa madaling sabi, kung naniniwala silang tiyak na dadalhin sila ng kanilang Diyos sa lupa ng Canaan, sana'y narating na nila ito sa pamamagitan ng pagtatagumpay sa lahat ng uri ng hirap na dinanas nila nang walang nadaramang kabigatan ng loob kahit na anong hirap ang kaharapin nila sa disyerto.

Base sa uri ng pananampalataya at saloobin ng mga tao,

magkakaiba ang tugon nila sa magkatulad na kalagayan o sitwasyon. May ilan na makakaranas ng hirap ng loob sa gitna ng pagsubok, tatanggapin naman ito ng ilan nang may pagtitiis, at mayroong ding iba na makakatagpo ng kalooban ng Diyos sa gitna ng mga ganitong pangyayari at susundin ito nang may kagalakan at pasasalamat.

Paano mo maipapamuhay ang buhay Cristiano na puno ng pasasalamat at walang pagmamaktol? Hayaan mong dagdagan ko ang pagpapaliwanag dito sa pamamagitan ng isang halimbawa. Halimbawa, nakatira ka sa Seoul at meron kang malaking pangangailangang pinansyal.

Isang araw, may lumapit sa iyo at sinabi, "May isang malaking brilyante na sinlaki ng bolang futbol, nakabaon sa tabing-dagat sa Pusan, mga 266 milya sa bandang timog-silangan ng Seoul. Malaya kang hanapin ito. Maaari kang tumakbo o maglakad pero hindi ka maaaring magkotse, sumakay ng bus, tren, o eroplano para makarating doon."

Ano ang gagawin mo? Kahit kailan, hindi mo sasabihin, "Sige, mula ngayon, sa akin na ang brilyanteng iyon sapagkat ibinigay na ito sa akin. Sa isang taon ko na lang kukunin ito." O kaya, "Pupuntahan ko ito sa susunod na buwan kasi abala pa ako sa ngayon." Tiyak na magmamadali kang tumakbo sa sandaling marinig mo ang balitang ito.

Kapag narinig ng ibang tao ang balitang ito, tatakbo na ang karamihan sa kanila patungong Pusan, at dadaan sila sa pinakamaikling daan para makuha ang napakahalagang brilyanteng iyon sa pinakamadaling panahon. Wala sa kanila ang susuko patungo sa Pusan dahil lamang sa sakit ng paa o pagod. Sa halip, bibilisan pa nila ang pagtakbo para makuha ang mahalagang brilyante na may kasamang pasasalamat at galak sa halip na umangal sa sakit ng paa.

Ganoon din, kung meron kang tiyak na pag-asa ng walang-hanggang buhay at magandang kaharian sa Langit at pananampalatayang walang-pagbabago, kailangang takbuhin mo ang karera ng pananampalataya nang hindi umaangal sa anumang pangyayari hanggang sa marating mo ang Langit.

Mga taong masunurin

Kung susundin mo ang Salita ng Diyos, wala kang mararamdamang bigat o paghihirap ng loob sa iyong buhay Cristiano, at sa halip ay ikasisiya at ikagagalak mo ito. Kung hindi ka matiwasay sa iyong buhay pananampalataya, pinapakita lamang nito ang iyong pagsuway sa Salita ng Diyos at sa paglihis mo palayo sa kalooban Niya.

Narito ang isang paghahambing. Noong unang panahon, ginagamit ang mga kabayo para humila ng mga bagon. Madalas hampasin ang mga ito kahit na naglilingkod sila sa panginoon nila. Hindi nila kailangang hagupitin ang kabayo kung sinusunod nila ang panginoon nila, pero kapag ipinilit nila ang sariling gusto nila, hindi sila makakaiwas sa malakas na hagupit.

Ganito rin para sa mga taong sumusuway sa Salita ng Diyos. May sarili silang isip at mga paraan at pinapadaing nila ang kanilang Panginoon. Hinahagupit sila paminsan-minsan. Sa kabilang dako, ganito ang sinasabi ng mga tao namang sumusunod sa Salita ng Diyos, "Panginoon, sabihin Mo lamang sa akin, at susunod ako sa Iyo." Namumuhay sila nang payapa at matiwasay.

Halimbawa, ang utos sa atin ng Diyos ay "Huwag kayong magnanakaw." Kapag sinunod mo ang kautusang ito, makadarama ka ng kapayapaan. Pero, kapag hindi mo ito sinunod, hindi mo madarama ang katiwasayan sapagkat nasa iyo ang pagnanasang magnakaw. Likas sa anak ng Diyos na iwaksi ang anumang ipinawawaksi ng Diyos. Kung hindi, mababagabag siya sa kanyang puso.

Kaya naman sa Mateo 7:13-14, sinasabi ni Jesus, *"Pumasok kayo sa makipot na pintuan. Sapagkat maluwag ang pintuan at malapad ang daang patungo sa kapahamakan, at ito ang dinaraanan ng marami. Ngunit makipot ang pintuan at makitid ang daang patungo sa buhay, at kakaunti ang nagdaraan doon"* (MBB).

Para sa mga nagsisimula pa lamang sa pananampalataya, mahirap ang pagsunod sa Salita ng Diyos tulad ng pagpasok sa isang makipot na gate. Ngunit dahan-dahan nilang mapagtatanto na ito ang daan patungo sa Langit at isang tunay at masayang daan.

4. Hangga't Di Ka Maniwala at Sumunod

Marahil, maraming beses mo nang narinig ang sumusunod na mga talata sa

1 Tesalonica 5: *"Magalak kayong lagi; palagi kayong manalangin at magpasalamat kayo sa Diyos sa lahat ng pagkakataon; sapagkat ito ang kalooban ng Diyos para sa inyo sa inyong pakikipag-isa kay Cristo Jesus"* (t. 16-18, MBB).

Nawawala ba ang kagalakan mo kapag may nangyari sa iyo na malungkot? Nakasimangot ka ba kapag ginawan ka ng masama ng isang tao? Nababalisa at nababagabag ka ba kapag may mga problema kang pinansyal o inuusig ka ng isang tao?

Para sa iba, parang ipokrito ang magalak at maging mapagpasalamat sa gitna ng mahirap na sitwasyon. Maaaring tanungin nila, "Bakit ako magpapasalamat kung wala namang dapat ipagpasalamat?" Batid din nilang kailangan nilang magtiyaga pero naiinis sila o umiinit ang ulo nila kapag nahaharap sila sa sitwasyon na mahirap tiisin.

Nagtataksil sila sa puso nila kapag tumitingin sila sa kaakit-akit na mga babae sapagkat hindi pa nila naiwawaksi ang pagnanasa sa kanilang puso. Ang mga bagay na ito ang nagpapatunay na hindi pa nila naiwawaksi ang mga kasalanan nila sa punto ng pakikipagbuno laban sa mga ito, at hindi nila sinusunod ang Salita ng Diyos.

Hindi mo maririnig ang boses ng Banal na Espiritu

Kung marami ka nang alam sa Salita ng Diyos pero hindi mo sinusunod ito, hindi mo maririnig ang boses ng Banal na Espiritu o hindi ka Niya magagabayan, sapagkat may naitayo kang pader ng kasalanan sa pagitan ninyo ng Diyos. Ngunit kahit ang isang bagong mananampalataya ay makakarinig sa boses ng Diyos at gagabayan siya kapag palaging sinusunod niya ang Salita ng Diyos. Tulad ng isang batang maliit na walang inaalala kapag sinusunod niya ang mga magulang niya, ang Diyos ay malulugod sa iyo, at gagabayan ka kung palagi mo Siyang sinusunod kahit na maliit ang pananampalataya mo.

Isang halimbawa: Inaalagaan ng mga magulang ang maliit nilang anak sa lahat ng bagay. Pero kapag lumaki na ito, hindi na kailangan nito ng gaanong pangangalaga sapagkat nakakapaglakad na at nakakakain na siyang mag-isa. Hindi na kailangang ituring itong isang sanggol pag narating na niya ang gulang para pumasok sa mababang paaralan. Ngunit sasakit ang loob ng mga magulang kung hindi tama ang pagsasapatos ng anak nila o hindi nito kayang gawin ang dapat na niyang gawin nang mag-isa.

Ganoon din, kung matagal ka nang naging Cristiano, at dumaan na ang sapat na panahon para maging tagapamuno ka na o manggagawa sa bahay ng Diyos, kailangang sumunod ka sa Salita ng Diyos. Kung patuloy kang nakikinig sa Salita ng Diyos, pero nagpapatuloy ka sa iyong buhay Cristiano na tulad ng isang batang maliit na tuloy-tuloy sa paggawa ng mga kasalanan laban sa Diyos, darating ang pagsubok Niya sa buhay mo.

Sa ganitong pagkakataon, hindi ka Niya sasagutin kahit na manalangin ka sa Kanya. Hindi mamumunga nang mabuti ang buhay mo, at hindi ka makakatanggap ng proteksyon mula sa Diyos. Hindi mo matatamo ang kasaganaan; sa halip, daranas ka ng mga problema. Magiging mapait at nakakapagod ang buhay mong puno ng mga alalahanin at balisa.

Hindi mo matatanggap ang sagot at proteksyon ng Diyos

Kung nasa ikalawang lebel ka ng pananampalataya, alam na alam mo kung ano ang kasalanan, at batid mong kailangang iwaksi mo ang kasamaan at kasinungalingan sa kalooban mo. Kung hindi mo pa naiwawaksi ang mga ito at nasa isip mo pa rin sila, paano ka makakalapit nang hindi nahihiya sa banal na

Diyos na Siya mismong Liwanag? Ang kaaway mong si Satanas at ang demonyo ay lalapit sa iyo at magbibigay sa iyo ng pag-aalinlangan sa Diyos, at sa bandang huli ay ibubuyo kang bumalik sa mundo.

May naging elder sa aming iglesya na nagsikap na maging mabunga sa maraming negosyo, at itinanong niya sa kanyang sarili, "Ano kaya ang maaari kong gawin para sa aking pastor?" Pero hindi siya nagtagumpay dito kahit na nakikita ng iba na matapat siya, dahil hindi niya binago ang puso niya na siyang pinakamahalagang bagay. Dahil sa isip niyang makamundo at puso niyang makakasarili, binigyan niya ng kahihiyan ang Diyos sapagkat hindi niya pinili ang tamang daan—iniisip lamang kung ano ang makakabuti sa kanyang sarili. Nagsasabi rin siya ng mga kasinungalingan, nagagalit sa ibang tao, at sumusuway sa Salita ng Diyos sa maraming paraan.

Kung hindi pa nagtuloy-tuloy ang mga problema niyang pinansyal at problema sa relasyon niya sa kanyang kapwa, marahil hindi na siya nagpatuloy sa pananampalataya, at sa halip ay gumawa na ng kasamaan. Sa huli, sapagkat humantong na ang kanyang pagbabalik sa kanyang mga dating gawi sa puntong baka mawala pa sa kanya ang lahat ng gantimpalang pinagsikapan niya, tinawag na siya ng Diyos sa Langit bago pa mangyari ito.

Kaya naman, kailangang mapagtanto mo, na ang panlabas na katapatan at ang mga posisyon sa simbahan ay hindi ang pinakamahalaga kundi ang pagwawaksi mo sa kasalanan at pamumuhay ayon sa Salita ng Diyos.

5. Mga Matatag at Di-Matatag na mga Cristiano

Kung ikaw ay nasa unang lebel ng pananampalataya, hindi ka mababagabag, at di mo maririnig ang daing ng Banal na Espiritu kahit na magkasala ka. Ito ay sapagkat hindi mo pa nakikita ang pagkakaiba ng katotohanan sa kasinungalingan, at di mo pa batid na nakakagawa ka na ng kasalanan habang ginagawa mo ito. Hindi ka gaanong sisisihin ng Diyos sapagkat hindi mo pa nakikilala kung alin ang totoo at alin ang kasinungalingan dahil sa kawalan mo pa ng sapat na kaalaman sa Salita ng Diyos.

Katulad ito ng isang maliit na bata na hindi sinisisi kahit na matabig niya ang tasa ng tubig o makabasag ng mamahaling gamit habang gumagapang siya. Sa halip, sisisihin ng mga magulang at iba pang kaanak ang mga sarili nila at hindi ang maliit na bata.

Ngunit kung nasa ikalawang lebel ka na ng pananampalataya, maririnig mo na ang daing ng Banal na Espiritu sa loob mo, at magsisimula kang mabagabag kapag gumawa ka ng kasalanan. Ganunpaman, hindi mo pa kayang maintindihan ang bawat Salita ng Diyos, sapagkat ikaw ay tulad lamang ng isang batang maliit sa espiritwal na buhay, at hindi madali para sa iyo na sundin ang Salita sa sarili mong kakayahan. Kaya naman ang mga nasa una at ikalawang lebel ng pananampalataya ay tinatawag na "mga Cristianong binibigyan ng gatas lamang."

Mga Cristianong binibigyan pa ng gatas

Sinulat ng apostol Pablo sa 1 Corinto 3:1-3 ang sumusunod:

Mga kapatid, hindi ko kayo makausap bilang mga taong nagtataglay ng Espiritu. Kailangang kausapin ko kayo bilang mga taong namumuhay pa ayon sa laman at mga sanggol pa sa pananampalataya kay Cristo. Gatas ang ibinigay ko sa inyo noon at, hindi matigas na pagkain, sapagkat hindi ninyo kaya iyon. Subalit hanggang ngayon ay hindi pa rin ninyo kaya, sapagkat nananaig pa sa inyo ang laman. Ang inyong pag-iinggitan at pag-aaway-away ay palatandaan na makasanlibutan pa kayo at namumuhay ayon sa laman (MBB).

Kung tinanggap mo si JesuCristo, tinanggap mo ang karapatan na maging isang anak ng Diyos, at nakatala ang pangalan mo sa Aklat ng Buhay sa Langit. Ganunpaman, itinuturing kang parang isang maliit na bata kay Cristo, sapagkat hindi pa lubusang naibabalik sa iyo ang nawalang larawan ng Diyos.

Dahil dito, kailangang alagaang mabuti ang mga nasa una at ikalawang lebel ng pananampalataya. Kailangang ituro sa kanila ang Salita ng Diyos at hikayating mamuhay ayon dito tulad ng pagpapainom ng gatas sa isang sanggol.

Iyan ang dahilan kung bakit tinatawag ang mga taong nasa una at ikalawang lebel ng pananampalataya na "mga Cristianong pinapainom ng gatas." Kapag lumago na ang pananampalataya nila at simulan nilang maunawaan ang Salita ng Diyos at sundin ito sa kanilang sarili, tinatawag silang "mga Cristianong pinapakain ng matigas na pagkain."

Kung ganoon, kung ikaw ay isang Cristianong ang pagkain ay gatas—nasa una at ikalawang lebel ng pananampalataya—

kailangang ibuhos mo ang lahat ng makakaya mo para maging isang Cristianong handa na para sa matigas na pagkain. Ngunit kailangang tandaan nating hindi pwedeng madaliin ang mga Cristianong pinapakain pa lamang ng gatas na makarating agad sa lebel ng mga kumakain na ng matigas na pagkain. Kapag nagkagayon, hindi sila matutunawan tulad ng isang sanggol na pinakain ng matigas na pagkain at nagkaproblema sa panunaw.

Kaya naman kailangang maging maingat ka sa pag-aalaga sa asawa mo, anak o sinumang may maliit na pananampalataya. Kailangang ilagay mo muna ang sarili mo sa lugar nila, at akayin sila sa pananampalataya sa pamamagitan ng pagtuturo sa kanila tungkol sa Diyos na buháy, sa halip na sisihin sila o pagalitan dahil sa liit ng pananampalataya nila na bunga ng katigasan ng kanilang puso o ng ginagawa nilang pagsuway.

Hindi pinaparusahan ng Diyos ang mga nasa una at ikalawang lebel ng pananampalataya kahit na hindi sila nagsisimba sa araw para sa Panginoon o hindi sila lubusang namumuhay ayon sa Salita ng Diyos. Sa halip, nauunawaan Niya ang katayuan nila at inaakay Niya sila nang may pagmamahal. Sa ganitong paraan, kailangan nating matutunang kilatisin kung nasa anong lebel na ng pananampalataya tayo at ang ibang tao, at maging matalinong mag-isip ayon sa lebel ng ating pananampalataya.

Mga Cristianong makakakain na ng pagkaing matigas

Kung sinisikap mong ipamuhay nang mabuti ang buhay Cristiano kahit na nasa una o ikalawa kang lebel ng pananampalataya lamang, iingatan ka ng Diyos mula sa maraming problema at pagsubok. Ganunpaman, hindi ka dapat tumigil sa ikalawang lebel lamang at walang gagawin para pag-ibayuhin pa ang pananampalataya mo. Tulad ng mga magulang na nag-aalala kapag hindi lumalaki nang mabuti at maayos ang mga anak nila, ang anak ng Diyos ay kailangang maging masigasig din sa paglago sa kanyang pananampalataya sa pamamagitan ng Salita ng Diyos at panalangin.

Kaya naman, pinapayagan ng Diyos na dumating sa iyo ang mga mahirap na sitwasyon sa tamang panahon upang dalhin ka sa ikatlong lebel ng pananampalataya. Pinagpapala ka Niya di lamang sa paglago ng pananampalataya mo kundi pati na rin sa marami pang ibang bagay. Kapag mas malaki ang pinagtagumpayan mong mga pagsubok, mas malaki rin ang magiging pagpapala ng Diyos sa iyo.

Sa kabilang dako, kung dapat ay nasa ikatlong lebel ka na ng pananampalataya pero namumuhay ka pa nang ayon sa mga nasa una o ikalawang lebel lamang, padadalhan ka ng Diyos ng mga pagsubok para disiplinahin ka, sa halip na bigyan ka ng mga problema na magdadala sa iyo ng mga pagpapala.

Halimbawa, may isang batang hindi balanse ang nutrisyon sapagkat nananatili pa rin siya sa pag-inom ng gatas at hindi kumakain ng iba pang masustansyang pagkain. Kapag ipinagpilitan niyang iinom lamang ng gatas, maaari siyang magkasakit ng malnutrisyon o mamatay pa. Sa ganitong sitwasyon, natural lang na sikapin ng mga magulang na pakainin ang anak nila ng masustansyang pagkain.

Ganoon din, kapag alam ng mga anak ng Diyos ang Kanyang Salita ngunit pinili nila ang daang patungong kamatayan at sinuway ang Salita Niya, pumapayag ang Diyos—na nagnanais na magkaroon ng mga tunay na anak sa pamamagitan ng Anak

Niyang si JesuCristo—na dumating ang mga pagsubok sa buhay nila masakit man sa loob Niyang usigin sila ni Satanas.

Ganito ang pagtrato ng Diyos sa mga anak Niya: *"Sapagkat dinidisiplina ng Panginoon ang mga minamahal niya at pinapalo ang itinuturing niyang anak. Tiisin ninyo ang lahat ng hirap bilang pagtutuwid ng isang ama, dahil ito'y nagpapakilalang kayo'y tinatanggap ng Diyos bilang tunay niyang mga anak. Sinong anak ang hindi dinidisiplina ng kanyang ama?"* (Hebreo 12:6-7, MBB)

Kung ang isang anak Niya ay nakagawa ng mga kasalanan pero hindi siya dinisiplina ng Diyos, nagpapakita lamang ito na malayong-malayo na ang taong iyon sa pag-ibig ng Diyos. Magiging trahedya sa lahat ng trahedya kung impiyerno ang kabagsakan niya, sapagkat di na siya tinatanggap ng Diyos bilang anak Niya.

Kung ganoon, dapat mong tandaan na kapag dumating sa iyo ang mga pagsubok na pangdisiplina ng Diyos sapagkat gumawa ka ng kasalanan, ito ay katibayan ng pag-ibig Niya, at dapat na lubusan mong pagsisihan ang mga kasalanan mo. Sa kabilang dako, kapag hindi ka dinisiplina ng Diyos kahit na nagkasala ka, huwag kang mawalan ng loob, at sikapin mong magsisi sa iyong mga kasalanan at tanggapin ang kapatawaran Niya.

Maaaring mapatawad ang mga kasalanan mo kapag hindi ka lamang nagsisi sa salita kundi tatalikod ka rin sa daan ng kasalanan. Ang totoong pagsisisi ay hindi mo magagawa sa sarili mong pagkukusa lamang kundi sa pamamagitan ng kapangyarihan ng Diyos. Kaya naman, maaari mong hingin sa Diyos na ibigay Niya sa iyo ang biyaya ng pagsisisi na may kasamang pagtangis. Kapag dumating sa iyo ang biyaya Niya, magbabalik-loob kang lumuluha at parang mapupunit ang puso mo sa pagsisisi.

Sa puntong iyon lamang guguho ang pader ng kasalanan sa loob mo laban sa Diyos, at ang puso mo ay magkakaroon ng bagong sigla at magiging magaan. Mapupuspos ka ng Banal na Espiritu at mag-uumapaw sa kagalakan at pasasalamat, at ito ang patunay na nanumbalik ka na sa pag-ibig ng Diyos.

Kapag dapat ay nasa ikatlong lebel ka na ng pananampalataya, ngunit nag-aasal at namumuhay ka nang angkop lamang sa mga nasa ikalawang lebel, medyo mahirap para sa iyo na makatanggap ng pananampalataya mula sa mas mataas na lebel na magagamit mo sana sa paglutas ng iong mga problema. Kapag wala sa iyo ang bigay-ng-Diyos-na-pananampalataya, magiging imposible na gagaling ang mga sakit mo sa pamamagitan ng pananampalataya mo at marahil, magdedepende ka na lamang sa mga paraan sa sanlibutan. Ngunit, kapag lubos na pinagsisihan mo ang mga kasalanan mo na may kasamang pagtangis at tinalikuran mo ang daan ng pagkakasala, makakabalik ka sa ikatlong lebel ng pananampalataya.

Kung tunay na nauunawaan mo ang prinsipyong ito ng paglago sa pananampalataya, hindi ka dapat makuntento sa iyong kasalukuyang lebel. Tulad ng isang batang umuusad mula sa mababang paaralan patungo sa mataas na paaralan, at pagkatapos ay sa kolehiyo at sa masteral lebel pa, sa graduate school, kailangang ibigay mo ang lahat ng makakaya mo para mapaunlad ang pananampalataya mo hanggang sa marating mo ang pinakamataas na lebel nito.

Kung nasa ikalawang lebel ka ng pananampalataya, hindi magtatagal lalago ito nang ganap sa tulong ng Banal na Espiritu, sapagkat ang pananampalataya mo, kahit sinlaki lamang ng butil ng mustasa, ay naitanim na at nagsimula nang umusbong. Sa madaling sabi, ang pag-unlad ng pananampalataya mo ay sapat para masunod ang Salita ng Diyos habang masigasig kang nakikinig nito, dumadalo sa bawat pagsamba, at walang-patid na nananalangin upang magamit mo na pananggalang ang Salita.

Dalangin kong di ka lamang mag-iipon ng Salita ng Diyos bilang kaalaman kundi susundin mo rin ito kahit hanggang sa punto ng pagbubuwis ng iyong dugo upang magkamit ng higit pang pananampalataya, sa ngalan ng ating Panginoon.

Kabanata 6

Pananampalatayang Makapamuhay Ayon sa Salita ng Diyos

Ang Sukat ng Pananampalataya

1
Ang Ikatlong Lebel ng Pananampalataya

2
Hanggang Makarating sa Bato ng Pananampalataya

3
Pagpupunyagi Laban sa Kasalanan Kahit Hanggang sa Punto ng Pagbubuwis ng Dugo

Kaya't ang bawat nakikinig at nagsasagawa ng mga salita kong ito ay maitutulad sa isang taong matalino na nagtayo ng kanyang bahay na ang pundasyon ay bato. Umulan nang malakas, bumaha, at binayo ng malakas na hangin ang bahay na iyon, ngunit hindi nagiba sapagkat nakatayo iyon sa bato.

(Mateo 7:24-25, Magandang Balita Biblia/MBB)

May iba-ibang lebel ng pananampalataya ang iba't ibang tao. Ang pananampalataya ay isang kaloob mula sa Diyos na ibinibigay sa atin ayon sa ating buong pagsunod sa katotohanan sa ating puso. Kapag ang pananampalataya natin, na dati ay nakabase lamang sa naipong mga kaalaman ng Salita ng Diyos, ay naging isang pananampalatayang kaloob ng Diyos, matatamo natin ang mga sagot sa ating mga panalangin mula sa Kanya.

Tulad ng nasabi ko na sa mga naunang kabanata, kapag sinabing nasa unang lebel ka ng pananampalataya, ibig sabihin, nagtamo ka na ng kaligtasan, tinanggap mo ang Banal na Espiritu at naitala ang pangalan mo sa Aklat ng Buhay sa Langit. Pagkatapos, nagsisimulang mabuo ang kaugnayan mo sa Diyos, at tatawagin mo Siyang "aking Amang Diyos."

Pagkatapos, lalago ang pananampalataya mo, at puspos sa Banal na Espiritu, kagigiliwan mo ang pakikinig sa Salita ng Diyos at sisikapin mong sundin ito ayon sa sinabi sa iyo. Ngunit hindi mo sinusunod ang lahat ng Salita Niya. May bigat sa loob mo patungkol sa Salita ng Diyos, at hindi ka nakakatanggap ang sagot sa iyong bawat panalangin. Sa puntong ito, masasabing nasa ikalawang lebel ka ng pananampalataya.

Paano mo mararating ang kasunod—ang ikatlong— lebel ng pananampalataya, kung saan ay makakapamuhay ka ayon sa Salita ng Diyos? Anong klase ng ang buhay Cristiano na ipapamuhay mo sa ikatlong lebel ng pananampalataya?

1. Ang Ikatlong Lebel ng Pananampalataya

Kapag tinanggap ng isang tao ang Panginoon at natamo niya ang Banal na Espiritu, natatanim sa puso niya ang butil ng pananampalataya na sinliit ng buto ng mustasa. Kapag umusbong ang itong butil ng pananampalataya, umaabot ito sa isang lebel ng pananampalataya kung saan ay sinisikap mong sundin ang Salita ng Diyos, at pagkatapos nito, mararating mo ang higit pang mataas na lebel kung saan ay talagang sinusunod o isinasagawa mo ito.

Sa simula, hindi mo gaanong sinusunod ang Salita kahit na pinakikinggan mo ito, ngunit habang lumalago ang pananampalataya mo, magiging higit na malalim ang pagkakaunawa mo dito, at mas lalo mong isasagawa ito. Kaya, ang "pananampalatayang sumusunod" ay tinatawag ding "pananampalatayang nagbibigay ng pang-unawa."

Ang pagkakaunawa sa Salita ay iba sa pag-iipon ng Salita bilang kaalaman. Ibig sabihin, malaki ang pagkakaiba ng pilit na pagsasagawa ng Salita dahil batid mong ang Biblia ay Salita ng Diyos at ang maagap at taos-pusong pagsunod dito sapagkat nauunawaan mo kung bakit kailangan mong sundin ito.

Pagsunod sa Salita ng Diyos mula sa pagkakaunawa

Narito ang isang halimbawa. Sabihin na nating nakinig ka sa isang mensahe na ganito ang nilalaman: "Kung itatalaga mo sa Panginoon ang Araw ng Pamamahinga at ihahandog mo ang buong ikapu, paaalisin ng Diyos ang lahat ng uri ng problema at pagsubok sa buhay mo. Pagagalingin ka Niya mula sa lahat ng klase ng sakit. Pagpapalain Niya ang kaluluwa mo, at bibigyan ka ng mga pagpapalang pinansyal."

Akala mo ay batid mo na ang Salita matapos mong makinig sa mensahe, pero kung hindi mo ito naunawaan sa puso mo, hindi mo laging isasagawa ang Salita sa pang-araw-araw mong buhay. Maaaring subukan mong sundin ang Salita at isipin, "Oo nga, mukha namang tama iyon," at kung minsan isasagawa ito, ngunit sa iba namang pagkakataon ay hindi, depende sa sitwasyon mo. Maaaring maging paulit-ulit ang ganitong siklo hanggang sa matamo mo ang ganap na pananampalataya sa Salita.

Ngunit kung maunawaan mo ang Salita at nanalig ka rito mula sa puso mo, itatalaga mo ang Araw ng Pamamahinga, ihahandog mo ang buong ikapu, at hindi ka magbabagong-isip kahit na anong hirap ang kalagayan.

Halimbawa, kung sabihin ng presidente ng isang kumpanya sa lahat ng empleyado niya, "Ang sinuman sa inyong magtatrahabo nang magdamag ay bibigyan ko ng bayad para sa obertaym at itataas sa pwesto." Kung nasa bawat empleyado ang magpasya na mag-obertaym, at kung nagtitiwala sila sa pangako ng presidente, ano ang gagawin ng mga empleyado?

Tiyak na magtatrabaho sila magdamag maliban na lamang kung may mahalagang kadahilanan para hindi nila gawin ito. Karaniwang umaabot ng ilang taon bago ka itaas sa posisyon sa isang kumpanya, at mamumuhunan ka ng maraming hirap para pumasa sa pagsusulit para dito. Kung isasaalang-alang ang lahat ng bagay na ito, walang manggagawa sa kumpanyang iyon ang magdadalawang-isip na magdamag magtrabaho nang isang gabi, o isang buwan o kahit na mahigit pa rito.

Totoo rin ito tungkol sa kautusan ng Diyos na igalang ang

Araw ng Pamamahinga at ibigay ang ikapu. Kung tunay kang nananalig sa pangako ng Diyos sa paggalang ng Araw ng Pamamahinga at pag-aalay ng ikapu, ano ang gagawin mo?

Ang pagsunod ay magdadala ng pagpapala sa iyo

Kapag iginagalang mo ang Araw ng Pamamahinga, kinikilala mo na ang Diyos ang nakapangyayari. Kinikilala mo na ang Diyos ang Panginoon sa espiritwal na daigdig. Kaya naman iniingatan ka ng Panginoon sa lahat ng uri ng sakuna at masasamang pangyayari sa loob ng buong linggo at pinagpapala ang kaluluwa mo kapag iginalang mo ang Araw ng Pamamahinga. Tinatanggap mo rin sa pagbibigay ng iyong ikapu na ang Diyos ang nakapangyayari, sapagkat sumasang-ayon kang ang lahat ng bagay sa kalangitan at sa daigdig ay pagmamay-ari ng Diyos.

Ang Diyos ang lumikha ng lahat ng bagay, ang buhay mismo ay nagmula sa Diyos, at mula rin sa Kanya ang kalakasan na ginagamit mo para magsumikap at ibigay ang lahat ng makakaya mo. Sa madaling sabi, ang lahat ng bagay ay sa Panginoon. Ayon sa prinsipyong ito, ang lahat ng kinikita mo ay sa Diyos, ngunit pinapayagan ka Niyang magbigay lamang ng ikapu nito sa Kanya at gamitin ang natitira para sa sarili mo.

Pinapaalala sa atin sa Malakias 3:8-9: *"Ang tanong ko nama'y, matuwid bang pagnakawan ng tao ang Diyos? Hindi! Ngunit pinagnanakawan ninyo ako. Sa paanong paraan? Sa mga ikasampung bahagi at mga handog. Isinumpa ko kayong lahat sapagkat ako'y pinagnanakawan ng buong bansa"* (MBB).

Sa kabilang dako, ikaw ay nasa ilalim ng isang sumpa kung nagawa mo ang malaking pagkakasala na pagnakawan ang Diyos ng iyong ikapu. Samantala, kapag ibinigay mo ang buong ikapu sa pagsunod sa Kanyang utos, palagi kang mapapasailalim sa Kanyang pag-iingat, at tatanggapin mo ang mga biyaya nang hustong takal, siksik, liglig, at umaapaw pa (Lucas 6:38).

Pagsunod na bunga ng tamang pagkakaunawa

Maaari mo lamang sundin ang Salita kapag naunawaan mo ang talagang sinasabi nito, at di mo lamang iniipon ito bilang kaalaman. Kapag nagkaganoon, tatanggapin mo ang mga pagpapala ng Diyos na nagbibigay ng gantimpala sa iyo ayon sa ginawa mo. Ngunit kung hindi mo naiintindihan ang talagang sinasabi ng Salita, hindi mo ito lubusang maisasagawa ano mang pilit mong gawin ito, sapagkat kaalaman lamang ang nasa iyo at itinuturing mong ito ay kaalaman lamang sa utak mo.

Sa ganito ring paraan, kailangang pagsumikapan mong lumago sa iyong pananampalataya. Mamamatay ang isang sanggol kapag hindi siya pinakain. Kailangang regular ang pagpapakain sa kanya, igalaw ang mga kamay at paa niya, at ito ay makakakita, makakarinig at matututo mula sa mga magulang niya at ibang tao. Sa ganitong proseso, ang kaalaman at karunungan ng isang bata ay lalago, at magiging mabuti at maayos ang kanyang paglaki.

Katulad nito, kailangan ng mga mananampalataya hindi lamang na makinig sa Salita ng Diyos kundi sikaping unawain ang tunay na kahulugan nito. Kapag nanalangin ka na maisagawa mo ang Salita ng Diyos, magkakaroon ka ng kakayahan para maunawaan ang sinasabi nito at ng kalakasan para sundin ito.

Halimbawa, sinasabi ng Diyos sa 1 Tesalonica 5:16-18, *"Magalak kayong lagi; palagi kayong manalangin, at magpasalamat kayo sa Diyos sa lahat ng pagkakataon; sapagkat ito ang kalooban ng Diyos para sa inyo sa inyong pakikipag-isa kay Cristo Jesus"* (MBB). Bilang pagtupad sa kanilang tungkulin, ang mga taong nasa ikalawang lebel ng pananampalataya ay maaaring manalangin, magpasalamat, at magalak dahil ipinag-uutos ito ng Diyos. Pero hindi sila nagpapasalamat kapag di nila nararamdamang magpasalamat, at hindi sila nagagalak kapag may kinakaharap silang mahirap na sitwasyon sapagkat sinisikap lamang nilang sumunod sa Salita dahil dapat nilang gawin ito.

Ngunit makakayanan ng mga nasa ikatlong lebel ng pananampalataya ang sumunod sa Salita sapagkat nakatayo sila sa bato ng pananampalataya. Naiintindihan nila kung bakit dapat silang magpasalamat sa lahat ng oras, bakit kailangan nilang manalangin nang walang-patid at laging magalak. Kaya naman palagi silang nagagalak at nagpapasalamat mula sa kaibuturan ng kanilang puso at patuloy na nananalangin sa anumang pagkakataon.

Kung ganoon, bakit ka inuutusan ng Diyos na magalak sa lahat ng panahon? Ano ang tunay na kahulugan ng kautusang ito? Kung nagagalak ka lamang kapag may bagay o pangyayari na nagpapasaya sa iyo, at di mo makuhang magalak sa harap ng mga problema o alalahanin, ano ang pinagkaiba mo sa mga taong makamundo na di nagtitiwala o nananalig sa Diyos?

Hinahabol ng mga taong ito ang mga bagay na makamundo sapagkat hindi nila alam kung saan nanggaling ang mga tao at saan sila papunta. Kaya naman nagagalak lamang sila kapag puno ang buhay nila ng mga pangyayaring kaaya-aya at ng mga dahilan para magsaya. Kapag hindi nagkaganito, nayayanig sila at napangingibabawan ng mga pag-aalala, pagkabalisa, hinagpis at pasakit na galing sa mundo.

Ngunit maaaring mamuhay ang mga mananampalataya nang hindi ganito, sapagkat ang pag-asa nila ay nasa Langit. Di natin kailangang mag-alala o mabalisa kung ang tunay na Ama natin ay ang Diyos na lumikha ng Langit at lupa, at matagal nang namamahala sa lahat ng bagay at sa kasaysayan ng tao. Bakit pa tayo mangangamba o matatakot? Dagdag pa rito, dahil tatamasin naman natin ang buhay na walang-hanggan sa Kaharian sa Langit sa pamamagitan ni JesusCristo, wala nang kailangang gawin pa kundi ang magalak.

Pananampalataya para sundin ang Salita

Kung nauunawaan mo ang Salita ng Diyos mula sa kaibuturan ng puso mo, maaari kang magalak kahit na sa mga panahong hindi mo makayanang magalak, magpasalamat sa lahat ng oras kahit na mahirap para sa iyo ang magpasalamat, at manalangin sa mga pagkakataon na di mo magawang manalangin. Kapag nangyari ito, doon lamang lalayo sa iyo ang kaaway mong diyablo, iiwanan ka ng mga problema at hirap, at malulutas ang lahat ng uri ng suliranin sapagkat kasama mo ang Diyos na Makapangyarihan sa lahat.

Kung sinasabi mong naniniwala ka sa Diyos na Makapangyarihan sa lahat pero patuloy ka pa ring nag-aalala at nag-aatubiling magalak sa harap ng isang problema, ikaw ay nasa ikalawang lebel ng pananampalataya.

Ngunit kung binago ka na para talagang maunawaan ang Salita ng Diyos at magkaroon ng galak at pasasalamat mula sa puso, nasa ikatlong lebel ka ng pananampalataya. Ang mga sumusunod ay nagaganap kapag nasa ikatlong lebel ka ng pananampalataya: habang lalo mong sinisikap na paglingkuran at mahalin ang iyong kapwa, mawawala ang poot at unti-unting mapupuno ang puso mo ng espiritwal na pag-ibig para mahalin ang mga kaaway mo. Iyan ay sapagkat nauunawaan mo na ngayon sa puso mo ang pag-ibig ng Panginoon na pumasan ng magaspang na krus para sa mga makasalanan.

Si Jesus ay ipinako sa krus, ininsulto at inalipusta ng masasamang makasalanan kahit na wala Siyang ibang ginawa kundi puro kabutihan lamang, at wala Siyang anumang sala. Hindi Niya kinapootan ang mga nagpapako, nang-insulto at umalipusta sa Kanya, at sa halip ay ihiningi Niya sa Diyos na patawarin sila. Sa huli, ipinakita Niya kung gaano kadakila ang pag-ibig Niya sa pamamagitan ng pag-aalay Niya ng sarili Niyang buhay para sa kanila.

Maaaring noong di mo pa batid ang dakilang pag-ibig ni Jesus na iyong Panginoon, napoot ka sa mga nanakit o nanira sa iyo nang wala namang dahilan. Pero ngayon, hindi ka na napopoot sa kanila kahit galit ka pa rin sa kasalanan nila. Hindi ka na rin naiinggit sa mga mas masipag at higit na pinaparangalan kaysa iyo. Sa halip, nakikigalak ka sa kanila at lalo mo pang minamahal sila kay Cristo. Noong una mong marinig ito, maaaring pinag-alinlanganan mo ang Salita ng Diyos o hinusgahan ito ayon sa sarili mong kaisipan. Pero ngayon, tinatanggap mo na ito nang may kagalakan at walang pag-aalinlangan o panghuhusga. Sa ikatlong lebel ng pananampalataya, isa-isa mong sinusunod ang bawat utos sa Salita ng Diyos.

Ang pananampalataya na may kasamang gawa ay ginagantimpalaan ng Diyos

Noong hindi ko pa nakikilala ang Diyos, pitong taon akong nagdusa sa lahat ng uri ng sakit at binansagan akong "Imbakan ng mga Sakit." Ginawa ko na ang lahat ng magagawa ko para gumaling pero walang saysay ang lahat, at lalong lumala ang mga sakit ko sa bawat araw. Tila wala nang pag-asa para malunasan pa sila gamit ang siyensya ng medisina, at wala na akong maaari pang gawin kundi antaying mamatay ako.

Isang araw, gumaling na lamang ako sa isang iglap dahil sa kapangyarihan ng Diyos, at nanumbalik ang kalusugan ko. Dahil sa kamangha-manghang karanasang ito, nakilala ko ang Diyos na buhay at mula noon ay buong puso na akong nanalig sa Kanya nang walang alinlangan, at buong-buo kong pinanghawakan ang Salita sa Biblia. Walang pasubali kong sinunod ang bawat Salita ng Diyos. Nagalak ako sa lahat ng panahon kahit na sa gitna ng mga hirap, at nagpasalamat ako sa harap ng anumang masalimuot na kalagayan, sapagkat ito ang sinabi sa akin ng Diyos na gawin ko ayon sa Biblia.

Talagang kaligayahan ko nang dumalo sa pagsamba at manalangin sa Diyos tuwing Linggo. Sa katunayan, pinili kong huwag tanggapin ang isang napakagandang trabaho, at sa halip ay naging manggagawa na lamang ako sa konstruksyon sapagkat determinado akong sundin ang pagtatalaga ng Araw ng Pamamahinga para sa Diyos.

Ganunpaman, masayang-masaya ako at nagpapasalamat na ang Diyos ang aking Ama. Dumating Siya sa buhay ko noong inaantay ko na lamang ang kamatayan dahil sa dami ng sarisari at malulubhang sakit ko. Kaya labis akong nagagalak dahil sa di-kapani-paniwalang kagandahang-loob Niya. Nagpatuloy akong manalangin at mag-ayuno nang sa ganoon ay lubos akong makapamuhay nang ayon sa Salita ng Diyos. Hanggang sa isang araw, narinig ko na lamang ang tinig ng Diyos na tumatawag sa akin para maging lingkod Niya. Mula sa isang pusong masunurin, nagpasya akong maging isang mabuting tagapaglingkod Niya at sa kasalukuyan, naglilingkod ako sa Kanya bilang isang pastor.

    Ano man ang ginagawa ko, nagpapasalamat ako sa Diyos na aking Ama mula sa kaibuturan ng puso ko: habang nagdarasal ako na nakaluhod sa Kanya, o naglalakad sa kalye, o nakikipag-usap sa tao. Sa ganito ring paraan, palagi akong nagagalak mula sa kaibuturan ng puso ko. Dumarating ang alalahanin at mga problema sa sinuman, at bilang senior pastor sa iglesyang may mga 87,000 na miyembro, napakarami akong tungkulin at mga gawain. Kailangan kong magturo at magsanay ng maraming lingkod at ministro ng Diyos nang sa ganoon ay matupad ang tungkuling ibinigay ng Diyos sa akin, at magawa ang pagmimisyon sa daigdig sa pamamagitan ng pag-akay sa di-mabilang na mga tao patungo sa Panginoon. Nagpapakana ang demonyo ng lahat ng uri ng panlilinlang para hadlangan ang pagtupad ng kalooban ng Diyos, at nagdadala ito ng lahat ng uri ng pahirap at pagsubok. Paulit-ulit na may umaatake sa akin, mga bagay para ako ay malungkot, magmakaawa, at mabahala, at maaaring bumagsak na ako kung nagpatalo ako sa mga ito o nagpadaig sa takot.

    Sa kabila ng lahat, di ako kailanman nagapi o nadaig ng mga alalahanin at kabalisahan sapagkat malinaw sa akin ang kalooban Niya. Nagpapasalamat ako sa Kanya at nananalangin nang may kagalakan gaano man kalaki ang mga pagsubok at problema ko, kaya naman palaging gumagawa ang Diyos para sa aking ikabubuti sa lahat ng bagay, at higit pang pinagpapala ako.

2. Hanggang Makarating sa Bato ng Pananampalataya

Kapag ikaw ay walang pananampalataya, at ang pagtingin mo sa mga bagay-bagay ay base sa iyong takot at mga pangamba, makakasama ito sa iyong espiritu, at sisirain nito ang kalusugan mo. Kung nauunawaan mo ang espiritwal na kahulugan ng Salita ng Diyos na nagsasabi, *"Magalak kayong lagi; palagi kayong manalangin, at magpasalamat kayo sa Diyos sa lahat ng pagkakataon; sapagkat ito ang kalooban ng Diyos para sa inyo sa inyong pakikipag-isa kay Cristo Jesus"* (1 Tesalonica 5:16-18, MBB), saka mo lamang makakayanang magpasalamat mula sa puso sa anumang pangyayari.

Iyan ay sapagkat matibay ang paniniwala mong ito ang paraan para mabigyan mo ng kasiyahan ang Diyos, mahalin Siya at tumanggap ng mga sagot mula sa Kanya. Dagdag pa rito, ito ang susi sa paglutas ng mga problema mo, pagtamo ng mga pagpapala Niya, at pagtaboy sa kaaway na si Satanas at ang diyablo. Ipagpalagay mong ang isang babae at ang manugang niyang babae ay hindi magkasundo. Batid nilang dapat silang magmahalan at magkasundo. Ngunit ano ang mangyayari kapag nagsisihan sila at nagtanim ng sama ng loob sa isa't isa? Walang kahit na isang problema ang malulunasan sa pagitan nilang dalawa.

Sa isang dako, kapag siniraan ng biyenan ang manugang niya sa ibang miyembro ng pamilya at mga kapitbahay, at nagsabi naman ng masama ang manugang tungkol sa kanyang biyenan sa ibang tao, di matatapos ang kanilang pagtatalo at gulo, at hindi magkakaroon ng kapayapaan sa tahanan nila.

Sa kabilang dako naman, ano kaya ang mangyayari sa kanila kapag pinagsisihan ng bawat isa ang sarili niyang pagkakamali, inunawa ang isa't isa sa pamamagitan ng pag-iisip ng kung paano ang kalagayan niyong isa, at nagpatawad at minahal ang isa't isa? Magkakaroon ng kapayapaan sa tahanan nila. Mabuti ang ikukwento ng biyenan tungkol sa manugang niya kaharap man niya ito o hindi. At pupurihin at igagalang naman ng manugang ang biyenan niya mula sa puso niya. Magiging tahimik at puno ng pagmamahal ang pagsasama nila. Ito rin ang paraan kung paano tayo mapapamahal sa Diyos.

Ang simula ng ikatlong lebel ng pananampalataya

Ang dahilan kaya hindi nakakasunod ang ilang tao sa Salita ng Diyos kahit na batid nilang totoo ito ay napakarami pang kasinungalingang laban sa kalooban ng Diyos ang nananatili sa puso nila. At ang kasinungalingang ito ang nag-aalis ng alab ng Banal na Espiritu. Kaya naman kapag nakatungtong ka na sa ikatlong lebel ng pananampalataya, magsisimula ka nang makipagbuno laban sa kasalanan kahit hanggang sa punto ng pagdanak ng iyong dugo (Hebreo 12:4).

Para maiwaksi mo ang kasalanan, kailangang magsikap ka sa pamamagitan ng matiyagang pananalangin na may kasamang pag-aayuno tulad ng sinabi ni Jesus, *"Mapapalayas lamang ang ganitong uri ng espiritu sa pamamagitan ng panalangin,"* (Marcos 9:29, MBB). Sa ganitong paraan mo lamang matatanggap ang sapat na lakas at biyaya mula sa Diyos upang makapamuhay ka ayon sa Salita ng Diyos. Tulad rin nito, kung nasa ikatlong lebel ka na ng pananampalataya, magiging masigasig ka sa ipinapawaksi sa iyo ng Diyos, at gagawin mo ang ipagagawa Niya sa iyo ayon sa ipinag-uutos ng Biblia.

Ibig sabihin ba nito, bawat isang igagalang ang Araw ng Pamamahinga at maghahandog ng kanyang ikapu ay nasa ikatlong lebel na ng pananampalataya? Hindi, hindi ito ang kahulugan nito. May ilang taong ipokritong dumadalo sa pagsamba tuwing Linggo at nagbibigay ng kanilang ikapu—ginagawa lamang nila ito sapagkat natatakot silang tamaan ng mga pagsubok at problema dahil sa di nila pagsunod sa mga kautusang ito, o dahil gusto nilang pag-usapan sila at purihin ng mga ministro at mga lingkod ng Diyos.

Kung sinasamba ninyo ang Diyos sa espiritu at katotohanan, magiging mas matamis pa ang Salita Niya kaysa honey. Pero kung napipilitan ka lamang na dumalo sa simbahan, maaaring mabagot ka sa mensahe at mag-isip ng ganito, Sana matapos na agad ang pagsamba... Kapag ganito, nasa ibang lugar ang puso mo kahit na nasa santwaryo ng Diyos ang katawan mo.

Kung dumadalo ka sa pagsamba, pero ang puso mo ay nasa ibang dako ng mundo, hindi maituturing na iginagalang mo ang Diyos sa Araw ng Pamamahinga, sapagkat sinusuri ng Diyos ang puso ng mga sumasamba. Sa kasong ito, nasa ikalawang lebel ka pa rin ng pananampalataya kahit na binibigay mo ang iyong buong ikapu.

Ang sukat ng pananampalataya ay iba-iba para sa iba't ibang tao kahit na sila ay nasa parehong lebel ng pananampalataya. Sabihin nating ang ganap na sukat sa bawat lebel ay 100%; ang pananampalataya mo ay unti-unting lalaki mula sa sukat na 1% hanggang sa umabot ito sa sukat na 10%, 20%, 50% at higit pa hanggang makarating ito sa 100% ng isang lebel ng pananampalataya. Kapag umangat ito hanggang sa sukat na 100%, aakyat naman ito sa susunod na lebel ng pananampalataya.

Halimbawa, hatiin natin ang sukat ng ikalawang lebel ng pananampalataya mula sa 1% hanggang 100%. Habang lumalapit ang pananampalataya mo sa sukat na 100% sa ikalawang lebel ng pananampalataya, mararating mo ang ikatlong lebel ng pananampalataya. Sa ganitong ring paraan, kapag tumaas ang pananampalataya mo sa sukat na 100% sa ikatlong lebel ng pananampalataya, nasa ikaapat ka nang lebel ng pananampalataya. Kung ganoon, marapat na suriin mo kung nasa anong lebel na ang kasalukuyan mong pananampalataya at kung gaano na kalayo ang narating mo sa lebel na iyon ng pananampalataya.

Ang bato ng pananampalataya

Kapag umabot na sa higit na 60% ang pananampalataya mo sa ikatlong lebel ng pananampalataya, masasabing nakatayo ka na sa bato ng pananampalataya. Sinasabi ni Jesus sa Mateo 7:24-25, *"Kaya't ang bawat nakikinig at nagsasagawa ng mga salita kong ito ay maitutulad sa isang taong matalino na nagtayo ng kanyang bahay na ang pundasyon ay bato. Umulan nang malakas, bumaha, at binayo ng malakas na hangin ang bahay na iyon, ngunit hindi nagiba sapagkat nakatayo iyon sa bato"*

(MBB).

Ang "bato" rito ay tumutukoy kay JesuCristo (1 Corinto 10:4), at ang "bato ng pananampalataya" ay tumutukoy sa matibay na pagtayo sa katotohanan, na si JesuCristo. Sa ganitong paraan, kapag tumayo ka sa bato ng pananampalataya matapos mong marating ang higit pa sa 60% sa ikatlong lebel, hindi ka babagsak sa harap ng anumang uri ng pagsubok at problema. Susundin mo ang kalooban ng Diyos hanggang sa huli sapagkat mananatili kang nakatayo sa matatag na bato ng pananampalataya sa sandaling makita mong ito ang tamang daan o ang kalooban ng Diyos.

Kaya parati kang makakapamuhay nang matagumpay at makakapagbigay ng luwalhati sa Diyos nang di tinutukso ng kaaway na si Satanas at ng diyablo. Dagdag pa rito, aapaw ang galak at pasasalamat mula sa puso mo kahit na nasa anumang uri ng problema at pagsubok ka, at tatamasin mo ang kapayapaan at kapahingahan sa pamamagitan ng pananalangin nang walang patid.

Halimbawa, muntik nang mamatay ang anak mong lalaki sa isang aksidente sa daan. Kahit na sa mala-trahedyang katulad nito, may mga luha ka ng pasasalamat mula sa puso, at magagalak ka sapagkat matatag ang pagkakatayo mo sa katotohanan. Kahit na malumpo ka pa dahil sa isang aksidente, hindi ka magtatanim ng sama ng loob laban sa Diyos at sasabihin, "O Diyos, bakit hindi Mo ako iningatan?" Sa halip, pasasalamatan mo ang Diyos sa pag-iingat Niya sa lahat ng iba pang bahagi ng katawan mo.

Sa katunayan, ang simpleng katotohanan na pinatawad ang mga kasalanan natin at makakapunta tayo sa Langit ay sapat na para sa atin na magpasalamat sa Diyos. Kahit na malumpo ka pa, hindi nito mapipigilan ang pagpunta mo sa Langit, at pagpasok mo sa Kaharian sa Langit, mapapalitan ang lumpo mong katawan ng isang perpektong katawang panlangit.

Sa madaling sabi, walang dahilan para magmaktol o malungkot ka. Siyempre, tiyak namang palaging iniingatan ka ng Diyos kung may pananampalataya kang ganito. Kahit na ipahintulot ng Diyos na masaktan ka sa isang aksidente sa daan para matamo mo ang mga pagpapala Niya, maaari kang mapagaling nang lubusan ayon sa pananampalataya mo.

Matagumpay na buhay sa bato ng pananampalataya

Kahit na nais ng mga taong nagsisimula sa ikatlong lebel ng pananampalataya na sundin ang Salita, minsan naisasagawa nila ito nang may kagalakan, ngunit kung minsan naman mabigat ang loob nila sa pagsunod nito. Nangyayari ito sapagkat ang mga taong ito ay di pa ganap na binabanal, at nagtatalo pa ang katotohanan at kasinungalingan sa mga puso nila.

Halimbawa, sinisikap mong paglingkuran ang ibang tao, at hindi sila kapootan sapagkat itinuturo ng Diyos sa iyo na huwag mapoot at, sa halip, ay mahalin ang kaaway mo. Ganunpaman, kahit na tila naglilingkod ka sa kapwa, may nararamdaman kang kabigatan, sapagkat hindi mo sila mahal mula sa puso mo. Samantalang kapag nakatayo ka sa bato ng pananampalataya, hindi magtatagumpay ang kaaway mong si Satanas at ang diyablo sa pagtukso sa iyo o panggugulo sa iyo sapagkat nasa puso mo ang katotohanan na sumunod sa gusto ng Banal na Espiritu, at wala kang dapat ikatakot, sapagkat lumalakad ka sa kapangyarihan ng Diyos na makapangyarihan sa lahat.

Tulad ng batang David na matapang at maypananampalatayang nagsabi sa higanteng si Goliat, *"...makakapagligtas si Yahweh kahit walang tabak at sibat. Kay Yahweh ang labanang ito at ibinigay na niya kayo sa aming mga kamay"* (1 Samuel 17:47, MBB), maaari ka ring gumawa ng matapang na pahayag ng pananampalataya sa tagumpay na ibibigay sa iyo ng Diyos ayon sa pananampalataya mo. Walang maaaring humadlang sa iyo o maging sanhi para manlupaypay ka, sapagkat ang Diyos na makapangyarihan ang tutulong sa iyo.

Kung nakikiisa ka sa Diyos at nakikibahagi sa pagmamahal Niya, maaari mong tanggapin ang mga kalutasan sa mga problema at kahilingan mo sa sandaling sabihin mo ito sa Kanya nang may pananampalataya. Ngunit hindi ito nauukol sa mga taong madalang lang manalangin at walang pakikipag-ugnay sa Diyos. Kapag naharap sila sa mga problema, magiging mahirap para sa kanila ang makatanggap ng sagot sa Diyos kahit na sabihin pa nila, "Tiyak na bibigyan ako ng Diyos ng kalutasan." Ito ay maihahalintulad sa pag-aantay na kusang mahuhulog na lamang ang mansanas mula sa puno. Ito ang dahilan kung bakit kailangan nating manalangin nang walang humpay.

Paano makarating sa bato ng pananampalataya

Hindi madali para sa isang boksingero na maging isang kampeong pandaigdigan. Ang mahirap makamtang tagumpay na ito ay nangangailangan ng walang-patid na pagsisikap, mahabang pagtitiis, at matibay na pagpipigil sa sarili. Sa umpisa, parang matatalo siya habang siya ay nagsisimula pa lamang sapagkat wala pa siyang kasanayan.

Ngunit habang patuloy siyang nagsasanay at pinaghuhusay ang

kakayahan niya, masusuntok niya nang paisa-isa ang katunggali kahit na dalawa o tatlong beses na siyang tinatamaan ng suntok nito. Kapag sinikap pa niyang mapagbuti ang kakayahan at lakas niya sa pamamagitan ng matiyagang pagsisikap, magkakaroon siya ng mga panalo, at lalakas ang kompyansa niya sa sarili.

Katulad rin ito ng isang mag-aaral na mahusay sa English na di-makapag-antay na dumating ang klase niya sa English, at habang nagkaklase ay giliw na giliw sa pag-aaral nito. Sa kabilang dako naman, maaaring mabagot dito ang estudyanteng mahina sa English at makakaramdam ng kabigatan habang nagkaklase.

Ganito rin sa pakikipaglaban sa kaaway na demonyo. Kung nasa ikalawang lebel ka ng pananampalataya, pinakamatindi ang pakikipaglaban ng Banal na Espiritu na nasa iyo sa makasalanang pagnanasa ng laman sapagkat magkapantay ang lebel ng kapangyarihan ng dalawang pagnanasang ito. Katulad ito ng labanan ng dalawang taong magkasinlakas at magkasing-husay. Kapag sumuntok ang isa, gagantihan siya ng kalaban. Kapag limang beses sumuntok ang isa, magkasindami ang pagganti ng kabila. Ganito rin sa pakikipagtunggaling espiritwal laban sa demonyo. Napagtatagumpayan mo kung minsan ang demonyo, at minsan naman ay natatalo ka niya.

Ganunpaman, kapag nagpatuloy kang manalangin at sinikap mong sundin ang Salita ng Diyos at di mawalan ng loob, ibubuhos sa iyo ng Diyos ang biyaya at kalakasan Niya, at tutulungan ka ng Banal na Espiritu. Dahil dito, lumalago ang kagustuhan ng Banal ng Espiritu sa puso mo, at patuloy na umuusad ang pananampalataya mo sa ikatlong lebel.

Sa sandaling makarating ka sa ikatlong lebel ng pananampalataya, kukupas ang pagnanasa ng makasalanang likas, at magiging mas madali na para sa iyo ang mamuhay sa pamamagitan ng pananampalataya. Kapag nananalangin kang palagi tulad ng ipinag-uutos ng Salita ng Diyos, nasisiyahan kang nananalangin sa Diyos. Kung mahaba na sa una ang manalangin ka nang sampung minuto, makakayanan mong manalangin nang dalawampung minuto, tatlumpung minuto; di magtatagal, madali na para sa iyo ang manalangin nang kahit na dalawa o tatlong oras.

Hindi madali para sa mga baguhan sa pananampalataya na manalangin nang mahigit sa sampung minuto sapagkat wala silang sapat na paksa o kahilingan na ipapanalangin, kaya may nararamdaman silang kabigatan tungkol sa pananalangin at kinaiinggitan nila ang mga taong mahusay manalangin at walang kahirap-hirap sa paggawa nito. Kapag magtiyaga ka at magpatuloy manalangin nang buong puso, bibigyan ka ng kalakasan mula sa itaas upang manalangin nang maraming oras sa isang araw. Bibigyan ka ng Diyos ng biyaya Niya at lakas para makapanalangin kapag ibinigay mo ang lahat ng makakaya mo para patuloy na manalangin sa Kanya.

Sa ganitong paraan, magiging matatag ang pananampalataya mo sa pamamagitan ng patuloy na pananalangin. Kapag narating mo ang mas mataas na sukat ng pananampalataya sa loob ng ikatlong lebel, matatamo mo ang pananalig na matatag at hindi bumabaling sa kaliwa o sa kanan sa harap ng anumang pagsubok o pahirap.

Paano makarating nang lampas pa sa bato ng pananampalataya

Kung nakatayo ka sa bato ng pananampalataya,

mararamdaman mong minamahal ka ng Diyos, nalulutas ang mga problema mo, at binibigyan ng sagot ang anumang hingin mo. Maaari mo ring marinig ang tinig ng Banal na Espiritu, magagalak ka, at magiging mapagpasalamat sa anumang kalagayan katulad ng pinag-uutos ng Diyos. Magiging alerto ka rin sa pamamagitan ng walang-sawang pananalangin sapagkat nananahan sa iyo ang Salita ng Diyos na nakatala sa 66 aklat ng Biblia.

Kung isa kang ministro, elder, pastor, o pinuno ng simbahan pero hindi ka nakakarinig ng tinig ng Banal na Espiritu, dapat mong mabatid na hindi ka nakatayo sa bato ng pananampalataya. Ngunit, hindi naman nangangahulugan na maririnig mo lamang ang tinig ng Banal na Espiritu kapag nakatayo ka sa bato ng pananampalataya.

Maging ang mga bagong mananampalataya ay nakakarinig ng tinig ng Diyos kapag sinusunod nila ang Salita ng Diyos habang pinag-aaralan nila ito. Dahil sa pagsunod nila sa Salita, hindi nagiging matagal para lumago ang pananampalataya nila mula sa unang lebel patungo sa lebel ng bato ng pananampalataya.

Mula nang tanggapin ko ang Panginoon, nagsimula ko nang maunawaan ang kagandahang-loob ng Diyos sa puso ko, at sinikap kong sundin ang Salita Niya habang pinag-aaralan ko ito. Dahil sa mga pagsisikap na ito, nagkaroon ako ng kakayahan para marinig ang tinig ng Banal na Espiritu, at pinapangunahan Niya ako sapagkat sinusunod ko ang Salita nang taos-puso at may determinasyon hanggang sa puntong malugod na ibibigay ko pati na ang buhay ko para sa Panginoon kung kinakailangan.

Umabot ng tatlong taon bago ko marinig nang malinaw ang tinig ng Banal na Espiritu. Siyempre, maaari mo ring marinig ang boses Niya sa loob ng isa o dalawang taon kung magiging masigasig ka sa pagbabasa ng Salita ng Diyos, itanim ito sa isip mo, at sundin ito. Ngunit gaano man katagal ka na sa pagiging isang mananampalataya, hindi mo maririnig ang tinig ng Banal na Espiritu kung namumuhay ka pa rin sa sarili mong katwiran at hindi sinusunod ang Salita.

May ilang mananampalatayang nagsasabing, "Dati, puspos ako ng Banal na Espiritu at malakas ang pananampalataya ko. Masipag ako noon sa paglilingkod sa simbahan. Pero bumaba ang kalagayan ng pananampalataya ko mula nang matisod ako dahil sa ibang miyembro sa simbahan." Sa kasong ganito, hindi masasabing dating malakas ang pananampalataya ng taong ito at masipag siyang naglilingkod sa simbahan.

Dagdag pa rito, kung tunay ngang malakas ang pananampalataya ng ganitong mga tao, unang-una, hindi sana sila bumagsak dahil lamang sa ibang miyembro, at hindi nila dapat inabandona ang kanilang pananampalataya. Maaaring nagkaganoon sila sapagkat makamundo lamang ang pananampalataya nila, at walang mga kasamang gawa kahit na may kaalaman sila sa Salita ng Diyos.

Hindi dapat tayo maging hangal para iwanan ang tahanan ng Diyos matapos na makasalungat natin ang ilang miyembro ng simbahan. Nakakalungkot naman kung pagtataksilan mo ang Diyos na nagligtas sa iyo mula sa kasalanan at nagbigay sa iyo ng tunay na buhay, at bumalik ka sa daigdig na naghahatid sa kamatayang walang-hanggan, dahil lamang sa pagkakatisod mo sa isang ministro, pinuno, o kapatid na babae o lalaki sa iyong iglesya!

Dapat mong tanggapin na malayo ka pa sa bato ng pananampalataya kung nananalangin kang parang isang ipokrita para lamang ipakitang marubdob kang tagapanalangin. O kapag nakadarama ka ng sama ng loob at namumuhi sa mga naninirang-puri laban sa iyo o nagkakalat ng maling kuwento tungkol sa iyo. Kung nakatayo ka sa bato ng pananampalataya, hindi ka magagalit sa kanila, at sa halip ay ipapanalangin mo sila nang may pagmamahal at luha dahil sa pag-ibig.

Sa kabuuan ng pagmiministeryo ko mula noong 1982, dumaan ako sa mga panahon at pangyayari sa simbahan na sukdulang hindi katanggap-tanggap. May ilang mga ministro at miyembro na labis ang kasamaan para mapatawad kung mula sa pananaw ng isang tao, pero wala akong naramdamang poot sa kanila. Dahil inasahan kong magbabago sila, sinikap kong tingnan kung ano ang mabuti at maaaring mahalin tungkol sa kanila, sa halip na tingnan ang kanilang kasamaan.

Sa ganitong paraan, maaari mong sundin nang lubusan ang Salita at tamasahin ang kalayaan na ibinibigay sa iyo ng Salita ng katotohanan kung nasa iyo ang ganap na sukat ng ikatlong lebel ng pananampalataya at matatag kang nakatayo sa Salita ng Diyos. Kaya, palagi kang magagalak, magpapasalamat sa lahat ng pagkakataon, at mananalangin nang mananalangin. Hindi mawawala sa iyo ang pagiging mapagpasalamat at hindi ka malulungkot. Dagdag pa rito, magiging matatag ka sa pagsandig sa bato na si JesuCristo, hindi nayayanig o lumilingon sa kaliwa o kanan.

3. Pagpupunyagi Laban sa Kasalanan Kahit Hanggang sa Punto ng Pagbubuwis ng Dugo

Sa puso ng mga nasa ikalawang lebel ng pananampalataya, ang mga hangarin ng Banal na Espiritu ay nakikipaglaban sa mga hangarin ng kasalanang likas ng tao. Ngunit winawaksi ng mga nasa ikatlong lebel ng pananampalataya ang mga pagnanasa ng kasalanang likas, at matagumpay silang namumuhay ayon sa Salita sapagkat sinusunod nila ang hangarin ng Banal na Espiritu.

Sa ikatlong lebel ng pananampalataya, madali nang mamuhay kay Cristo sapagkat nagawa mo nang alisin ang mga gawain ng kasalanang likas noong nasa ikalawang lebel ka ng pananampalataya. Ngunit sa pagpasok mo sa ikatlong lebel, magsisimula ka nang makipagpunyagi laban sa mga nasa ng iyong kasalanang likas—ang magkahalong kalikasan ng kasalanan sa iyong pagkatao at mga makasalanang gawi na malalim na nakaugat sa atin. At ito ay isang pakikipagpunyagi hanggang sa punto ng pagbubuwis ng iyong dugo.

Kaya naman, kapag marating mo na ang ganap na sukat ng ikatlong lebel, hindi ka na mag-iisip ayon sa kaisipang makasalanan, at sa halip ay lubusan mong susundin ang Salita ng Diyos, at iyong matatamasa ang kalayaan sa katotohanan sapagkat naiwaksi mo na ang lahat ng uri at katangian ng kasalanang likas.

Ang kahalagahan ng pag-alis ng kasalanang likas

Kung iniibig mo ang Diyos at sinusunod ang Kanyang Salita, hindi magtatagal at tataas ang lebel ng pananampalataya mo mula sa ikalawang lebel patungo sa ikatlong lebel. Kasalungat nito, magsimba ka man linggo-linggo pero kung di mo sinusubukang sundin ang Salita, hindi mo maia-angat ang sukat ng pananampalataya mo sa mas mataas na antas at kailangang mananatili ka sa kasalukuyang lebel—ang ikalawang lebel ng pananampalataya.

Katulad ito ng binhi na hindi ipinunla nang matagal na panahon. Kapag hindi ipinunla ang binhi sa loob ng mahabang panahon, nawawala ang buhay nito. Ganoon din, ang espiritu mo ay lalago lamang kapag naunawaan mo ang Salita ng Diyos at sinunod mo ito. Dapat mong gawin ang lahat ng magagawa mo para maunawaan ang Salita ng Diyos at sundin ito, nang sa ganoon ay maging maayos ang lagay ng kaluluwa mo.

Sa sandaling maipunla ang binhi sa lupa, madali na para umusbong ito. Sa isang dako, maaaring mamatay ang usbong kapag tinamaan ng bagyo o kapag tinapakan ito ng mga tao. Dahil dito, kailangang ingatang mabuti ang bagong halamang tumutubo. Tulad nito, dapat alagaan ng mga nasa ikatlong lebel ng pananampalataya ang mga nasa una o ikalawang lebel ng pananampalataya nang sa ganoon ay makalago sila nang maayos sa pananampalataya.

Sa kabilang dako naman, kapag tulad ng isang malaking puno ay lumago ka na sa pananampalataya pagpasok mo sa ikatlong lebel ng pananampalataya, hindi ka babagsak anumang lakas ng pagsubok, kahit gaano katindi at mala-bagyo ang mga pagsubok o kapahamakang dumating sa iyo. Hindi madaling bunutin ang malaking puno sapagkat malalim ang pagkakatanim nito sa lupa, kahit na baluktutin o baliin pa ang mga sanga nito. Sa ganito ring paraan, maaaring parang matutumba ka na nang pansumandali sa pakikihamok o sa pagharap sa mga pagsubok at hirap, ngunit mababawi mo ang lakas mo, at magpapatuloy kang lumago sa pananampalataya sapagkat ang iyong pananampalataya na malalim ang pagkaka-ugat ay hindi nayuyugyog sa anumang pangyayari.

Walang tigil na pagsisikap tungo sa ganap na sukat ng pananampalataya

Mahabang panahon ang kailangan para lumago, mamulaklak at mamunga ang isang maliit na puno o kaya ay lumago ito upang maging isang malaking puno kung saan maaaring dumapo ang mga ibon. Hindi mahirap iangat ang pananampalataya mo mula sa ikalawa patungo sa ikatlong lebel kapag matibay ang pasya mong gawin ito, pero mangangailangan ng mas mahabang panahon para lumago ang pananampalataya mo mula sa ikatlo patungo sa ikaapat na lebel. Ito ay dahil kailangan mong makinig sa Salita ng Diyos at unawain ito sa espiritu mo para masunod ang Salita ng Diyos na nakatala sa 66 na mga aklat ng Biblia. Pero hindi madaling maunawaan ang ganap na kalooban ng Diyos Ama sa maikling panahon lamang.

Halimbawa, kahit na magaling ang isang mag-aaral sa elementarya, hindi siya makakapasok sa kolehiyo o magpatakbo agad ng sarili niyang negosyo kapag nagtapos na siya sa elementarya.

Ngunit may ilang matatalinong tao na nakakapasok sa kolehiyo matapos kumuha at pumasa sa entrance exams sa murang edad, samantalang may ilan namang nakakatungtong lamang sa kolehiyo matapos na maka-ilang ulit na subukang maipasa ito.

Tulad nito, maaaring marating mo ang ikaapat na lebel na

pananampalataya sa mabilis o mabagal na paraan ayon sa pagsisikap mo. Siyempre, ang pinakamahalagang basehan ay kung gaano kalaking sisidlan ang puso mo. Ang pagsisikap ng isang maliit na sisidlan ay hindi malaki tungo sa pagiging matatag sa pananampalataya para umangat sa mas mataas na lebel kahit na naiintindihan pa niya ang Salita at umaasang makakarating siya sa Langit at nananampalataya siya. Kasalungat naman nito, nauunawaan ng isang malaking sisidlan kung ano ang tama, at naninindigan siyang isagawa ito, at nagpapatuloy siyang magsikap hanggang sa matamo niya ang layunin niya.

Kaya naman, kailangan mong maunawaan kung gaano kahalagang gawin mo ang lahat ng magagawa mo at makipagbuno ka laban sa mga kasalanan mo kahit pa hanggang sa punto na magbubuwis ka ng dugo para maitaas ang pananampalataya mo mula sa ikatlo patungo sa ikaapat na lebel ng pananampalataya sa lalong madaling panahon.

Pagtupad ng tungkulin mo habang nagwawaksi ng kasalanan

Dapat huwag mong kakaligtaan ang mga tungkuling ibinigay sa iyo ng Diyos habang nagpupunyagi ka laban sa mga kasalanan mo. Halimbawa, may isang senior na diyakonesa sa aming simbahan na kasama na namin noong itinatatag pa lamang ang simbahan. Siya at ang asawa niya, na kapwa nagdurusa noon dahil sa mga malalang karamdaman, ay dumating sa aming simbahan. Sila ay ipinanalangin ko at gumaling sila.

Mula noon, nanumbalik ang kalusugan ng babaing ito, at nagsikap siyang itaas ang sukat ng pananampalataya niya, pero hindi niya ganap na ginampanan ang tungkulin niya bilang isang lingkod ng simbahan. Hindi siya nagpunyagi laban sa kasalanan hanggang sa punto ng pagbubuwis ng dugo niya, at nanatili ang kasamaan sa puso niya kahit na nagpatuloy siyang dumalo sa simbahan at nakinig sa Salita ng Diyos sa loob ng 15 taon. Ang mga salita at gawa niya ay tulad pa rin ng mga nasa ikalawang lebel ng pananampalataya.

Mabuti na lang, nagising siya sa espiritwal niyang kalagayan ilang buwan bago dumating ang kamatayan niya, at nagsikap siyang mabigyang-lugod ang Diyos sa pamamagitan ng pamimigay at pagpapalaganap ng news bulletin ng simbahan. Nang tatlong beses siyang tumanggap ng panalangin ko, nabigyan siya ng pananampalataya sa ikatlong lebel sa maikling panahon.

Kaya naman, hindi ka lamang dapat magpunyagi laban sa mga kasalanan mo kahit hanggang sa punto ng pagbubuwis ng dugo para iwaksi ang bawat uri ng kasamaan. Kailangan mo rin tuparin nang buong puso ang mga tungkuling ibinigay sa iyo ng Diyos nang sa ganoon ay matamo mo ang higit na mataas na sukat ng pananampalataya.

Talagang napakahirap tanggalin at itapon ang mga kasalanan mo gamit ang sarili mong lakas, pero madaling-madali ito kung tatanggapin mo ang kalakasan ng Diyos mula sa Langit.

Sana ay maging isang Cristiano kang marunong sa mata ng Diyos habang inaalala mo na ang kapangyarihan Niya ay napupunta sa mga taong hindi lamang nagwawaksi ng lahat ng uri ng kasalanan at kasamaan sa pamamagitan ng pakikipagbuno nila laban sa mga ito kahit hanggang sa punto ng pagbubuwis ng dugo, kundi ginagampanan rin nila ang mga tungkuling ibinigay ng Diyos sa kanila. Sa ngalan ng ating Panginoon, ito ang dalangin ko.

Kabanata 7

Pananampalatayang Mahalin ang Diyos Nang Sukdulan

Ang Sukat ng Pananampalataya

1
Ang Pananampalataya sa Ikaapat na Lebel

2
Nasa Mabuting Kalagayan ang Iyong Buhay Espiritwal

3
Walang-Kondisyon ang Iyong Pagmamahal sa Diyos

4
Mahalin ang Diyos nang Higit sa Anupaman

Ang tumatanggap sa mga utos ko at tumutupad nito ang siyang umiibig sa akin. Ang umiibig sa akin ay iibigin ng aking Ama; iibigin ko rin siya, at ako'y lubusang magpapakilala sa kanya.
(Juan 14:21, MBB)

Tulad ng pag-akyat sa isang hagdanan nang paisa-isang baitang, kailangang palakihin mo ang pananampalataya mo mula sa isang lebel patungo sa susunod na lebel hanggang marating mo ang lubos na sukat ng pananampalataya. Halimbawa, sinasabi sa atin sa 1 Tesalonica 5:16-18, *"Magalak kayong lagi; palagi kayong manalangin at magpasalamat kayo sa Diyos sa lahat ng pagkakataon; sapagkat ito ang kalooban ng Diyos para sa inyong pakikipag-isa kay Cristo Jesus"* (MBB). Magkakaiba ang pagsunod ng bawat tao sa utos na ito ayon sa sukat ng pananampalataya nila.

Kung ikaw ay nasa ikalawang lebel ng pananampalataya, panghihinaan ka ng loob sa halip na magalak at magpasalamat kung nahaharap ka sa mga pagsubok at problema sapagkat hindi pa naibibigay sa iyo ang sapat ng kalakasan upang mamuhay ayon sa Salita ng Diyos. Kapag naroon ka naman sa ikatlong lebel ng pananampalataya at iwinawaksi mo ang mga kasalanan sa pamamagitan ng pagpipilit na labanan ang mga ito kahit hanggang sa punto ng pagbubuwis ng dugo mo, kahit paano, nagagalak ka at nagpapasalamat sa gitna ng mga pagsubok at problema.

Kahit na nasa ikatlong lebel ka na ng pananampalataya, maaaring kapag humaharap sa matitinding problema ay meron kang kaunting pag-aalinlangan o pagdududa, o napipilitan ka lamang na magalak o magpasalamat sapagkat hindi mo pa lubos na nauunawaan ang puso ng Diyos.

Ngunit kung matibay kang nakatayo sa bato ng pananampalataya, nakaugat ka nang mas malalim sa loob ng ikatlong lebel ng pananampalataya, at magagalak at magpapasalamat ka mula sa puso kahit na nakikipagbuno ka sa pagsubok at problema. Dagdag pa rito, kapag narating mo na ang mas mataas na lebel ng pananampalataya—ang ikaapat na lebel, ang kagalakan at pasasalamat ay palaging mag-uumapaw sa puso mo. Kaya, sa ikaapat na lebel ng pananampalataya, malayong-malayo ka sa pagiging malungkot o maiinitan ang ulo sa harap ng mga pagsubok o problema. Sa halip, may pagpapakumbaba kang magmumuni-muni at tatanungin mo sa sarili mo, "May nagawa ba akong mali?" Dahil dito, ang sinumang nasa ikaapat na lebel ng pananampalataya, kung saan ay binibigyan ka ng lakas para mahalin ang Diyos sa sukdulang antas ay nagtatagumpay sa anumang gawin niya.

1. Ang Pananampalataya sa Ikaapat na Lebel

Kapag sinabi ng mga mananampalataya, "Mahal kita, aking Panginoon," ang ibig sabihin ng nasa ikalawang lebel ng pananampalataya ay magkaibang-magkaiba sa pahayag ng nasa ikaapat na lebel. Ito ay sapagkat ang pusong nagmamahal sa Panginoon nang bahagya lamang ay isang bagay, at ang pusong magmamahal sa Kanya nang sukdulan ay iba rin dito. Tulad ng ipinapangako sa atin ng Kawikaan 8:17, *"Iniibig ko silang sa akin ay umiibig,at ako'y natatagpuan ng humahanap sa aking masigasig,"* (ABAB) ang mga nagmamahal sa Diyos sa kasukdulan ay maaaring tumanggap ng anumang hingin nila.

Ang pagmamahal sa Diyos sa kasukdulang antas

Ang mga ninuno natin sa pananampalataya na nagmahal sa Diyos sa kasukdulang lebel ay napuno ng nag-uumapaw na kaligayahan at tunay na pasasalamat kahit na nagdusa sila gayong wala naman silang ginagawang kahit na anong masama sa tao. Halimbawa, ang propetang si Daniel ay nagpasalamat sa Diyos na may kasamang pananampalataya at nanalangin sa Kanya kahit na itatapon na siya sa kulungan ng mga leon ayon sa maitim na balak ng mga masasamang tao.

Ganunpaman, ikinalugod ng Diyos ang pananampalataya ni Daniel at ipinadala ang mga anghel Niya para sarhan ng bunganga ng mga leon, at ingatan siya mula sa mga ito. Dahil dito, nabigyan ni Daniel ng malaking luwalhati ang Diyos (Daniel 6:10-27).

Sa iba namang pagkakataon, nagpatotoo ang tatlong kaibigan ni Daniel sa Haring Nebucadnezar tungkol sa pananampalataya nila sa Diyos, na kahit na itapon pa sila sa naglalagablab na pugon, hindi sila yuyukod at sasamba sa imahe na gawa sa ginto.

Sa Daniel 3:17-18, ipinahayag nila, *"Gawin ninyo kung iyan ang gusto ninyo. Ang Diyos na aming pinaglilingkuran ang magliligtas sa amin sa naglalagablab na pugon at mula sa inyong kapangyarihan. Kung hindi man niya kami iligtas, hindi pa rin kami maglilingkod sa inyong mga diyos ni sasamba sa rebultong ginto na ipinagawa ninyo"* (MBB).

Buong-buo ang pagtitiwala nila sa Diyos na may kapangyarihang gawing posible ang lahat ng bagay, at matatag na nagpatotoo sila na handa sila na isuko pati na ang kanilang mga buhay para sa Diyos na kanilang pinaglilingkuran, kahit sila ay hindi Niya iligtas mula sa naglalagablab na pugon.

Naging matapat sila sa pagtupad sa mga tungkulin nila nang walang hinahanap na kapalit, at hindi sila nagreklamo sa Panginoon kahit na sa harap ng nakaambang panganib sa buhay nila na maaaring ikamatay nila nang walang anumang makatarungang dahilan. Nagawa pa rin nilang magalak at magpasalamat sa kabutihang-loob ng Diyos sapagkat batid nilang lahat sila ay pupunta sa Langit, sa bisig ng kanilang mapagmahal na Ama kahit pa masunog at mamatay sila sa naglalagablab na pugon. At tulad ng pahayag ng pananampalataya nila, iningatan nga sila ng Diyos mula sa nagliliyab na pugon, kaya naman wala kahit isang hibla ng buhok nila ang nangamoy-sunog. Talagang nagulat ang hari sa himalang nakita niya, at labis na binigyan niya ng luwalhati ang Diyos, at itinaas niya ang katungkulan ng tatlong kaibigan ni Daniel.

Pag-isipan mo ang halimbawang ito: Walang-awang pinaghahampas sina Pablo at Silas at itinapon sa isang madilim na bilangguan na para sa masasamang tao. Inaresto sila habang naglalakbay sa iba't ibang lugar para mangaral tungkol sa ebanghelyo. Sa gabi, habang nagbibigay sila ng papuri at pasasalamat sa Diyos, bigla na lamang lumindol at kusang nagbukas ang mga tarangkahan ng bilangguan (Mga Gawa 16:19-26).

Ipagbaka-sakali na nating nagdurusa ka sa mga kadahilanang di-makatarungan katulad ng nangyari sa mga ninuno natin sa pananampalataya. Sa palagay mo, makakayanan mo bang magalak at magpasalamat mula sa kaibuturan ng puso mo? Kapag napapansin mong naiinis, nagagalit o nag-iinit pa rin ang ulo mo, dapat mong mabatid na malayo ka pa sa bato ng pananampalataya. Ngunit kapag nalampasan mo na ang bato ng pananampalataya, lagi kang magagalak at magpapasalamat mula sa kaibuturan ng puso mo sa gitna ng mga problema at pagsubok na kinakaharap mo, sapagkat nauunawaan mo ang pangangalaga ng Diyos para sa kinabukasan mo. Kung nasasaktan ka dahil sa pagdurusang di-makatwiran, maaaring may dahilan ito. Ngunit, sapagkat mababatid mo ang sanhi nito sa tulong ng Banal na Espiritu, magagawa mong magalak at magpasalamat.

At si David, ang pinakadakilang hari ng Israel? Dahil sa pag-aalsa ng anak niyang si Absalom, naalis sa trono ang Haring David at tumakas, namuhay nang walang makain o matirhan. Maliban sa pagkawala ng kapangyarihan niya, naranasan din ni David ang mabato, at siya ay sinumpa ni Simei na isang taong mababa lamang ang katayuan. Tinanong ng isa sa mga tauhan ng Haring David kung dapat na ipapatay niya si Simei. Pero sinabi niya, *"Ang lahat ng mga bagay na ito ay sumasailalim sa pahintulot ng Diyos, ang PANGINOON. Kaya pabayaan na ninyo"* (2 Samuel 16:11).

Dagdag pa rito, walang kahit isang reklamo si David noong dumaraan siya sa mga pagsubok. Nanatili siyang nagmamahal at nagtitiwala sa Diyos, at naging matatag sa pananampalataya niya. Sa gitna ng mga pagsubok na ito, nagawa pa ni David na magsulat ng mga papuring magaganda at puno ng kapayapaan tulad ng matatagpuan sa Awit 23.

Sa ganitong paraan, pinaniwalaan lagi ni David na gumagawa ang Diyos para sa ikabubuti niya, kahit na nalilito na siya at di malaman ang gagawin sa gitna ng mga problema at pagsubok. Ito ay sapagkat nauunawaan niya ang kalooban ng Diyos sa lahat ng panahon kung kaya nagpapasalamat siya sa Diyos at napapaluha sa tuwa.

Matapos malampasan ni David ang mga pagsubok, siya ay naging isang haring mas lalo pang napamahal sa Diyos. Dagdag pa rito, nagawa niyang gawing labis na makapangyarihan ang bansang Israel, kaya naman ang mga bansa sa paligid nito ay nagbayad ng buwis dito. Nang nakita ng Diyos ang pananampalataya ni David, pinakilos Niya ang lahat ng bagay para sa ikabubuti ng hari, at pinagpapala siya.

Sundin ang Panginoon nang may galak at sukdulang pag-ibig

Ipaghalimbawa na nating may isang lalaki at babaing malapit nang ikasal. Mahal na mahal nila ang isa't isa kung kaya't sa pakiramdam nila, handa silang isuko ang buhay nila para sa minamahal, kung kinakailangan. Nais ng bawat isa na ibigay kung anuman ang maibibigay niya, at bigyang-lugod ang isa't isa sa lahat ng panahon, kahit na ito'y sa ikapipinsala pa ng sarili.

Nais nilang magkasama nang madalas, matagal nang hangga't maaari. Hindi nila pansin ang lamig ng panahon habang naglalakad silang magkasama sa snow o sa bagyo. Hindi sila nakakaramdam ng pagod o pagkahapo kahit na mag-usap silang magdamag sa telepono.

Ganoon din, kung mahal mo ang Panginoon nang higit sa lahat (tulad ng pagmamahalan nitong magkasintahang malapit nang ikasal) at may pag-ibig ka na di-nagmamaliw para sa Kanya, ikaw ay nasa ikaapat na lebel ng pananampalataya. Paano mo maipapakita ang pag-ibig mo sa Kanya? Paano sinusukat ng Panginoon ang pag-ibig mo sa Kanya?

Sinasabi sa atin ni Jesus sa Juan 14:21, *"Ang tumatanggap sa mga utos ko at tumutupad nito ang siyang umiibig sa akin. Ang umiibig sa akin ay iibigin ng aking Ama; iibigin ko rin siya, at ako'y lubusang magpapakilala sa kanya"* (MBB).

Kailangang tuparin mo ang mga utos ng Diyos kung mahal mo Siya; ito ang katibayan ng pag-ibig mo sa Panginoon. Kung tunay ngang mahal mo Siya, mamahalin ka rin ng Diyos, at ang Panginoon ay makakasama mo, at ipapakita Niya sa iyo ang katibayan na Siya ay kasama mo. Ngunit kung hindi mo sinusunod ang mga utos Niya, hindi madaling makatanggap ng tulong, pahintulot, o pagpapala ng Diyos.

Talaga bang iniibig mo ang Panginoon? Kung ganoon, talagang susundin mo ang mga utos Niya, at sasambahin mo Siya sa espiritu at sa katotohanan. Hindi ka aantukin sa pakikinig sa mensahe. Paano mong sasabihing minamahal mo ang isang tao kung tinutulugan mo siya habang siya ay nakikipag-usap sa iyo? Kung talagang minamahal mo ang kapartner mo, marinig mo pa lamang ang boses niya ay masayang-masaya ka na!

Ganoon din, kung talaga ngang iniibig mo ang Diyos, lubos ang kasiyahan at kagalakan mo sa pakikinig sa Salita Niya. Kung nag-aantok o nababagot ka, maliwanag na hindi mo iniibig ang Diyos. Ipinapaalala sa atin sa 1 Juan 5: *"Ang tunay na umiibig sa Diyos ang tumutupad ng kanyang mga utos. Hindi naman mahirap sundin ang kanyang mga utos"* (MBB).

Talagang hindi mahirap para sa mga umiibig sa Diyos na sumunod sa mga utos Niya. Masusunod mo ang mga utos Niya nang buong-puso kapag nakamtan mo na ang pananampalataya para tunay na mahalin ang Diyos. Susundin mo ang mga ito nang may pagmamahal na nagmumula sa kaibuturan ng puso mo, sa halip na sumunod nang napipilitan o nang mabigat ang loob.

Dagdag pa rito, kapag marating mo ang ikaapat na lebel ng pananampalataya, susundin mo ang bawat Salita ng Diyos nang may kagalakan dahil sa labis na pagmamahal mo sa Kanya, tulad ng kasintahang nagnanais na maibigay sa kapartner niya ang anumang hingin nito at gawin ang anumang naisin nito.

Hindi ka maaaring saktan ng mga masama

Ang mga nagmamahal sa Diyos nang higit sa lahat ay lubusan nang napabanal sa pamamagitan ng buong pagsunod nila sa Salita, tulad na sinabi sa 1 Tesalonica 5:21-22, *"Suriin ninyo ang lahat ng bagay at gawin ang mabuti. Lumayo kayo sa lahat ng uri ng kasamaan"* (MBB).

Paano ka ginagantimpalaan ng Diyos kapag di ka lamang nagwawaksi ng kasalanan at nakikipagbuno laban dito hanggang sa magbuhos ka pa ng dugo, kundi sinisikap mo ring alisin ang lahat ng uri ng kasamaan? Paano Niya ipinapakita sa iyo ang katibayan ng pag-ibig Niya sa iyo? Nagbibigay ang Diyos ng maraming pangako ng pagpapala sa mga nagtatamo ng banal at malinis na puso sapagkat ginagantimpalaan ka Niya ayon sa ipinupunla at ginagawa mo.

Una, katulad ng sinasabi sa atin sa 1 Juan 5:18, *"Alam nating ang mga anak ng Diyos ay hindi nagpapatuloy sa pagkakasala, sapagkat iniingatan sila ni Jesu-Cristo, at hindi sila maaaring galawin ng diyablo"* (MBB), ikaw ay anak ng

Diyos. Ikaw ay magiging taong espiritwal kapag hindi ka na gumagawa ng kasalanan sapagkat sinisikap mong mamuhay ayon sa Salita ng Diyos at iwinawaksi mo ang mga kasalanan sa pamamagitan ng pakikipagbuno laban sa mga ito kahit magbuhos ka pa ng dugo. Kapag nagkaganoon, hindi ka na maaaring galawin ng masamang kaaway, ang demonyo, sapagkat iniingatan ka ng Diyos.

Kasunod nito, ipinapangako rin sa 1 Juan 3:21-22, *"Mga minamahal, kung hindi tayo inuusig ng ating budhi, makakalapit tayo sa Diyos na panatag ang ating kalooban. Tinatanggap natin ang anumang ating hingin sa kanya dahil sinusunod natin ang kanyang mga utos at ginagawa ang nakalulugod sa kanya"* (MBB). Hindi ka uusigin ng puso mo kapag binibigyang-lugod mo ang Diyos, di lamang sa pagtupad mo sa mga ipinag-uutos Niya, kundi sa pagwaksi mo rin sa bawat uri ng kasamaan.

Panatag ang iyong loob na humarap sa Diyos, at tatanggapin mo mula sa Kanya ang anumang hingin mo sa Kanya tulad ng pinangako ng Diyos sa iyo. Hindi Siya nagsisinungaling o pabago-bago ng isip; tinutupad Niya ang anumang sabihin Niya at ipangako Niya (Mga Bilang 23:19). Kaya, ibinibigay Niya sa iyo ang anumang bagay na hingin mo kung iniibig mo Siya nang higit sa lahat at ikaw ay napabanal.

Kahit na noong nagsisimula pa lamang ako sa pananampalataya, nakakaramdam ako ng panghihinayang kapag ang mensahe o pananambahan ay maikli sapagkat gusto kong higit na matutunan ang kalooban ng Diyos at tanggapin ang pagpapala Niya. Naabot ko nang maaga ang sukat ng lubos na pananampalataya sapagkat ibinigay ko ang lahat ng aking makakaya para mamuhay ayon sa Salita ng Diyos sa sandaling naunawaan ko ito.

Dahil dito, iniaalay ko ngayon ang lahat ng bagay sa Diyos maging ang sarili kong buhay—pati na ang buong kaluluwa, puso at isip ko, at namumuhay ako ayon lamang sa Salita ng Diyos nang sa ganoon ay magawa kong mahalin Siya nang lubusan at mabigyan Siya ng kasiyahan. Kahit na naibigay ko na sa Kanya ang lahat ng maaari kong ibigay, palagi kong inaasam na higit pa rito ang maibigay ko. Itinalaga rin ng aking asawa at mga anak ang mga sarili nila sa Panginoon nang buong-puso mula nang ituro ko sa kanila na mamuhay sa ganitong paraan. Kung nahihirapan kang ipamuhay ang buhay-Cristiano, kailangang magkaroon ka ng pagkauhaw para sa Salita ng Diyos, pagsikapan mong sambahin Siya sa espiritu at katotohanan, at magsumigasig kang mamuhay ayon lamang sa Salita.

2. Nasa Mabuting Kalagayan ang Iyong Buhay Espiritwal

Ang mga taong nasa ikaapat na lebel ng pananampalataya ay palaging namumuhay ayon sa Salita, na buong pusong ipinapahayag nila, sapagkat tinatanong nila sa lahat ng oras: "Ano ang gagawin ko para mabigyan ko ng kasiyahan ang Diyos?" At laging may kalapat na mga gawa ang kanilang pagpapapahayag ng pananampalataya na nanggagaling sa mga puso nila. Iyan ay dahil minamahal nila ang Diyos nang higit sa lahat.

Ipinapangako Niya sa mga ganitong tao sa 3 Juan 1:2, *"Mahal kong [kaibigan], idinadalangin kong ikaw sana'y nasa mabuting kalagayan at malusog ang katawan, tulad ng iyong buhay espirituwal na alam kong nasa mabuting kalagayan"* (MBB). Ano ang ibig sabihin ng ang "iyong buhay espirituwal" ay "nasa mabuting kalagayan"? Ano-ano ang mga pagpapalang ibinibigay?

Mabuti ang kalagayan ng iyong buhay espiritwal

Noong nilalang ang unang tao, ihininga sa kanya ng Diyos ang hininga ng buhay, at siya ay naging isang espiritung buhay. Siya ay binubuo ng espiritu, kung saan ay maaari siyang makipag-usap sa Diyos at tamasahin ang Kanyang presensa; kaluluwa o soul, na pinangungunahan ng espiritu; at katawan, kung saan nananahan ang kanyang espiritu at kaluluwa; at siya ay maaaring mamuhay magpakailanman bilang isang buha'y na espiritu (Genesis 2:7; 1 Tesalonica 5:23).

Kaya, ang taong nasa mabuting kalagayan ang kanyang buhay espiritwal ay maaaring manaig sa lahat ng bagay at mabuhay magpakailanman katulad ng unang tao na nakakausap ang Diyos at sumusunod sa Kanyang kalooban nang lubusan.

Ang unang taong si Adan ay sumuway sa kautusan ng Diyos, at nawala ang lahat ng pagpapalang binigay ng Diyos sa kanya. Sinabi ng Diyos sa kanya, *"Makakain mo ang alinmang bungangkahoy sa halamanan, maliban sa bunga ng punongkahoy na nagbibigay ng kaalaman tungkol sa mabuti at masama. Huwag na huwag mong kakainin ang bungang iyon; sapagkat sa araw na kainin mo iyon ay mamamatay ka"* (Genesis 2:16-17, MBB). Sinuway ni Adan ang utos ng Diyos, at kumain siya mula sa puno ng kaalaman ng mabuti at masama. Sa bandang huli, namatay ang espiritu niya—na sa pamamagitan nito ay nakakausap niya ang Diyos—at siya ay itinaboy mula sa halamanan ng Eden.

Dito, kapag sinabing "namatay ang espiritu niya," hindi nangangahulugan na naglaho ang espiritu ni Adan kundi nawala ang likas na kakayahan nito. Ang kanyang espiritu ang dapat na gumaganap bilang tagapanguna sa buhay ni Adan, ngunit kinuha ng kaluluwa ang tungkuling ito nang mamatay ang espiritu niya. Bilang buhay na espiritu, nakakausap noon ni Adan ang Diyos na isang Espiritu.

Pero namatay ang espiritu ni Adan sapagkat sumuway siya at dahil dito, hindi na niya maaaring makausap ang Diyos. Kaya, siya ay naging isang taong pinaghaharian ng kanyang kaluluwa, na siyang nanguna na ngayon sa buhay niya, sa halip na ang espiritu niya.

Ang kaluluwa ay tumutukoy sa sistema ng mga gunita sa utak, at sa bawat uri ng gunita, at ang pag-iisip kung saan ay naaalala natin ang itinabi o itinagong alaala. Ang taong pinaghaharian ng kanyang kaluluwa ay hindi na sa Diyos umaasa o nakasandig, at sa halip ay umaasa at nakasandig sa kaalaman ng tao at sa teorya. Sa tulong ng walang humpay na paggawa ng kaaway na si Satanas sa kaisipan ng tao—sa kaluluwa—mabilis ang pagdating ng kasamaan at kawalang-katwiran sa tao, at napuno na ang mundo ng kasamaan yamang tinatanggap ito ng tao. Lalong nadudungisan ang mga tao ng mga kasalanan, at nagiging higit na makasalanan ang sunod-sunod na salinlahi.

Noon, bilang isang tao kung saan ang kanyang espiritu ang siyang tagapanguna sa lahat ng bagay sa kanyang buhay, tinamasa ng unang taong si Adan ang buhay na walang-hanggan sapagkat ang espiritu niya ang nanguguna sa buhay niya, kaya't nagkakausap sila ng Diyos. Sa pagsuway niya, pumasok sa puso niya, na noon ay punong-puno lamang ng katotohanan, ang kadiliman at unti-unting sumailalim ito sa kontrol ng kaaway na si Satanas, ang pinuno ng mga kampon ng kadiliman.

Dahil dito, ang mga inapo ni Adan ay nagmistulang mga hayop, na meron lamang kaluluwa at katawan ngunit walang espiritu. Namuhay sila sa lahat ng uri ng kasinungalingan tulad ng di-pagsasabi ng totoo, pakikipagrelasyon sa asawa ng may asawa, pagpatay, inggit at pagseselos. Ang lahat ng ito ay laban sa Salita ng Diyos (Ang Mangangaral 3:18).

Ganunpaman, binuksan ng Diyos ng pag-ibig ang daan ng kaligtasan sa pamamagitan ng Anak Niyang si JesuCristo, at ibinigay ang Banal na Espiritu bilang kaloob sa sinumang tumanggap kay JesuCristo, nang sa ganoon ay mabuhay muli ang namatay niyang espiritu. Kapag tinanggap ng sinuman si JesuCristo, mabubuhay muli ang patay niyang espiritu at tatanggapin din niya ang Banal na Espiritu bilang isang kaloob. Dagdag pa rito, kapag hinayaan niyang buhayin muli ng Banal na Espiritu ang espiritu sa loob niya, unti-unti siyang magiging isang taong pinangungunahan ng kanyang espiritu.

Bilang espiritung buhay, maaaring matamasa ng ganitong uri ng tao ang lahat ng pagpapala tulad ng tinamasa ng unang taong si Adan, sapagkat nasa mabuting kalagayan ang kaluluwa niya. Ibig sabihin nito, ang espiritu niya ang nanguguna sa buhay niya, at ang kanyang kaluluwa ay sumusunod na ngayon sa kanyang espiritu. Ito ang proseso ng paglago ng ating pananampalataya at ang proseso ng pagtungo ng ating kaluluwa sa mabuting kalagayan.

Nasa unang lebel ka ng pananampalataya nang tinanggap mo si JesuCristo at nananahan sa iyo ang Banal na Espiritu. Kaya, maaari ka nang tumayo sa bato ng pananampalataya at mamuhay ayon lamang sa Salita sa gitna ng matinding labanan sa pagitan ng espiritu mong nais sumunod sa Banal na Espiritu at ng kaluluwa mong nais sumunod sa iyong makasalanang kalikasan. Kapag narating mo ang ikaapat na lebel ng pananampalataya, magiging banal ka at makakatulad mo ang Panginoon sapagkat ang iyong espiritu ang siya nang tagapanguna sa buhay mo.

Kontrolado ng iyong espiritu ang iyong kaluluwa

Kapag ang iyong espiritu ang tagapanguna ng kaluluwa mo bilang panginoon nito, at sinusunod ng kaluluwa mo ang pangunguna ng iyong espiritu, masasabing "nasa mabuting kalagayan ang kaluluwa mo." Kaya naman makakatulad mo ang puso at saloobin ng Panginoon, tulad ng sinasabi sa atin ng Filipos 2:5, *"Nawa'y magkaroon kayo ng kaisipan na tulad ng kay Cristo Jesus"* (MBB).

Kapag ang iyong espiritu ang tagapanguna ng kaluluwa mo, ang Banal na Espiritu ang naghahari sa iyong puso nang 100% sapagkat ang Salita ng katotohanan ng Diyos ang magkokontrol sa puso mo at dahil dito, hindi ka na sasandig sa sarili mong kaisipan. Sa madaling sabi, maaari kang lubusang sumunod sa Salita ng Diyos sapagkat binuwag mo na ang lahat ng uri ng kaisipang makalaman, at sa halip, ang puso mo ay naging katotohanan.

Sa ganitong paraan, kapag ikaw ay naging isang taong maka-espiritu at ginagabayan ng Banal na Espiritu, matatakasan mo ang lahat ng uri ng paghihirap o pagsubok at mailalayo ka mula sa panganib sa anumang kalagayan. Halimbawa, kahit may maganap na sakunang galing sa kalikasan o di-inaasahang pangyayari, pangunguhanan ka ng tinig ng Banal na Espiritu na gigising sa iyo para tumakas ka mula sa lugar na iyon at manatiling ligtas.

Kaya naman, kapag ang kaluluwa mo ay nasa mabuting kalagayan, itatalaga mo ang lahat ng gagawin mo sa Diyos nang may pusong handang sumunod. Mula dito, Siya na ang mamamahala sa puso at kaisipan mo, manguguna sa lahat ng gagawin mo at magpapala sa iyo ng mabuting kalusugan.

Ito ay inilalarawan sa Deuteronomio 28:

> *Mapapasa-inyo ang lahat ng mga pagpapalang ito kung susundin ninyo ang Diyos ninyong si Yahweh. Pagpapalain niya kayo sa inyong mga bayan at sa inyong mga bukid. Pagpapalain niya kayo ng maraming anak, masaganang ani sa inyong lupain, at maraming alagang hayop. Pararamihin niya ang imbakan ng inyong inaning butil at ang mga pagkaing nagmumula roon. Pagpapalain niya kayo sa lahat ng inyong gagawin* (tal. 2-6, MBB).

Kaya naman, ang mga taong sumusunod sa Salita ng Diyos ay nasa mabuting kalagayan ang kaluluwa nila Hindi lamang sila magtatamo ng buhay na walang-hanggan sa Langit, kundi magtatamasa rin ng lahat ng uri ng mga pagpapala sa kalusugan, materyal na mga bagay, at kasaganaan para sa kanilang mga angkang susunod maging sa mundong ito.

Magiging mabuti pa rin ang lahat ng bagay para sa iyo

Si Jose, na anak ni Jacob, ay nasadlak sa isang abang kalagayan: ipinagbili siya ng sarili niyang mga kapatid noong siya ay bata pa, at siya ay dinala sa Egipto kung saan siya ay ipinakulong kahit wala namang nagawang kahit na anong pagkakasala.

Sa kabila ng mahirap na mga pangyayari, hindi nasiraan ng loob si Jose; sa halip, itinalaga niya ang kanyang sarili sa patnubay ng Diyos na makapangyarihan sa lahat. Dahil sa dakila niyang pananampalataya, ang Diyos mismo ang namahala sa lahat ng bagay para kay Jose, at ihinanda ang lahat ng bagay na kakailanganin niya. Dahil dito, ang lahat ng bagay ay umayon para kay Jose, at siya ay labis na pinarangalan sa kanyang pagiging punong ministro ng Egipto.

Kaya naman, kahit na si Jose ay dinala sa Egipto noong kanyang kabataan niya, at ipinagbili siya bilang alipin sa isang Egipcio doon, sa bandang huli, siya ay ginawang tagapamahala ng Egipto, at nagkaroon ng kakayahan upang sagipin ang kanyang pamilya at ang bayan ng Egipto mula sa pitong taon ng tagtuyot. Maliban pa rito, itinatag niya ang pundasyon para manirahan doon ang bayan ng Israel.

Sa kasalukuyan, may mahigit na anim na bilyong tao sa daigdig. Kasama rito ang isang bilyong mga taong nananampalataya kay JesuCristo. Sa isang bilyong populasyon ng mga mananampalataya ay may mga anak ng Diyos na matuwid at walang-bahid. O anong kagiliw-giliw sila sa Diyos! Palagi nila Siyang kasama at pinagpapala Niya ang lahat ng kanilang ginagawa. Kapag may mga pagsubok na nakaamba sa kanila, uudyukan Niya ang mga puso nila para mapagtagumpayan ang mga pagsubok na iyon o ginagabayan Niya sila para manalangin. Sa pangunguna Niya sa kanila sa pananalangin, tinatanggap ng Diyos ang kanilang mga panalangin at inaalis ang mga balakid na iyon sapagkat Siya ay Diyos na matuwid.

Mga ilang taon na ang nakararaan, inanyayahan ako bilang tagapagsalita sa isang Evangelization Conference sa Los Angeles, USA. Bago ang aking pag-alis, may naramdaman akong udyok mula sa Diyos na manalangin para sa komperensya, kaya itinuon ko ang pananalangin para sa komperensya sa bahay-panalanginan sa isang bundok sa loob ng dalawang linggo. Hindi ko alam kung bakit malakas ang pag-uudyok ng Diyos sa akin na manalangin para sa komperensya hanggang sa makarating ako sa Los Angeles.

Ang kaaway na si Satanas at ang demonyo ay nagpakilos sa masasamang tao upang hindi maganap ang komperensya, at ito nga ay muntik nang di natuloy. Matapos marinig ng Diyos ang panalangin ko at ng mga miyembro ng iglesya, maagang winasak ng Diyos ang tuso nilang mga balakin.

Kaya naman pagdating ko sa Los Angeles, gayak na ang lahat ng bagay para sa komperensya, at matagumpay akong nakapagsalita nang walang anumang balakid. Dagdag pa rito, nakapagbigay ako ng malaking pagluwalhati sa Diyos sa pamamagitan ng pagkakataon para basbasan ang Los Angeles City Council. Ako rin ay tumanggap ng karangalang maging honorary citizen na kauna-unahan para sa isang mamamayan ng Korea mula sa pamahalaan ng Los Angeles County.

Sa ganitong paraan, ipinagkakatiwala ng taong may kaluluwang nasa mabuting kalagayan ang lahat ng bagay sa Diyos. Kapag ipinagkatiwala mo ang lahat ng bagay sa panalangin at di nananalig sa iyong kaisipan, kalooban, o plano, pangungunahan ng Diyos ang iyong isip, at gagabayan ka Niya nang sa ganoon ay magiging mabuti para sa iyo ang lahat ng bagay.

Kahit na nakaharap ka sa problema, kikilos ang Diyos sa lahat ng bagay para sa iyong ikabubuti kapag naging mapagpasalamat ka sa Diyos maging sa harap ng mahirap na mga sitwasyon, sapagkat matatag ang paniniwala mong nasa kalooban ng Diyos na ipinahintulot ito para sa iyo. Kung minsan, maaaring maharap ka sa problema kapag may ginawa kang naaayon sa iyong karanasan o naisip nang di nananalig sa Diyos, ngunit maging sa mga pagkakataong iyon, kaagad kang tutulungan ng Diyos kapag kinilala mo ang pagkakamali mo at pinagsisihan ito.

Lubusang kontrolado ng Banal na Espiritu

Kapag nakatayo ka sa bato ng pananampalataya, iiwan ka ng lahat ng uri ng pag-aalinlangan, at makukuha mong maniwala na buháy ang Diyos, at totoo ang Kanyang mga gawa tulad ng pagkabuhay-muli at pagbabalik ng Panginoon, ang paglilikha Niya ng mga bagay mula sa wala, at ang pagsagot Niya sa iyong panalangin.

Kaya naman sa anumang pagsubok at problema, ang magagawa mo na lamang ay maging masaya, manalangin, at magpasalamat sa Diyos sapagkat di ka nag-aalinlangan. Ganunpaman, di pa ganap na kontrolado ng Banal sa Espiritu ang puso mo nang 100% sapagkat hindi mo pa nararating ang kaganapan ng sukat ng kabanalan. Kung minsan, hindi mo tiyak na masasabi kung ang tinig na narinig mo ay mula sa Banal na Espiritu o hindi; nalilito ka kasi ang isip mong makalaman ay nananatili pa rin sa iyo.

Halimbawa, habang nananalangin ka para sa pagbubukas ng

isang negosyo, may nakita kang isang negosyo, at sinimulan mo itong patakbuhin. Iniisip mong ito ang sagot ng Diyos sa panalangin mo. Sa simula, mukhang matagumpay ang negosyo, pero habang tumatagal, nagiging masama ang lagay nito. Mapagtatanto mo na hindi mo narinig ang tinig ng Banal na Espiritu, at sa halip ay nanalig ka sa sarili mong isip.

Kaya naman ang mga taong nakatayo sa bato ng pananampalataya sa maraming pagkakataon ay matagumpay, sapagkat nauunawaan nila ang katotohanan, at namumuhay sila ayon sa Salita ng Diyos, pero hindi pa sila ganap na perpekto sa pananampalataya, sapagkat hindi pa nila nararating ang lebel kung saan ay lubusan nilang ipagkakatiwala ang lahat ng bagay sa Diyos at mananalig na lamang sa Kanya.

Ano ang katulad ng mga taong nasa ikaapat na lebel ng pananampalataya? Kapag nasa ikaapat na lebel ka ng pananampalataya, ang puso mo ay nabago na ng katotohanan, ang buhay mo ay naaayon sa Salita ng Diyos, at nakapaloob na ang katotohanan sa katawan at puso mo. Ang puso mo ay nabago na ng espiritu at mula dito, lubos na pinangungunahan na ng iyong espiritu ang iyong kaluluwa. Kaya, hindi ka na namumuhay ayon sa sarili mong kaisipan sapagkat ang Banal na Espiritu na ang namamahala sa puso mo nang 100%. Kaya naman, maaari ka nang maging masagana sa anumang gawin mo sapagkat ang Diyos ang nanguunguna sa iyo kapag sinusunod mo Siya habang sinusundan mo ang paggabay ng Banal na Espiritu.

Kapag naipanalangin mo na magawa mo ang isang bagay, maaari ka nang patnubayan sa paraan ng kasaganaan at pagtatagumpay nang walang pagkakamali sa pamamagitan ng matiyagang paghihintay hanggang sa 100% na turuan ka ng Banal na Espiritu. Ipinapaalala sa atin sa Genesis 12 na sumunod si Abraham, at iniwan niya ang kanyang tinubuang lupa sa sandaling inutusan siya ng Diyos kahit na hindi niya alam kung saan siya pupunta. Ngunit sa kanyang pagsunod sa kalooban ng Diyos, pinagpala siya upang maging Ama ng pananampalataya at kaibigan ng Diyos.

Kaya naman, wala kang dapat ikabahala kapag pinamamahalaan ng Diyos ang mga gawain mo. Tatamasahin mo ang mga pagpapala Niya sa lahat ng gagawin mo kung magtitiwala ka lamang at susunod sa Kanya, sapagkat ang Diyos na makapangyarihan sa lahat ay kasama mo.

Mga gawain ng ganap na pagsunod

Kapag nakapasok ka na sa ikaapat na lebel ng pananampalataya, masaya mong susundin ang lahat ng utos sapagkat mahal mo ang Diyos nang higit sa lahat. Hindi ka napipilitang sumunod sa Kanya, sa halip, malaya at may galak kang sumusunod mula sa kaibuturan ng puso mo sapagkat mahal mo Siya.

Hayaan mong gumamit ako ng isang halimbawa para matulungan kang maunawaan ito. Ipagpalagay nating malaki ang utang mo. Kapag hindi mo nabayaran kaagad ang utang mo, parurusahan ka ayon sa batas. Masahol pa rito, ipagpalagay nating may isang miyembro ng pamilya mong nangangailangan kaagad ng operasyon. Masisiraan ka ng loob kung wala kang pera sa ganoong pagkakataon.

Paano ka ngayon tutugon kung sa di-sinasadyang pangyayari ay may matagpuan kang isang malaking piraso ng brilyante sa kalye? Ang magiging tugon mo ay maiiba ayon sa lebel ng iyong pananampalataya.

Kung nasa unang lebel ka ng pananampalataya na sapat lamang upang tumanggap ng kaligtasan, maaaring isipin mo, Sa tulong nito, mababayaran ko na ang lahat ng utang ko at ang mga nagasta sa pagpapagamot. Ito ay sapagkat hindi mo pa gaanong alam ang Salita ng Diyos. Lilingon ka sa paligid mo upang tingnan kung may ibang tao at pupulutin mo ito kung walang tao.

Kung nasa ikalawang lebel ka ng pananampalataya, kung saan ay sinisikap mong ipamuhay ang Salita ng Diyos, maaaring makaranas ka ng labanan sa pagitan ng iyong makasalanan kalikasan na nagsasabi, Ito na ang sagot ng Diyos sa panalangin ko, at ng gusto ng Banal na Espiritu na nagsasabi, Huwag, pagnanakaw iyan. Kailangang isauli mo iyan sa may-ari.

Sa una, maaaring mag-atubili ka at mag-isip kung kukunin mo ito o dadalhin ito sa pulis ngunit sa huli, ibubulsa mo ito sapagkat higit na malakas ang presensya ng kasamaan kaysa presensya ng kabutihan sa iyo. Kung wala kang utang o kung wala kang matinding pangangailangan, baka mag-atubili ka nang pansandali, ngunit dadalhin mo rin ito sa pulis. Pero sapagkat nakasadlak ka nga sa isang sitwasyong nakakawala ng pag-asa, maaaring sa huli'y matalo ng kasamaang nasa iyo ang kabutihan.

Kung nasa ikatlong lebel ka naman ng pananampalataya, o kung nakatayo ka sa malaking bato ng pananampalataya, at sumusunod sa gusto ng Banal na Espiritu, dadalhin mo ang batong brilyante sa pulis, sapagkat gusto mong isauli ito sa may-ari. Ganunpaman, maaaring sa puso mo'y panghinayangan mo ang mamahaling bato at isipin, Dapat nabayaran ko na ang lahat ng mga utang ko at ang operasyon! Kaya naman di pa perpekto ang ginawa mo sapagkat nananatili pa rin sa iyo ang pagnanasa para sa kasinungalingan.

Ano ang gagawin mo sa ganitong nakakalitong kalagayan kung nasa ikaapat na lebel ka ng pananampalataya? Hindi mo kailanman iniisip ang sarili mo kahit na sa harap ng ganoong napakamahal na hiyas sapagkat walang kasinungalingan sa puso mo at ang ganoong uri ng masamang kaisipan ay hindi kailanman sumasagi sa utak mo.

Sa halip, nalulungkot ka para sa may-ari at iniisip, Siguro masamang-masama ang loob niya. Tiyak na hinahanap na niya ito sa lahat ng lugar. Kailangang madala ko agad ito sa pulis! Gagawin mo ang naisip mo at dadalhin ito sa pulis.

Sa ganitong paraan, kung mahal mo ang Panginoon nang higit sa lahat at nasa ika-apat na lebel ka ng pananampalataya, parati mong susundin ang kautusan ng Diyos, may makakita man sa iyo o wala, sapagkat nakasunod ang buhay mo sa kautusang ito. Sa ganitong sitwasyon, hindi mo na kailangang pagsikapang kilatisin ang tinig ng Banal na Espiritu sa alin pa mang tinig, katulad ng nagmumula sa sarili mong makasalanang isip.

Bago ka makatayo sa malaking bato ng pananampalataya, makailang ulit mong matatagpuan ang sarili mo sa mga mahirap na sitwasyon sapagkat hindi madaling kilalanin kung alin ang galing sa sarili mong isip at alin ang tinig ng Banal na Espiritu. Kahit na nakatayo ka sa malaking bato ng pananampalataya, maaaring hindi mo lubusang mapaghihiwalay kung alin ang galing sa una at alin ang sa huli.

Ngunit kapag narating mo na ang ikaapat na lebel ng

pananampalataya, wala ka nang dahilan para mabigatan, at kailangan mo na lamang sumunod sa tinig ng Banal na Espiritu, sapagkat Siya ang nagkokontrol sa puso mo at isip nang 100%.

Dagdag pa rito, kapag nasa ikaapat na lebel ka ng pananampalataya, hindi ka mananalig sa sarili mong iniisip, karunungan, o karanasan. Sa halip, ang Panginoon ang gagabay sa iyo sa lahat ng ginagawa mo. Dahil dito, tatamasahin mo ang mga pagpapala ng Jehovahjireh (Ang PANGINOON ang Tagasustento) at ang lahat ng bagay ay magiging mabuti para sa iyo.

3. Walang-Kondisyon ang Iyong Pagmamahal sa Diyos

Kung nasa ikaapat na lebel ka ng pananampalataya, ang pag-ibig mo sa Diyos ay hindi depende sa mga kondisyon sa paligid mo. Ipapahayag mo ang ebanghelyo o matapat mong gagawin ang ipinapagawa ng Diyos hindi dahil sa umaasa kang tatanggap ng mga pagpapala o mga sagot mula sa Diyos. Sa halip, ginagawa mo ito dahil ipinapalagay mong tungkulin mong tuparin ito. Ganoon din kapag pinaglilingkuran mo ang iyong kapwa nang may mapagsakripisyong pagmamahal. Ginagawa mo ito nang hindi umaasa ng anumang kabayaran mula sa kanila, kundi dahil sa labis mong minamahal ang mga kaluluwa nila.

Minamahal ba ng mga magulang ang mga anak nila dahil pagkatapos ay tatanggap sila ng kabayaran para sa pag-ibig nila? Hindi nila ginagawa ito kahit kailanman; ang pag-ibig ay pagbibigay. Nagpapasalamat at nagagalak na lamang ang mga magulang dahil meron silang mga anak na minamahal nila. Kung may mga magulang na gustong sila ay sundin ng mga anak nila o pinapalaki lamang nila ang mga anak para maipagmalaki nila ang mga ito, naghahangad sila ng kapalit para sa pag-ibig nila.

Sa ganito ring paraan, di naghahangad ang mga anak ng kahit anong kapalit mula sa mga magulang nila kung minamahal nila ang mga ito mula sa tapat na puso. Kapag ginampanan nila ang mga tungkulin nila at ginagawa ang lahat ng makakaya nila para sa kasiyahan ng mga magulang nila, mapapa-isip ang mga magulang nang ganito, Ano kaya ang maibibigay ko sa kanila?

Tulad nito, kapag narating mo ang ikaapat na lebel ng pananampalataya kung saan ay minamahal mo ang Panginoon nang higit sa lahat, ang katotohanan pa lamang na natamo mo ang biyaya ng kaligtasan ay sapat nang dahilan para magpasalamat sa Diyos. Kaya naman, ramdam mong walang kahit na anong paraan upang mabayaran mo ang kagandahang-loob Niya, at hindi mo mapipigilang mahalin ang katotohanan at ang Diyos nang walang mga kondisyon.

Kung ganoon, kung may pananampalataya kang mahalin ang Diyos nang walang anumang kondisyon, magagawa mong manalangin, gumawa, at maglingkod gabi at araw para sa Kaharian ng Diyos at sa Kanyang matuwid na mga pamamaraan, at hindi ka maghahangad ng anumang kapalit para dito.

Pagmamahal sa Diyos nang walang pagsasalawahan

Sa Mga Gawa 16:19-26, matatagpuan sina apostol Pablo at Silas na kahit sila ay gumawa ng mabuti tulad ng pangangaral ng ebanghelyo sa mga Hentil o di-Judio, at nagpaalis ng mga demonyo, dinakip pa rin sila ng masasamang tao at kinaladkad sa palengke. Hinubaran sila, malupit na pinaghahagupit, at itinapon sa bilangguan. Inilagay sila sa pinakamalalim na selda, at iginapos ang kanilang mga paa. Kung ikaw ang nasa kalagayan nila, ano ang gagawin mo?

Kung nasa una o ikalawa kang lebel ng pananampalataya, maaaring magreklamo o dumaing ka, "O Diyos, talagang buhay ba Kayo? Naging matapat kami sa paglilingkod sa Iyo hanggang ngayon. Pero bakit Mo ipinahintulot na mabilanggo kami?"

Sa ikatlong lebel ng pananampalataya, hinding-hindi mo sasabihin ang ganitong mga salita, ngunit maaaring manalangin ka sa tonong bahagyang may lungkot: "O Diyos, nakita mong pinahiya kami tulad nito habang ipinapamalita namin ang ebanghelyo para sa Iyo. Tunay na napakasakit ng lahat ng ito. Paghilumin Mo ang aming mga sugat at palayain Mo kami!"

Ngunit sina Pablo at Silas ay nagpasalamat sa Diyos, at umawit sila ng mga papuri sa Kanya kahit na sila ay nasa walang pag-asang kalagayan at hindi malaman kung ano ang mangyayari sa kanila. Ngunit sa isang saglit, lumindol nang napakalakas at nayanig ang mga pundasyon ng kulungan. At sa isang iglap, bumukas ang lahat ng pinto ng kulungan, at naalis ang lahat ng tanikala ng bawat bilanggo. Maliban pa sa himalang ito, tinanggap ng pinuno ng bilangguan at ng kanyang sambahayan ang ebanghelyo ni JesuCristo at nagtamo ng kaligtasan.

Kaya naman, ang mga taong nasa ikaapat na lebel ng pananampalataya ay maaaring agad na makapagbigay ng papuri sa Diyos sapagkat meron silang malakas na pananampalataya na ginagamit nila sa pananalangin at masayang nagpupuri sa Diyos sa anumang pagsubok at problema.

Pagsunod nang magalak sa lahat ng bagay

Sa Genesis 22, inutusan ng Diyos si Abraham na ialay ang kaisa-isa niyang anak na si Isaac, ang anak na ipinangako, bilang hain na susunugin para sa Kanya. Ang hain na sinusunog ay tumutukoy sa alay na isinasakripisyo sa Diyos—binibiyak ang isang hayop, ipinapatong ang mga pirasong ito sa kahoy na nasa altar at sinusunog doon.

Inabot si Abraham nang tatlong araw bago nakarating sa lugar ng Moria, kung saan niya isasakripisyo ang anak na si Isaac bilang hain na susunugin upang masunod ang utos ng Diyos. Ano sa palagay mo ang nasa isip ni Abraham sa tatlong araw na paglalakbay nilang iyon?

Sinasabi ang ilang tao na nagtungo roon si Abraham nang nagtatalo ang isip: Kailangan ko bang sundin ang Diyos o hindi? Pero hindi ganito ang pangyayari. Dapat mong mabatid na sinisikap ng mga taong nasa ikatlong lebel ng pananampalataya na mahalin ang Diyos sapagkat alam nilang kailangan nilang ibigin ang Diyos.

Kaya lang, ang Diyos ay talagang mahal nga ng mga taong nasa ikaapat na lebel ng pananampalataya, at hindi nila kailangang pagsikapan pang gawin ito. Sa simula pa lamang, batid na ng Diyos na susundin Siya ni Abraham nang may kagalakan, at sinubok Niya ang pananampalataya nito. Hindi Niya pinapahintulot na dumating ang mga ganitong kahirap na pagsubok sa mga taong hindi kaya na sumunod sa Kanya.

Iyan ang dahilan kung bakit sinasabi sa Hebreo 11:19, *"Naniniwala siya na kaya ng Diyos na bumuhay ng patay, kaya't sa patalinghagang pangungusap, naibalik nga sa kanya si Isaac mula sa mga patay"* (MBB). Nagawa ni Abraham na sundin ang utos ng Diyos nang magalak sapagkat naniniwala siyang bubuhayin ng Diyos ang anak niya mula sa mga patay. Sa huli, nakapasa si Abraham sa pagsubok, at tumanggap siya ng napakalaking pagpapala. Siya ay naging Ama ng pananampalataya, tagapagpala ng lahat ng mga bansa, at siya ay tinawag na "kaibigan" ng Diyos.

Kung isa kang taong sumusunod sa Diyos nang may galak, palagi kang mapagpasalamat at nagagalak sa gitna ng anumang uri ng pagsubok at problema. Hindi mo magagawang hindi magpasalamat sa Diyos mula sa kaibuturan ng puso mo at manalangin sapagkat alam mong kumikilos ang Diyos sa lahat ng bagay para sa ikabubuti mo, at pinagpapala ka sa pamamagitan ng mga pagsubok at problemang iyon.

Nalulugod ang Diyos sa pananampalataya, at ibibigay Niya ang anumang hilingin mo. Kaya sinasabi ni Jesus sa Mateo 8:13, *"...mangyayari ang hinihiling mo ayon sa iyong pananampalataya"* (MBB) at sa Mateo 21:22, *"Anumang hingin ninyo sa panalangin ay tatanggapin ninyo kung nananalig kayo"* (MBB).

Kung may mga ipinapanalangin ka pa ring di-nasasagot, nangangahulugan lamang itong di ka pa lubusang nananalig sa Kanya kundi may pag-aalinlangan pa. Kaya naman dapat kang makarating sa lebel kung saan ay mamahalin mo ang Diyos nang walang tanong-tanong sa pamamagitan ng pagsunod sa Kanya nang may galak mula sa puso mo sa anumang kalagayan.

Pagyakap sa lahat ng bagay nang may pag-ibig at habag

Ano ang gagawin mo kapag pinagbintangan ka ng isang tao at inakusahan ka nang walang dahilan? Kung nasa ikalawang lebel ka ng pananampalataya, hindi mo ito matatagalan at aangal ka o makikipag-away. Dagdag pa rito, kung marami pang kasamaan sa isip mo, iinit ang ulo mo at malamang na iinsultuhin mo siya. Ngunit hindi tama para sa mga mananampalataya sa Diyos na magpakita ng anumang uri ng kasamaan tulad ng galit, init ng ulo, o panlalait. Tulad ng sinasabi sa 1 Pedro 1:16, *"Magpakabanal kayo, sapagkat ako'y banal"* (MBB).

Kung nasa ikatlo kang lebel ng pananampalataya, paano ka tutugon? Masasaktan ka, at hindi ka mapapakali sapagkat walang patid na gagawa si Satanas sa isip mo. Ito ay sapagkat kahit na alam mo sa isip mo na dapat kang magalak, kapos ang pasasalamat at saya na umaagos sa puso mo.

Kung ikaw naman ay nasa ikaapat na lebel ng pananampalataya, di-mayayanig ang isip mo, at hindi ka maiinis kahit na kainisan ka ng ibang tao o pagmalupitan nang walang dahilan, sapagkat naiwaksi mo na ang bawat uri ng kasamaan.

Hindi naligalig o nasaktan ang kalooban ni Jesus kahit na humarap Siya sa pagmamalupit, panganib, panghihiya at pandudusta mula sa mga tao habang nangangaral Siya. Wala Siyang sinabing kahit na anong tulad nito, "Wala naman akong ginawang kahit na ano kundi kabutihan ngunit pinagmamalupitan Ako ng masasamang tao. Labis na nagdadalamhati Ako." Wala Siyang sinabi sa kanila kundi mga salitang nagbibigay-buhay.

Kung nasa ikaapat na lebel ka ng pananampalataya, tinutularan mo ang puso ng Panginoon. Ngayon, iniiyakan mo ang nagmamalupit sa iyo at ipinapanalangin sila sa halip na mamuhi o makaramdam ng galit sa kanila. Pinapatawad at inuunawa mo sila, at tinatanggap mo sila nang may pag-ibig at habag.

Kaya umaasa akong mauunawaan mo na sa pagkakataong katulad nito, ang mga taong mainit ang ulo o namumuhi sa kapwa ay masasaktan o malulungkot samantalang ang mga nagpapatawad at tumatanggap sa kapwa nang may pag-ibig at habag ay walang madaramang hapis o dalamhati. Mapagtatagumpayan rin nila ang kasamaan sa pamamagitan ng kabutihan.

4. Minamahal ang Diyos nang Higit sa Anupaman

Kapag narating mo ang lebel na nagmamahal sa Panginoon nang higit sa lahat, lubusan mong susundin ang mga utos, at malalagay sa mabuting kalagayan ang kaluluwa mo. Magiging likas na para sa iyo ang mahalin ang Diyos nang higit sa kahit na anupaman. Iyan ang dahilan kung bakit nagpatotoo ang apostol Pablo sa Filipos 3:7-9 na itinuturing niyang kawalan ang lahat ng bagay sapagkat para sa kanya ang mga ito ay "basura":

"Ngunit dahil kay Cristo, ang mga bagay na pinapahalagahan ko noon ay itinuring kong walang kabuluhan ngayon. Oo, itinuturing kong walang kabuluhan ang lahat ng bagay bilang kapalit ng lalong mahalaga, ang pagkakilala kay Cristo Jesus na aking

Panginoon. Ang lahat ng bagay ay ipinalagay kong walang kabuluhan, makamtan ko lamang si Cristo, at lubusang makasama siya. Ang aking pagiging matuwid ay hindi sa pamamagitan ng pagsunod sa Kautusan, kundi sa pananalig kay Cristo. Ang pagiging matuwid ko ngayo'y buhat sa Diyos, sa pamamagitan ng pananampalataya" (MBB).

Kapag minahal mo ang Diyos nang higit sa lahat

Itinuturo ni Jesus sa atin sa apat ng Ebanghelyo ang uri ng mga pagpapala na ibinibigay sa mga taong nag-itsapwera ng lahat ng mga bagay na meron sila, at minamahal ang Diyos nang higit sa anumang bagay katulad ng ginawa ng apostol Pablo. Ipinapangako ng Diyos sa atin sa Marcos 10:29-30 na ibibigay Niya nang 100 beses na sindaming pagpapala sa mundong ito at ang buhay na walang-hanggan sa panahong darating.

"Sumagot si Jesus, 'Tandaan ninyo: ang sinumang nag-iwan ng kanyang tahanan, o mga kapatid, mga magulang, mga anak, mga lupain, dahil sa akin at sa Magandang Balita, ay tatanggap sa buhay na ito ng isandaang ulit pa ng mga iyon; mga bahay, mga kapatid, mga ina, mga anak, at mga lupain, ngunit may kalakip na pag-uusig. At sa panahong darating, magtatamo siya ng buhay na walang hanggan'" (MBB).

Sa espiritwal na pakahulugan, ang ibig sabihin ng mga salitang "nag-iwan ng kanyang tahanan, o mga kapatid, mga magulang, mga anak, mga lupain, dahil sa akin at sa Magandang Balita" ay hindi ka na naghahangad ng mga makamundong bagay, pinuputol mo na ang mga ugnayang nakabase sa laman, at minamahal mo ng Diyos, na isang Espiritu, nang higit sa lahat ng anupaman.

Siyempre, hindi naman ito nangangahulugang hindi mo minamahal ang ibang tao dahil mas minamahal mo ang Diyos. Sinasabi sa atin ng 1 Juan 4:20-21 ang tungkol dito, *"Ang nagsasabing 'Iniibig ko ang Diyos,' subalit napopoot naman sa kanyang kapatid ay sinungaling. Kung ang kapatid na kanyang nakikita ay hindi niya magawang ibigin, paano niya maiibig ang Diyos na hindi nakikita? Ito ang utos na ibinigay sa atin ni Cristo: ang umiibig sa Diyos ay dapat ding umibig sa kanyang mga kapatid"* (MBB).

Sinasabi ng mga tao na isinisilang ng mga magulang ang katawan ng kanilang mga anak. Binubuo ang tao sa sinapupunan sa pagsasanib ng semilya mula sa kanyang mga magulang. Ngunit ang semilya ng mga magulang ay ginawa ng Diyos, ang Manlilikha, at hindi ng mga magulang mismo.

Dagdag pa rito, ang katawang nakikita ay magiging sandakot na lupa matapos nating mamatay. Sa katunayan, ang katawan ay bahay lamang kung saan ay nananahan ang kaluluwa at espiritu. Ang tunay na tagapanguna ng tao ay ang kanyang espiritu, at ang Diyos mismo ang nagkokontrol ng espiritu. Kaya naman, dapat nating mahalin ang Diyos nang higit sa kahit anupaman kung nauunawaan natin na ang Diyos lamang ang maaaring makapagbigay ng totoong buhay, buhay na walang-hanggan at Langit sa atin.

Ako ay naglakbay at nakarating sa may pinto ng kamatayan sapagkat pitong taon akong dumanas ng lahat ng klase ng sakit nang hindi napapagaling. Dahil sa himala, ganap akong gumaling nang makilala ko ang Diyos na Buháy. Mula noon, minahal ko na Siya nang higit sa kahit anupaman, at tumanggap ako ng napakaraming pagpapala.

At higit sa lahat, napatawad na ang lahat ng mga kasalanan ko, at natamo ko ang kaligtasan at buhay na walang-hanggan. Dagdag pa rito, lahat ng bagay ay naging mabuti para sa akin, at nagtamasa ako ng mabuting kalusugan habang patungo sa mabuting kalagayan ang aking buhay espiritwal. Di nagtagal, tinawag ako ng Diyos na maging lingkod Niya upang magmisyon sa daigdig, at binigyan Niya ako ng kapangyarihan para gawin ito.

Ipinahayag din Niya sa akin ang mga bagay na magaganap pa lamang. Nagpadala rin Siya sa akin ng maraming magagaling na ministro at matatapat na manggagawa sa simbahan, at ipinahintulot Niyang lumago nang lumago ang aming simbahan, nang sa ganoon ay aking matamo ang malaking pagpapala ng Diyos.

Samantala, pinagpala Niya akong mahalin ng mga miyembro ng aming iglesya pati na rin ng mga di-mananampalataya. Ginabayan Niya ang pamilya ko upang mahalin Siya nang higit sa kahit anuman o sinuman, at lubusan Niyang iningatan sila mula sa lahat ng uri ng sakit at sakuna. Mula nang tinanggap nila ang Panginoon, wala kahit isa sa kanila ang uminom ng gamot o naospital. Sa ganitong paraan, labis na pinagpala Niya ako, at hindi ako nagkulang sa kahit na anong bagay.

Pagiging ganap sa espiritwal na pag-ibig

Kung mahal mo ang Diyos nang higit sa anumang bagay, mamumuhay ka sa kasaganaan, sapagkat ginagabayan ka Niya sa lahat ng pagkakataon, at ang tunay na kaligayahan mula sa itaas ay dumarating sa puso mo nang buong-buo.

Dahil dito, kabahagi ka sa nag-uumapaw na pag-ibig na ito sapagkat ganap na dumarating sa iyo ang espiritwal na pag-ibig. Makakayanan mong mahalin ang lahat ng tao nang walang-pagbabagong pag-ibig magpakailanman sapagkat wala nang kahit na anong bahid ng kasamaan sa isip mo.

Ipinapaliwanag nang madetalye ang espiritwal na pag-ibig sa 1 Corinto 13:4-7:

> *"Ang pag-ibig ay matiyaga at magandang-loob, hindi mainggitin, hindi mayabang ni nagmamataas man, hindi magaspang ang pag-uugali, hindi makasarili, hindi magagalitin, o mapagtanim sa kapwa. Hindi niya ikinatutuwa ang gawang masama, ngunit ikinagagalak ang katotohanan. Ang pag-ibig ay mapagpatawad, mapagtiwala, puno ng pag-asa, at mapagtiis hanggang wakas"* (MBB).

Sa kasalukuyang panahon, marami ang di-pagkakasundo, sigalot, at pagtatalo sa ating daigdig, at ang pag-aaway sa pagitan ng mag-asawa o ng mga magkakasama sa isang bahay sapagkat walang espiritwal na pag-ibig sa kanila. Palagi silang nagkakabanggaan, at hindi sila magkaroon o hindi nila mapanatili ang isang matamis at mapayapang tahanan sapagkat nais ng bawat isa na igiit na siya lamang ang tama, at nais nila na sila lamang ang mamahalin.

Ngunit kung matututunan ng mga taong mahalin ang Diyos nang higit sa anupaman, matatamo nila ang espiritwal na pag-ibig sa pamamagitan ng pagwawaksi sa pag-ibig na makamundo. Ang makamundong pag-ibig ay pabago-bago at naghahangad para sa sarili, samantalang inilalagay muna ng pag-ibig na espiritwal ang kanyang kapwa sa isip nang may kababaang-loob. Iniisip din nito ang ikabubuti ng ibang tao bago ang sariling benepisyo. Kung meron kang ganitong espiritwal na pag-ibig, tiyak na mapupuno ang tahanan mo ng kaligayahan at magandang ugnayan.

Tulad ng kadalasang nangyayari, uusigin ka ng sarili mong pamilya o mga kaibigan na di-nananalig sa Diyos kapag sinimulan mong mahalin ang Diyos (Marcos 10:29-30). Ngunit hindi ito magtatagal. Kapag nasa mabuting kalagayan ang iyong buhay espiritwal at narating mo na ang ikaapat na lebel ng pananampalataya, ang pag-uusig ay magbabagong-anyo bilang mga pagpapala, at mamahalin at pupurihin ka ng mga taga-usig.

Sa 2 Corinto 11:23-28, inilalarawan kung gaano katindi ang pag-uusig na dinanas ng apostol Pablo habang nangangaral siya ng ebanghelyo para sa Panginoon. Higit siyang naglingkod sa Panginoon kaysa sinuman, ibinilanggo sa mas maraming pagkakataon, hinagupit nang mas matindi, at paulit-ulit na napunta sa bingit ng kamatayan. Ganunpaman, nagpasalamat si Pablo at nagalak sa halip na magdalamhati.

Ganoon din, kapag narating mo ang ikaapat na lebel ng pananampalataya, kung saan ay minamahal mo ang Diyos nang higit sa anumang bagay, kahit na dumaan ka pa sa libis ng kamatayan, ang lugar na iyon ay maaaring maging Langit at ang pag-uusig ay magiging mga pagpapala sapagkat kasama mo ang Diyos.

Sa Mateo 5:11-12, sinasabi sa atin ni Jesus, *"Mapalad ang mga nilalait at inuusig ng mga tao, at pinaparatangan ng lahat ng uri ng kasamaan na pawang kasinungalingan nang dahil sa akin. Magsaya kayo at magalak sapagkat malaki ang inyong gantimpala sa langit. Gayundin ang ginawa ng mga tao sa mga propetang nauna sa inyo"* (MBB).

Kaya, kailangan mong maunawaan na kahit na dumating sa iyo ang mga pagsubok at problema dahil sa Panginoon, kapag nagalak ka at nagsaya, hindi ka lamang tatanggap ang pag-ibig, pagkilala at gantimpala sa Langit, kundi maka-isandaang ulit ang matatanggap mo sa kasalukuyang panahon.

Ang bunga ng Banal na Espiritu at ang "mga pinagpala"

Kapag marating mo ang ikaapat na lebel ng pananampalataya, magiging masagana ang pamumunga mo ng siyam na bunga ng Banal na Espiritu, at magsisimula nang maranasan mo ang mga pagpapala ng "mga mapapalad" o "mga pinagpala." Sinasabi sa atin sa Galacia 5:22-23 ang siyam na bunga ng Banal na Espiritu: *"Subalit ang bunga ng Espiritu ay pag-ibig, kagalakan, kapayapaan, katiyagaan, kabaitan, kabutihan, katapatan, kahinahunan, at pagpipigil sa sarili. Walang utos laban sa mga ito"* (MBB).

Ang bunga ng Banal na Espiritu ay ang pag-ibig ni JesuCristo na nagbibigay ng tubig sa kaaway kapag siya ay nauuhaw, at pinapakain siya kapag nagugutom. Kapag ipinamunga mo ang bunga ng kagalakan, darating sa iyo ang tunay na kapayapaan at kasiyahan, sapagkat kabutihan at kagandahan lamang ang hinahanap at nililikha mo. Payapa rin ang malinis na pakikipag-ugnayan mo sa lahat ng tao kapag namunga ka ng kapayapaan.

Dagdag pa rito, walang patid kang nananalangin nang may pasasalamat at galak kasama ang bunga ng pagtitiyaga kahit na may dumating na pahirap at mga pagsubok sa iyo. Mula sa bunga ng kagandahang-loob, patatawarin mo ang mga bagay na ginawa sa iyo at ang mga taong mahirap patawarin, mauunawaan mo ang mga bagay na hindi mo maintindihan, at aalagaan mo ang iyong kapwa nang sa ganoon ay magiging higit na masagana sila kaysa iyo. Mula sa bunga ng kabutihan, iwawaksi mo ang bawat uri ng kasamaan, hahangarin mo ang ganda ng kabutihan, at hindi mo babalewalain o sasaktan ang mga damdamin ng ibang tao.

Mula sa bunga ng katapatan, ganap mong susundin ang Salita ng Diyos, at magiging matapat ka sa Panginoon hanggang sa punto ng pagsuko ng sarili mong buhay sapagkat inaasam mo ang korona ng buhay. Mula sa bunga ng kahinahunan na sinlambot ng bulak, ibabaling mo pa ang iyong kaliwang pisngi kapag sinampal ka sa kanan, at tatanggapin mo ang sinuman nang may pagmamahal at habag.

At panghuli, mula sa bunga ng pagpipigil sa sarili, susundin mo ang iniutos ng Diyos nang walang katigasan ng ulo o pagtangi, at tutuparin mo ang kalooban ng Diyos sa isang maganda at maayos na paraan.

Dagdag pa rito, makikita mong pati na ang mga ugali ng "mga mapapalad," na inilalarawan sa Mateo na hindi nasisira, walang-pagbabago, at magpakailanman ay magsisimula ring mapasaiyo.

Kapag masagana mong ipinamumunga ang bunga ng Banal na Espiritu at ang pag-uugali ng "mga mapapalad" ay napapasaiyo, nalalapit ka na sa ikalimang lebel ng pananampalataya, kung saan ay dadalhin ka sa daan ng kasaganaan at ibibigay sa iyo pati na ang mga bagay na pinapangarap mo pa lamang.

Para marating mo ang tuktok na isang bundok, kailangan mong akyatin ito nang paisa-isang hakbang. Sa tugatog, makadarama ka ng kaginhawahan at kaaya-ayang damdamin kahit na naging mahirap na mahirap ang iyong naging paglalakbay. Ang mga magsasakang umaasa ng masaganang anihan ay magtitiyaga, sapagkat naniniwala silang aani sila ayon sa pagpapawis nila. Ganoon din, aanihin natin ang mga pagpapalang ipinangako ng Diyos sa atin sa Biblia kapag namuhay tayo sa katotohanan.

Nawa'y tamasahin mo ang pananampalatayang nagmamahal sa Diyos nang higit sa lahat dahil sa iyong pagwawaksi ng mga kasalanan mo sa pamamagitan ng pagsisikap na labanan ang mga ito, at namumuhay ka ayon sa kalooban ng Diyos. Sa ngalan ng ating Panginoon, ito ang panalangin ko!

Kabanata 8

Pananampalatayang Nagbibigay-Lugod sa Diyos

Ang Sukat ng Pananampalataya

1
Ang Ikalimang Lebel ng Pananampalataya
2
Pananampalatayang Magsakripisyo ng Sariling Buhay
3
Pananampalatayang Nakakapagpakita ng mga Kababalaghan at Tanda
4
Katapatan sa Buong Sambahayan ng Diyos

Mga minamahal, kung hindi tayo inuusig ng ating mga budhi, panatag ang ating loob na makalalapit sa Diyos. Tinatanggap natin ang anumang ating hingin sa kanya, sapagkat sinusunod natin ang kanyang mga utos at ginagawa ang nakalulugod sa kanya.

(1 Juan 3:21-22, MBB)

Ang mga magulang ay punong-puno ng kaligayahan at pagmamalaki sa kanilang mga anak kapag ang mga ito ay sumusunod, gumagalang at nagmamahal sa kanila mula sa kanilang puso. Di lamang ibinibigay ng mga magulang ng ganitong mga anak kung ano ang hingin nila. Bukod dito, sinisikap din nilang ibigay pati na rin ang hindi nila hinihingi sa pamamagitan ng pag-alam ng kung ano ang kailangan nila.

Sa ganito ring sabi, kapag sinunod mo ang Diyos at binigyan mo Siya ng kasiyahan, tatanggapin mo mula sa Kanya hindi lamang ang anumang hingin mo kundi pati na rin ang anumang hilingin ng puso mo, sapagkat ang Diyos ay lubos na nalulugod sa pananampalataya mo at nagmamahal sa iyo. Talaga ngang walang anumang bagay na imposible kapag meron kang ganitong kaugnayan sa Kanya.

Ngayon, tingnan nating mabuti ang pananampalatayang nakakalugod sa Diyos at ang mga paraan kung paano natin matatamo ito.

1. Ang Ikalimang Lebel ng Pananampalataya

Ang pananampalatayang naghahangad na bigyang-kasiyahan ang Diyos ay mas mataas sa pananampalatayang nagmamahal sa Diyos nang higit pa sa lahat. Kung ganoon, ano ang pananampalatayang naghahangad na bigyan Siya ng kasiyahan? Sa paligid natin, may nakikita tayong mga anak na tunay na magmamahal sa mga magulang nila at sumusunod sa kalooban nila, sapagkat nauunawaan nila ang puso ng mga magulang sa lahat ng bagay. Mabibigyang-kasiyahan mo lamang ang mga magulang mo kapag naunawaan mo ang dimensyon ng pagmamahal na nakapagbibigay-siya. Kapag nagkaganito, mauunawaan mo rin ang pananampalatayang nagbibigay-siya sa Diyos.

Anong uri ng pag-ibig ang maaaring magbigay-kasiyahan sa Diyos?

May mga kuwentong-bayan sa Korea tungkol mga masusunuring anak na lalaki o babae na nagbigay-lugod sa mga magulang o ng mga babaing-manugang sa mga biyenan nila dahil sa mga ginawa nilang pagpapakita ng pagmamahal. Naaantig rin dito ang Langit. Halimbawa, may isang kuwento tungkol sa isang anak na lalaking nag-aalaga ng kanyang matandang ina na nakaratay dahil sa sakit. Ginawa na niya ang lahat ng makakaya niya para gumaling ang kanyang ina pero walang buting nagawa ito.

Isang araw, may narinig ang anak na payo na maaaring gumaling ang kanyang matandang inang maysakit kung makakainom ito ng dugo mula sa daliri. Kusang-loob na hiniwa ng anak ang daliri niya, at ipinainom sa ina ang kanyang dugo. At di nagtagal, gumaling nga ang ina. Siyempre, walang patunay mula sa siyensya na makakapagpalakas nga ng taong maysakit ang dugo ng tao. Ngunit ang mapagsakripisyong pag-ibig at marubdob na hangarin ng anak ay umantig sa Diyos upang bigyan siya ng biyaya, tulad nga ng sinasabi sa atin ng isang kasabihan sa Korea, "Inaantig ng katapatan ang langit."

May isa pang nakaaantig na kuwento ng isang anak na lalaki na nag-aalaga ng mga magulang niyang maysakit. Nagtungo siya sa pusod ng bundok sa kalagitnaan ng taglamig, lumusong siya sa makapal na yelo na mataas pa sa tuhod para maghukay ng isang kakaiba at mahiwagang uri ng halaman at ng bunga na sinasabing mabuti para sa kanyang mga magulang na maysakit.

Meron pang isang kuwento tungkol sa mag-asawang matapat na naglingkod sa mga matatanda nilang magulang. Araw-araw nilang binibigyan ang mga ito ng masasarap na pagkain kahit na madalas na sumasala sila sa pagkain, pati na rin ang mga anak nila.

Pero ang mga tao sa ating kasalukuyang panahon? May ilan na atubili kung magbigay, pinagdadamutan ang mga magulang nila, tinatago nila ang masasarap na pagkain para ibigay sa mga anak nila. Hindi mo masasabing ito ay pag-ibig kung ibinubuhos nga nila ang pagmamahal nila sa mga anak nila, pero nakakalimot naman nilang pagpalain at mahalin ang sarili nilang mga magulang. Ang mga tunay na nagmamahal sa mga magulang nila ay maghahain sa kanila ng masasarap na pagkain, at maaari pa ngang itago sa kanila na nagugutom na ang mga sarili nilang anak. Kaya mo bang magsakripisyo para sa mga magulang mo sa ganitong paraan?

Kaya naman, kailangang malaman mo ang isang maliwanag na pagkakaiba ng pag-ibig na magalak na sumusunod at nagpapasalamat, at ng pag-ibig na nagbibigay-siya sa mga magulang. Kung sa nakaraan ay hindi na madaling makahanap ng mga anak na mapagmahal at nagbibigay-lugod sa mga magulang, lalo na ngayong mahirap maghanap ng mga ganitong anak, sapagkat umaapaw na sa kasalukuyang panahon ang kasalanan at kasamaan.

Katulad rin ito ng pagmamahal ng mga magulang, na sinasabing ang pinakamaganda at pinakadakilang uri ng pagmamahal. Ngunit, maging ang nanay ko, na tunay na nagmamahal sa akin, ay mapait na nagsabi sa akin habang iyak siya nang iyak, "Sige, anak, pwede ka nang mamatay. Ituring mo na itong pagganap ng tungkulin mo sa akin bilang anak ko." Sinabi niya ito sapagkat ilang taon na akong maysakit, at wala nang pag-asa na gagaling pa ako.

Ngunit paano ipinakita ng Diyos ng pag-ibig ang pagmamahal Niya para sa atin? Hindi lamang Niya ibinigay sa atin ang nag-iisa Niyang anak para mamatay sa krus upang mabuksan ang daan ng kaligtasan at kalangitan para sa atin, kundi ibinigay Niya pati na rin ang pag-ibig Niyang walang-katapusan.

Sa kaso ko, magmula nang makilala ko ang Diyos, palagi ko nang nadarama at napapatunayan ang nag-uumapaw na pag-ibig Niya kaya naunawaan ko ang pag-ibig Niya mula sa kaibuturan ng puso ko, at mabilis akong lumago sa pananampalataya hanggang sa lubos na hangganan nito. Natutunan kong Siya ang mahalin nang higit sa kahit na anupamang bagay, at natamo ko rin ang pananampalatayang nakakapagbigay-lugod sa Diyos.

Pagkakaroon ng pananampalatayang nagbibigay-lugod sa Diyos

Sa Awit 37: 4, ipinapangako ng Diyos sa atin, *"Sa Diyos mo hanapin ang kaligayahan at ang pangarap mo'y iyong makakamtan"* (MBB). Kung ang Diyos ay binibigyan mo ng kasiyahan, ibibigay Niya sa iyo hindi lamang ang anumang hilingin mo kundi pati na rin ang lahat ng pinapangarap mo sa iyong puso.

Noong nagsisimula pa lang ako ng iglesya, mga US $10 lamang ang pera ko. Pero nang manalangin ako nang may pananampalataya, biniyayaan ako ng Diyos para makaupa ng isang gusaling halos 900 square-feet ang sukat para makapagsimula ng isang iglesya. Sa simula pa lamang ay nananalangin na rin ako nang may malaking bisyon para magmisyon sa buong daigdig, at nagpadala naman ang Diyos ng isang malaking church revival at mga pagpapalang hustong takal, siksik, liglig at umaapaw.

Ganoon din, ang lahat ng bagay ay posible para sa iyo kapag meron kang pananampalatayang nakakalugod sa Diyos, sapagkat ipinapaalala sa atin ni Jesus sa Marcos 9:23, *"Kahit ano ay maaaring mangyari, para sa taong may pananampalataya"* (ASNB). Binabanggit din sa buong Deuteronomio 28 na pagpapalain Niya ang gagawin mo, at ikaw ay magpapahiram sa marami pero hindi ka manghihiram kahit kaninuman, at gagawin kang tagapanguna ng Panginoon. Dagdag pa rito, binibigyan ka ng katiyakan sa Marcos 16 tungkol sa mga palatandaan na magsisilbing patunay sa iyong pagiging isang mananampalataya.

Ipinapangako rin ni Jesus sa Juan 14:12-13 ang mga pagpapalang hindi mo maiisip. Basahin mo ang mga talatang ito para makita mo kung ano ang mga pagpapalang susunod sa iyo kapag binibigyang-lugod mo ang Diyos sa iyong pananampalataya:

Buong tapat na sinasabi ko sa inyo: ang sumasampalataya sa akin ay makagagawa rin ng mga

> *ginagawa ko, at higit pa sa mga iyon dahil pupunta na ako sa Ama. Gagawin ko kahit ano ang inyong hingin sa aking pangalan upang maluwalhati ang Ama sa Anak* (ASNB).

Mga pagpapalang ibinigay kay Enoc

Sa Biblia, marami tayong makikitang mga ninuno sa pananampalataya na nagbigay-lugod sa Diyos. Ano ang ginawa ni Enoc na binabanggit sa Hebreo 11:5 para mabigyang-lugod ang Diyos, at anong mga pagpapala ang tinanggap niya?

> *Dahil sa pananampalataya, si Enoc ay kinuha mula sa buhay na ito kaya hindi na niya naranasan ang kamatayan. Bago kinuha, ipinahayag siyang kalugud-lugod sa Diyos. Kung walang pananampalataya, hindi tayo kalulugdan ng Diyos, sapagkat ang sinumang lumalapit sa Kanya ay dapat maniwalang may Diyos na nagbibigay ng gantimpala sa mga humahanap sa Kanya nang buong puso* (ASDP).

Inilalarawan sa Genesis 5:21-24 si Enoc bilang isa sa mga taong nagbigay ng lugod sa Diyos, sapagkat siya ay napabanal na sa gulang na 65, at naging matapat siya sa buong sambahayan ng Diyos. Namuhay si Enoc nang kasama ang Diyos sa loob ng 300 taon, nakibahagi sa pagmamahal Niya, at hindi niya naranasan ang kamatayan, sapagkat kinuha na siya ng Diyos mula sa buhay na ito. Nagtamasa siya ng masaganang pagpapala, at siya ay naninirahan ngayon sa tabi ng trono ng Diyos, nakikibahagi sa pag-ibig Niya nang lubos-lubusan.

Katulad nito, posible ring mailipat sa Langit nang di-dumaranas ng kamatayan kung nasa iyo ang pananampalatayang nakalulugod sa Diyos. Ang propetang si Elias ay hindi rin dumanas ng kamatayan kundi inilipat sa Langit sapagkat nagpatotoo siya tungkol sa Diyos na buhay, at naligtas ang maraming tao mula sa pagpapakita niya sa kanila ng mahimalang kapangyarihan ng Diyos sa pamamagitan ng kanyang pananampalatayang nagbibigay-lugod sa Diyos.

Naniniwala ka bang may Diyos at ginagantimpalaan Niya ang mga masigasig na naghahanap sa Kanya? Kung mayroon kang pananampalatayang katulad nito, dapat lamang na ganap na mapabanal ka at ialay mo ang buong buhay mo para lamang matupad mo ang mga tungkuling ibinigay sa iyo ng Diyos.

2. Pananampalatayang Magsakripisyo ng Sariling Buhay

Inutos sa atin ni Jesus sa Mateo 22:37-40 ang sumusunod:

"Ibigin mo ang Panginoon mong Diyos nang buong puso, nang buong kaluluwa, at nang buong pag-iisip. Ito ang pinakamahalagang utos. Ito naman ang pangalawa: Ibigin mo ang iyong kapwa gaya ng iyong sarili. Sa dalawang utos na ito nakasalalay ang buong Kautusan ni Moises at ang turo ng mga propeta" (MBB).

Ayon sa sinasabi ni Jesus, nabibigyang-lugod ang Diyos ng mga taong nagmamahal sa Kanya hindi lamang sa pamamagitan ng pagmamahal sa Kanya nang buong puso, kaluluwa at isip, kundi pati na rin sa pagmamahal nila sa kanilang kapwa gaya nang kanilang mga sarili. Maaari mong tawagin ang ganitong pananampalatayang-nagmamahal-sa-Diyos bilang "pananampalataya ni Cristo" o "ganap na pananampalatayang espiritwal" sapagkat ang pananampalatayang ito ay may sapat ng katatagan para walang-panghihinayang na ialay mo ang sarili mong buhay para kay JesuCristo.

Pananampalatayang isakripisyo ang buhay para sa kalooban ng Diyos

Lubusang sinunod ni Jesus ang kalugod-lugod na kalooban ng Diyos. Ipinako Siya sa krus, naging kauna-unahang bunga Siya ng muling-pagkabuhay at ngayon ay nakaupo sa tabi ng trono ng Diyos, at ang lahat ng ito ay sapagkat nagkaroon Siya ng pananampalatayang lubusang isakripisyo ang sarili Niya hanggang sa punto ng pag-aalay ng sarili Niyang buhay, na lampas-lampas sa ganap na pagsunod. Kaya naman, nagpapatotoo ang Diyos tungkol kay Jesus, *"Ito ang minamahal kong Anak na lubos kong kinalulugdan!"* (Mateo 3:17; 17:5, MBB) at *"Naririto ang lingkod ko na ako rin ang humirang. Minamahal ko nang labis, lubos kong kinalulugdan"* (Mateo 12:18, MBB).

Sa loob ng buong kasaysayan ng simbahan, marami nang mga naging ninuno ng pananampalataya na walang-panghihinayang na nag-alay ng kanilang buhay nang tulad ni Jesus, para lamang sa kalugod-lugod na kalooban ng Diyos. Maliban pa kina Pedro,

Santiago at Juan na sumunod kay Jesus sa lahat ng panahon, marami ang nag-alay ng buhay nila para kay JesuCristo nang walang pag-aatubili o pagdadalawang-isip. Namatay si Pedro sa krus nang patiwarik, pinugutan si Santiago. Si Juan naman ay inilagay sa kumukulong kaldero ng langis pero hindi siya namatay; siya ay ipinatapon sa isla ng Patmos.

Nagpupuri sa Diyos ang maraming mga Cristianong namatay sa Coliseum sa Roma habang pinapakain sila sa mga leon. Maraming iba pa ang kumapit sa pananampalataya nila sa habang-buhay nilang pagtira sa mga Catacomb, libingan sa ilalim ng lupa, kung saan ay hindi sila nasisikatan ng araw. Ikinalugod ng Diyos ang pananampalataya nila sapagkat namuhay sila nang katulad ng inuutos sa Kasulatan: *"Kung tayo'y nabubuhay, nabubuhay tayo para sa Panginoon, at kung tayo's namamatay, namamatay tayo para sa Panginoon. Kaya nga, sa mabuhay o sa mamatay, tayo'y sa Panginoon"* (Roma 14:8, MBB).

Noong 1992, dinugo ako sa ilong dahil sa sobrang pagod at kawalan ng tulog at pahinga. Halos lahat na ng dugo ko ay tumagas mula sa aking katawan. Dahil dito, di nagtagal at nalagay ako sa kritikal na kondisyon. Unti-unti akong nawalan ng malay at sa kalaunan, nakarating ako sa bingit na kamatayan.

Sa pagkakataong iyon, naramdaman kong malapit na akong humimlay sa mga bisig ni Jesus, ngunit wala akong balak na umasa sa pagpapagaling na mula sa mga gamot. Hindi ko man lamang inisip na magpatingin sa isang doktor para sa pagdurugo ko sa ilong. Hindi ako nagpunta sa ospital o nanalig sa anumang uri ng lunas sa mundo, kahit na humaharap na ako sa kamatayan sapagkat nagtitiwala ako sa Diyos na makapangyarihan sa lahat na Siyang Ama ko. Hindi rin ako itinulak ng mga kapamilya at kasama ko sa simbahan na magpatingin sa isang ospital. Kilalang-kilala na nila ako na palagi kong itinatalaga ang buong buhay ko sa Diyos, hindi sa daigdig o sa sinumang tao.

Kahit na noong nawalan ako ng malay sanhi ng labis na pagdurugo, nagpasalamat ang puso ko sa Diyos dahil niyayapos ako ng mga braso ni Jesus, at nakahimlay ako doon. Ang tanging pag-asa ko ay makikita ko na ang Panginoong Jesus.

Ngunit ipinakita sa akin ng Diyos sa isang bisyon kung ano ang mangyayari sa simbahan kapag patay na ako. May ilang mga tao ang mananatili sa simbahan at mananatili sa pananampalataya nila, samantalang marami naman sa kanila ang magbabalik sa mundo, iiwanan ang Diyos at magkakasala laban sa Kanya.

Nang makita ko ito, hindi na ako makapahinga sa mga bisig ni Jesus. Sa halip, taimtim kong hiniling sa Diyos na palakasin Niya ako, sapagkat nakadama ako ang malalim na pagkalungkot para sa mga taong babalik sa mundo. Sa tulong ng Diyos na nagpagaling sa akin, bumangon ako sa higaan at dali-daling umupo kahit na muntik na akong mamatay at namumutla.

Nang nagkamalay uli ako, nakita kong lumuha sa tuwa ang maraming manggagawa sa simbahan. Paano naman sila di maaantig pagkatapos nilang maranasan ang kamangha-mangha at makapangyarihang ginawa ng Diyos para buhayin ang isang taong patay na?

Sa ganitong paraan, nalulugod ang Diyos, at mabilis Niyang sinasagot ang mga taong nagpapakita ng kanilang pananampalataya sa pamamagitan ng walang-panghihinayang na pag-aalay pati na ng buhay nila. Dahil sa mga martir sa unang iglesya, mabilis na kumalat ang ebanghelyo sa buong mundo. Maging sa Korea, ang dugo ng mga martir ay nakatulong sa mabilis na pagkalat ng ebanghelyo.

Pananampalataya sa pagsunod ng buong kalooban ng Diyos

Mababasa sa 1 Tesalonica 5:23, *"Pakabanalin nawa kayong lubos ng Diyos na bukal ng kapayapaan. Ingatan nawa niyang ganap at walang dungis ang inyong espiritu, kaluluwa at katawan hanggang sa bumalik ang ating Panginoong Jesu-Cristo"* (ASNB). Dito, ang tinutukoy na "ganap at walang dungis na espiritu" ay ang kalagayan ng ganap na pagkakaroon ng pusong katulad ng puso ni JesuCristo.

Ang taong may ganap na espiritu ay isang taong namumuhay ayon lamang sa kalooban ng Diyos, sapagkat may kakayahan siyang palaging marinig ang tinig ng Banal na Espiritu, at ang puso niya mismo ay umaayon na sa katotohanan sa pamamagitan ng lubusang pagtupad sa Salita ng Diyos. Maaari ka ring maging isang taong espiritwal at matamo ang saloobin ni Jesus kapag lubusan ka nang napabanal sa iyong pagwawaksi ng bawat uri ng kasamaan. Ito'y sa pamamagitan ng iyong pakikipagbuno laban sa anumang kasalanang matatagpuan sa iyo.

Dagdag pa rito, kapag nagpatuloy ang taong espiritwal sa pag-aplay ng Salita ng Diyos sa kanyang sariling buhay, lubusan siyang pamamahalaan ng katotohanan hindi lamang sa puso niya kundi pati na rin sa buong buhay niya.

Kaya maaari mong tawagin ang ganitong uri ng pananampalataya bilang "ganap na pananampalataya" o "perpektong espiritwal na pananampalataya ni JesuCristo." Matatamo ang ganitong uri ng pananampalataya kapag meron kang pusong tapat tulad ng inilalarawan sa Hebreo 10:22: *"Lumapit tayo sa Diyos nang may pusong tapat at may matibay na pananampalataya sa kanya. Lumapit tayong may malinis na budhi sapagkat nilinis na ang ating mga puso at hinugasan na ng dalisay na tubig ang ating mga katawan"* (ASDP).

Ngunit hindi naman ito nangangahulugan na kaya mong pantayan si JesuCristo kahit nasa iyo ang saloobin ni Jesus at magkaroon ka ng pananampalataya ni Cristo. Halimbawang labis na iginagalang ng isang anak ang kanyang ama at sinisikap na tularan siya. Maaari niyang makatulad ang ugali o personalidad ng tatay niya, pero kahit kailan ay hindi siya magiging ang tatay niya.

Sa ganito ring sabi, hindi ka kailanman magiging katulad ni JesuCristo. Nagtatag Siya ng espiritwal na kaayusan sa Mateo 10:24-25 nang ganito: *"Walang alagad na hihigit sa kanyang guro, o aliping hihigit sa kanyang panginoon. Sapat nang ang alagad ay matulad sa kanyang guro, at ang alipin ay matulad sa kanyang panginoon"* (ASDP).

Paano ang kaugnayan ni Moises, na nanguna sa mga Israelita palabas ng Egipto, at ni Josue, na naging kapalit ni Moises at nanguna sa mga tao patungo sa Canaan? Hinati ni Moises ang Dagat na Pula at pinalabas ang tubig mula sa isang malaking bato, ngunit si Josue ay hindi naman nasapawan sa paggawa ng mga himala ng Diyos: pinatigil niya ang pag-agos ng tubig ng Ilog ng Jordan habang nagbabaha ito; pinabagsak niya ang Jerico, at pinatigil ang araw at buwan nang halos isang buong araw. Ganoon pa man, hindi pa rin maaaring maging higit si Josue kay Moises na malinaw na nakipag-usap sa Diyos nang mukhaan.

Sa mundong ito, ang isang estudyante ay maaaring maging higit sa guro niya, ngunit imposible iyan sa larangang espiritwal. Ito ay sapagkat ang larangang espiritwal ay maiintindihan lamang sa tulong ng Diyos at hindi sa tulong ng mga aklat o karunungang makamundo. Kaya naman, ang taong hinubog ang espiritu ng isang espiritwal na pinuno ay hindi magiging higit sa kanyang guro na nakakabatid at gumagawa ng mga bagay sa kapangyarihan ng Diyos.

Sa Biblia, sa pagpanaw ni Elias, dobleng bisa ang tinanggap na kapangyarihan ni Eliseo at nakagawa siya ng mas maraming himala, ngunit hindi siya nakahihigit kay Elias na buha'y na inilipat sa Langit. Ganoon din naman, noong unang mga araw ng iglesya, marami ring ginawa si Timoteo para sa Panginoong Jesus, ngunit hindi siya makahihigit sa guro niyang si apostol Pablo.

Sapagkat walang limitasyon sa espiritwal na larangan, walang sinumang maaaring makaarok ng lalim nito. Kaya naman, maaari mo lamang malaman ang tungkol dito sa pamamagitan ng pagtuturo ng Diyos, hindi sa sarili mong kakayahan. Katulad din ito na hindi mo alam kung gaano kalalim ang dagat o kung anong uri ng mga halaman at hayop ang naninirahan sa ilalim nito. Pero, marami kang makikitang makukulay na isda at mga halaman kapag pumunta ka roon. Dagdag pa rito, makikita mo ang mga hiwaga ng dagat hanggang sa gusto kapag higit na malalim mong ginalugad ito. Ganoon din naman, kung mas malalim ang mapasok mo sa espiritwal na larangan, mas marami kang matututunan tungkol dito.

Ang Diyos mismo ang nagtuturo sa akin at nagpapahintulot na maunawaan ko ang larangang espiritwal upang makarating ako sa higit na malalim na antas ng larangang espirituwal. Pinangunahan Niya ako upang mismong maranasan ko ang larangang espiritwal. Ginagabayan at itinuturo Niya sa akin ang mga detalye tungkol sa sukat ng espiritwal na pananampalataya, at ginagamit ako na manguna sa maraming tao para marating nila ang mas malalim na lebel sa larangang espiritwal. Dahil may batid ka na tungkol dito, kailangang maging higit na maingat mong suriin ang sarili mo at sikaping matamo mo pa ang mas ganap na pananampalataya.

3. Pananampalatayang Nakakapagpakita ng mga Kababalaghan at Tanda

Kung meron kang ganap na pananampalataya dahil nananahan na ang katotohanan sa puso mo, patong-patong ang mga ipinapanalangin mo habang sinisikap mong mamuhay ayon sa kalugod-lugod na kalooban ng Diyos. Ito ay sapagkat kailangan mong tumanggap ng kapangyarihan para sa ganoon ay makapagligtas ka ng mas maraming mga kaluluwa, na sa tingin ng Diyos bawat isa sa mga ito ay higit pang mahalaga kaysa buong mundo.

Bakit ipinako si Jesus? Nais Niyang iligtas ang mga nawawalang kaluluwa na naglalaboy sa landas ng kasalanan upang sa halip ay gawin Niya silang mga anak ng Diyos.

Bakit sinabi ni Jesus, "Nauuhaw ako," habang duguang nakabitin Siya sa krus nang maraming oras sa ilalim ng matinding init ng araw? Sa sinabi Niyang ito, hindi hinihiling ni Jesus na pawiin ang pisikal Niyang pagkauhaw na dala ng pagbubuhos ng dugo Niya. Sa halip, nais Niyang ibsan ang espiritwal na pagkauhaw Niya sa pamamagitan ng bayad ng nabuhos Niyang dugo. Ito ay isang tapat na pagsusumamo sa atin na iligtas ang mga nawawalang kaluluwa at dalhin sila sa mga bisig ni Jesus.

Pagliligtas sa maraming tao gamit ang kapangyarihan

Kapag narating na ng isang tao ang ikalimang lebel ng pananampalataya kung saan ay nabibigyang-lugod niya ang Diyos, taimtim na niyang pinag-iisipan, Paano ko madadala ang maraming tao sa bisig ng Ama? Paano ko mapapalawak ang kaharian ng Diyos at ang Kanyang kabanalan? At talagang ibibigay niya ang lahat ng makakaya niya para matupad ito. Kaya naman sinisikap niyang mabigyang-lugod ang Diyos sa paggawa ng iba pang mga responsibilidad, dagdag sa lubusang pagtupad sa sariling mga tungkuling ibinigay sa kanya ng Diyos.

Ngunit maging ang ganitong kadedikadong nilalang ay hindi makakayanang magbigay-lugod sa Diyos nang hindi tumatanggap ng kapangyarihan sapagkat, tulad ng ipinapaalala sa atin sa 1 Corinto 4:20, *"Ang paghahari ng Diyos ay hindi sa salita kundi sa gawa"* (MBB).

Paano mo matatanggap ang kapangyarihan para madala ang maraming tao sa daan ng kaligtasan? Matatanggap mo lamang ito sa pamamagitan ng walang patid na pananalangin. Ito ay dahil ang pagliligtas ng mga kaluluwa ay hindi natatamo sa pananalita ng tao, kaalaman, karanasan, reputasyon, o otoridad kundi sa pamamagitan lamang ng kapangyarihang ibinibigay ng Diyos.

Kaya naman, ang mga nasa ikalimang lebel ng pananampalataya ay kailangang maging masigasig sa pananalangin para tumanggap ng kapangyarihang magagamit para makapagligtas ng mas maraming kaluluwa hangga't maaari.

Ang kaharian ng Diyos ay tungkol sa kapangyarihan

Minsan may nakilala akong isang pastor na hindi lamang maamo ang kanyang puso, kundi nagsisikap ding tuparin ang mga tungkulin niya, at nananalangin siya upang makapamuhay ayon sa Salita ng Diyos. Sa kabila ng lahat ng ito, hindi siya nakakitaan ng sapat na bunga tulad nang inaasahan. Ano ang dahilan? Kung tunay ngang minamahal niya ang Diyos, nararapat sanang isinuko niya ang buo niyang isip, kalooban, buhay, at pati na rin ang karunungan niya sa Diyos, ngunit hindi niya ginawa iyon. Dapat sana ay napagtanto niya na siya pa rin ang panginoon ng kanyang buhay, sa halip na pahintulutan niya ang Diyos na manguna sa kanya.

Hindi makagawa ang Diyos para sa kanya sapagkat hindi lubusang sumandig ang pastor na ito sa Diyos sa pagtupad ng kanyang mga tungkulin, kundi umasa siya sa sarili niyang kaalaman at kaisipan. Kaya naman, hindi niya naipakita ang paggawa ng Diyos na higit sa kakayahan ng tao, kahit na inani naman niya ang bunga ng kanyang pagsisikap.

Kaya naman kailangan mong manalangin, makinig sa tinig ng Banal na Espiritu, at magpagabay sa Banal na Espiritu, sa halip na manalig sa kaisipan, kaalaman, at karanasan ng tao sa iyong pagmiministeryo para sa Diyos. Kapag ikaw ay naging taong puspos ng katotohanan at lubusang pinangungunahan ng Banal na Espiritu, doon mo lamang mararanasan ang mapaghimalang mga gawain na nangyayari kasama ng kapangyarihang nanggagaling mula sa itaas.

Ngunit kapag umasa ka sa kaisipan at teorya ng tao, kahit na sa palagay mo'y alam mo na ang Salita ng Diyos, at nananalangin ka at ginagawa mo ang lahat ng makakaya mo sa pagtupad ng tungkulin mo, hindi ka sasamahan ng Diyos sapagkat sa tingin ng Diyos, ang ganyang saloobin ay pagmamataas. Kaya, kailangan mong lubusang iwaksi ang makasalanang kalikasan, taimtim na manalangin na maging taong ganap na espiritwal, at hingin mo ang kapangyarihan ng Diyos, sapagkat napagtanto mo na kung bakit nagpatotoo si apostol Pablo, "Araw-araw akong namamatay."

Kapag nanalangin ka sa inspirasyon ng Banal na Espiritu

Ang bawat taong tumanggap sa Panginoong Jesus ay kailangang manalangin, sapagkat ang panalangin ay paghingang espiritwal. Ngunit ang nilalaman ng panalangin ay iba-iba ayon sa lebel ng pananampalataya. Ang pangunahing ipinanalangin ng isang taong nasa una o ikalawang lebel ng pananampalataya ay para sa sarili niya, ngunit mahaba na ang 10 minuto para manalangin siya, sapagkat wala siyang gaanong bagay na maipapanalangin.

Ganoon din, hindi siya nananalangin nang may pananampalataya mula sa kaibuturan ng puso niya kahit na nananalangin siya para maghari ang Diyos at ang Kanyang matuwid na pamamaraan. Ngunit, kapag nakarating siya sa ikatlong lebel ng pananampalataya, magagawa na niyang manalangin para maghari ang Diyos at ang mga pamamaraan

Niyang matuwid nang higit pa sa paghingi ng para sa sarili niya.

Pero, paano naman siyang mananalangin kapag nakarating na siya sa ikaapat na lebel? Sa lebel na ito, ang ipinananalangin na lamang niya ay ang para sa kaharian at matuwid na pamamaraan ng Diyos, sapagkat ganap nang naiwaksi niya ang mga gawain at pagnanasa ng kanyang makasalanang kalikasan.

Hindi na niya kailangang manalangin para maiwaksi ang mga kasalanan niya, sapagkat namumuhay na siya ayon sa Salita ng Diyos. Mananalangin na siya sa Diyos tungkol sa iba pang bagay nang higit pa sa pamilya niya at sa kanyang sarili: ang kaligtasan ng mas marami pang tao, ang paglaganap ng kaharian at matuwid na pamamaraan ng Diyos, ang iglesya niya, mga manggagawa ng iglesya, at ang lahat ng mga kapatid sa pananampalataya. Walang patid siyang nananalangin, sapagkat batid niyang hindi siya makakapagligtas ng kahit na isang kaluluwa nang hindi tumatanggap ng kapangyarihan ng Diyos mula sa itaas. Taimtim din siyang nananalangin nang buo niyang puso, kaluluwa, isip, at lakas para sa kaharian at matuwid na pamamaraan ng Diyos.

Kapag narating naman niya ang ikalimang lebel ng pananampalataya, nakakapag-alay na siya ng mga panalangin na nakakalugod sa Diyos at panalangin ng pasasalamat na nakakaantig pati na sa Diyos na nasa Kanyang trono.

Noong nakaraan, marahil matagal pa bago siya makapanalangin nang puspos ng Banal na Espiritu, ngunit nararamdaman na niya ngayon na ang mga panalangin niya ay nakakarating sa Langit sa inspirasyon ng Banal na Espiritu sa sandaling lumuhod siya para manalangin.

Napakahirap manalangin para magwaksi ng mga sariling kasalanan. Ngunit hindi magiging mahirap kung mananalangin kang nananampalatayang matatanggap mo ang kapangyarihan ng Diyos para makapagligtas ng mga makasalanan at mabigyang-lugod ang Diyos, nang may kasamang nag-aalab na pag-ibig para sa Panginoon.

Pagpapakita ng mga tanda at kababalaghan

Maraming mahimalang tanda at kababalaghan ang maipapamalas ng isang taong palaging nanalangin nang taimtim at may nag-aalab na pagmamahal para makatanggap ng kapangyarihan ng Diyos. Pinatutunayan lamang nito na mayroon siyang pananampalatayang nagbibigay-lugod sa Diyos.

Maraming ginawang mahimalang tanda at kababalaghan si Jesus sa Kanyang pagmiministeryo at sinabi Niya sa Juan 4:48, *"Hangga't hindi kayo nakakakita ng mga tanda at kababalaghan ay hindi kayo sasampalataya"* (ASDP). Ito ay sapagkat madali Niyang nadala ang mga tao para manampalataya sa Diyos sa pamamagitan ng pagsasaksi Niya sa Diyos na buháy nang may kasamang mga mahimalang tanda at kababalaghan.

Sa ating panahon, pumipili rin ang Diyos ng mga nararapat na tao, at pinahihintulutan Niya silang gumawa ng mga mahimalang tanda at kababalaghan, at mga bagay na higit pang mas dakila sa mga ginawa ni Jesus (Juan 14:12). Sa aming simbahan pa nga lang, hindi na mabilang ang mga mahimalang tanda at kababalaghang naipakita na.

Ngayon, suriin natin ang mga mahimalang tanda at kababalaghang naipamalas sa pamamagitan ng mga taong may pananampalatayang nakalulugod sa Diyos. Una, kapag ipinamalas at ipinahayag ang kapangyarihan ng Diyos na lampas sa kakayahan ng tao, tinatawag natin itong "isang tanda." Halimbawa, makakakita ang bulag, makakapagsalita ang pipi, makakarinig ang bingi, makakapaglakad ang pilay, hahaba ang maikling paa, maitutuwid ang likod na kuba, at magiging normal ang may infantile paralysis o cerebral palsy.

Tungkol sa mga tanda, sinasabi sa atin ni Jesus sa Marcos 16:17-18:

> *Ang mga sumasampalataya ay magtataglay ng ganitong tanda ng kapangyarihan: sa pangalan ko'y magpapalayas sila ng mga demonyo at magsasalita ng ibang wika; sila'y hindi maaano dumampot man ng ahas o uminom ng lason; at gagaling ang mga maysakit na mapatungan ng kanilang mga kamay* (MBB).

Dito, ang "mga sumasampalataya" ay kumakatawan sa mga taong may "pananampalataya ng ama." Ang mga tandang tataglayin ng mga sumasampalataya ay maaaring ilagay sa limang kategorya, at madetalye ko ito ipapaliwanag sa susunod na kabanata.

Pangalawa, sa maraming mga gawa ng Diyos, ang "kababalaghan" ay ang pagpapabago ng isang tao ng klima na may-kinalaman sa pagpapagalaw ng mga ulap, pagpapahintulot ng langit na magkaroon o mapigil ang pag-ulan, paggalaw ng mga nilikha ng Diyos sa kalawakan tulad ng mga bituin, planeta, at araw at iba pang tulad nito.

Ayon sa Biblia, nagpadala ng Diyos ng kidlat at ulan nang

manalangin si Samuel (1 Samuel 12:18). Nang nanawagan ang propetang Isaias sa Diyos, alam nating pinabalik ng Diyos ng sampung hakbang ang anino ng araw sa orasan o sundial na pinagawa ni Ahaz (2 Hari 20:11). Taimtim ding nanalangin si Elias na huwag umulan, at hindi nga umulan sa lupa nang tatlo at kalahating taon. Nanalangin muli siya, at nagbigay ng ulan ang kalangitan (Santiago 5:17-18).

Ganoon din, dinadala ng Diyos ng pag-ibig ang mga tao sa landas ng kaligtasan sa pamamagitan ng pagpapakita sa kanila ng mga mapanghahawakan nilang mga mahimalang tanda at kababalaghan sa pamamagitan ng mga taong nararapat ayon sa pananaw ng Diyos. Kaya, kailangang maging matatag ang paniniwala mo sa Salita ng Diyos na nakasulat sa Biblia, at sikapin mong makamit ang pananampalatayang nakalulugod sa Diyos.

4. Katapatan sa Buong Sambahayan ng Diyos

Ang mga tao nasa una at pangalawang lebel ng pananampalataya ay maaaring pansamantalang makapasok sa ikalimang lebel ng pananampalataya. Ito ay kapag sa una, sa pagtanggap nila ng Banal na Espiritu, puspos na puspos sila sa Banal na Espiritu kaya naman hindi nila iniinda maging ang kamatayan, kundi puno sila ng pasasalamat, masipag silang manalangin, magpahayag ng ebanghelyo, at dumalo sa bawat pagtitipon sa simbahan. Natatanggap nila ang bawat bagay na hilingin nila sapagkat naroon sila sa ikaapat o ikalimang lebel ng pananampalataya kahit na pansandali lamang ang karanasang ito. Kapag nawala na ang kapuspusan ng Banal ng Espiritu, babalik na sila sa sarili nilang lebel na pananampalataya.

Kaya lang, hindi pabago-bago ang mga taong nasa ikalimang lebel ng pananampalataya. Ito ay sapagkat palagi silang puspos ng Banal ng Espiritu kaya ganap nilang nasusupil at napapamahalaan ang isip nila, at hindi namumuhay tulad ng mga taong nasa una o ikalawang lebel ng pananampalataya. Dagdag pa rito, tunay na pinalulugod nila ang Diyos sa pamamagitan ng pagiging matapat sa buong sambahayan Niya.

Sinasabi sa atin sa Mga Bilang 12:3 tungkol kay Moises, *"Si Moises naman ay mapagpakumbaba higit kaninumang nabuhay sa ibabaw ng lupa"* at may komento sa talata 7, *"Ngunit kaiba ang ginawa ko kay Moises sapagkat siya lamang ang lubos kong mapagtitiwalaan sa aking sambahayan"* (MBB). Sa pamamagitan nito, batid nating nasa ikalimang lebel ng pananampalataya si Moises kung saan ay nabibigyan niya ng lugod ang Diyos.

Ano nga ba ang ibig sabihin ng lubos na mapagtitiwalaan sa sambahayan ng Diyos? Bakit ang kinikilala lamang ng Diyos ay mga matapat sa buong sambahayan ng Diyos na katulad ni Moises bilang mga taong may pananampalatayang nakakalugod sa Kanya?

Ang kahulugan ng katapatan sa buong sambahayan ng Diyos

Ang taong "matapat sa buong sambahayan ng Diyos" ay may pananampalataya ni Jesus, o "ganap na pananampalatayang espirituwal"; ginagawa niya ang lahat ng bagay ayon sa saloobin ni JesuCristo. Ginagawa niya ang lahat ng bagay ayon sa puso ni

Cristo at sa puso ng Espiritu, nang di nakasandig sa mga naiisip o sa kanyang sariling kaisipan.

Sapagkat natamo na niya ang kaisipan ng kabutihan, ang isip ni Cristo, *"hindi siya makikipagtalo o mambubulyaw,... Hindi niya ipapahamak ang mahihina ang pananampalataya o pababayaan ang mga nawawalan ng pag-asa"* (Mateo 12:19-20, ASD). Ipinako na ng ganitong tao ang kanyang kasalanang likas kasama na ang mga silakbo ng damdamin at mga pagnanasa nito, upang maging matapat sa lahat ng mga tungkulin niya.

Wala nang anumang makasariling nalalabi sa kanya kundi ang puso na lamang ni Cristo –ang puso ng Espiritu—sapagkat iwinaksi na niya ang lahat ng makalaman sa kanya. Wala siyang pag-aasam sa karangalan, kapangyarihan at kayamanang makamundo.

Sa halip, nag-uumapaw ang puso niya sa pag-asa tungo sa mga bagay na pangwalang-hanggan: kung paano niya matatamo ang kaharian at kabanalan ng Diyos habang namumuhay siya sa mundong ito; kung paano siya magiging isang dakilang nilalang sa Langit at mamahalin ng Diyos Ama; at kung paano siya mamumuhay nang masaya sa magpakailanman sa pamamagitan ng pag-iimpok ng malalaking gantimpala sa Langit. Dahil dito, magiging matapat siya sa lahat ng mga tungkulin niya, sapagkat ang umaagos lamang mula sa kaibuturan ng puso niya ay alab at katapatan na maisakatuparan ang paghahari at matuwid na pamamaraan ng Diyos.

May pagkakaiba ang lebel ng pagsusumigasig ng mga tao na gumawa para sa kaharian at matuwid na pamamaraan ng Diyos. Kung ginagampanan lamang nila ang gawaing ibinigay sa kanila, tinutupad lamang nila ang personal nilang tungkulin.

Halimbawa, kung umupa ka ng isang tao, at ginawa niya ang pinapagawa mo ayon bayad sa kanya, hindi natin masasabing naging "matapat siya sa buong sambahayan" kahit na tapusin pa niyang mahusay ito. Sa pagiging "matapat sa buong sambahayan," tinutupad nang mabuti ng isang tao hindi lamang kung ano ang ibinigay na gawain niya, kundi ginagawa niya ang higit pa dito kahit gumugol pa siya ng sarili niyang materyal na pag-aari, at gagawin ito nang may katapatan, nang hindi lamang simpleng pagtatapos ng kung ano ang ipinagawa sa kanya.

Kaya, kahit na iwinaksi mo na ang mga kasalanan mo sa pamamagitan ng pakikipagtunggali laban sa mga ito kahit pa hanggang sa puntong dumanak ang sarili mong dugo dahil sa labis mong pagmamahal sa Diyos at matapat na pagtupad sa mga tungkulin mo mula sa pusong napabanal, hindi ka pa ring kikilalaning "matapat sa buong sambahayan ng Diyos." Kikilalanin ka lamang bilang "matapat sa buong sambahayan ng Diyos" kapag ganap ka nang napabanal at lubusan mong tinutupad ang tungkulin mo nang buong husay, nang higit pa sa pagtatapos lamang ng isang obligasyon, sa tulong ng pananampalataya ni Cristo, na naging masunurin hanggang sa punto ng kamatayan.

Pagiging matapat sa buong sambahayan ng Diyos

Nasa ikaapat na lebel ka ng pananampalataya kung minamahal mo si JesuCristo nang higit sa lahat, at nasasaiyo ang espiritwal na pagmamahal na inilalarawan sa 1 Corinto 13, at ipinamumunga mo ang bunga ng Banal na Espiritu na tinutukoy sa Galacia 5. Higit pa rito, nasa iyo na ang pananampalatayang nagbibigay-lugod sa Diyos kung meron kang pag-uugali ng "mga mapapalad" sa Mateo 5, at matapat ka sa buong sambahayan ng Diyos. Bakit ganito?

May pagkakaiba sa pagitan ng pag-ibig bilang bunga ng Banal na Espiritu at ng pag-ibig na tinutukoy sa 1 Corinto 13. Ang pag-ibig sa 1 Corinto 13 ay ang kahulugan ng espiritwal na pag-ibig, samantalang ang pag-ibig bilang bunga ng Banal na Espiritu ay tungkol sa pag-ibig na walang-hanggan na tumutupad sa Kautusan.

Kaya naman, mas malawak ang sinasakop ng pag-ibig na bunga ng Banal na Espiritu kaysa pag-big na inilalarawan sa 1 Corinto 13. Sa madaling sabi, kapag idinagdag sa pag-ibig ng 1 Corinto 13 ang pagsasakripisyo ni JesuCristo sa krus na tumupad sa Kautusan nang may pag-ibig, maituturing itong "pagmamahal na bunga ng Banal na Espiritu."

Nanggagaling ang galak mula sa kaitaasan kasama ng espiritwal na kasiyahan at kapayapaan, sapagkat ang mga bagay na makamundo sa iyo ay mawawala ayon sa pagiging ganap sa iyo ng espiritwal na pag-ibig. Madali para sa iyong maunawaan ang pagiging puno ng galak kapag puro mabubuti ang nakapaligid sa iyo, sapagkat ang nakikita, naririnig o naiisip mo ay panay mabubuting bagay lamang.

Wala kang kinamumuhiang sinumang tao sapagkat wala nang galit o poot sa loob mo. Nag-uumapaw ka sa galak sapagkat mas gusto mong maglingkod sa kapwa, magbigay ng mabubuting bagay sa kanila, at magsakripisyo para sa kanila. Kahit na nakatira ka sa mundong ito, hindi ka naghahangad ng mga bagay na makamundo para sa makasariling nasa. Sa halip, puno ka ng pag-asa tungkol sa Langit, kung paano mo mapapalawak ang kaharian at mga matuwid na pamamaraan ng Diyos, at bigyan Siya ng lugod sa pagliligtas ng mas marami pang tao. Namumuhay kang payapa kasama ng iyong kapwa, sapagkat natatamasa mo ang tunay na kasiyahan at may kapayapaan ka ng loob upang tingnan ang kapakanan nila ayon sa galak na pumapasaiyo.

Dagdag pa rito, maaari kang maging matiyaga nang may kasamang pag-asa mula sa Langit depende sa mapayapang pakikipagkapwa mo sa iba. Maaari kang magpakita ng kagandahang-loob sa kapwa mo, sapagkat kaya mong maging mahabagin sa kanila depende sa tiyaga mo. Matatamo mo ang kabutihan sapagkat hindi ka nakikipagtalo, mahinahon kang mangusap, hindi mo pinapahamak ang mahihina ang pananampalataya o pinapabayaan ang mga nawawalan ng pag-asa. Maaaring maging matapat sa espiritu ang mga taong mabuti, sapagkat naiwaksi na nila ang pagiging makasarili.

Maliban pa rito, iba-iba ang lebel ng pagiging matapat sa pagitan ng mga taong matapat, ayon sa puso ng bawat nilalang. Kung mas malaki ang kahinahunan ng isang tao, mas higit ang sukat ng katapatang natatamo niya. Makikita mo kung gaano kahinahon ang isang tao kung matapat siya sa buong sambahayan ng Diyos. Tinutupad niya nang may buong-katapatan ang lahat ng tungkulin niya sa bahay, at sa pinapasukan niya, sa mga kaugnayan niya sa kapwa at sa iglesya. Kaya naman si Moises, ang taong pinaka-mapagpakumbaba sa lupa, ay naging matapat sa bawat tungkuling ibinigay sa kanya.

Dagdag pa rito, paano kang magiging ganap o perpekto kung wala kang pagpipigil sa sarili. Kailangang maging matapat ka sa buong sambahayan ng Diyos na may kasamang pagpipigil sa sarili, sapagkat hindi maaaring maging balanse sa bawat larangan o bagay nang wala nito. Kaya, hindi mo magagawang maging matapat sa buong sambahayan ng Diyos nang walang pagpipigil sa sarili kahit na ipamunga mo pa ang ibang walong bunga ng Banal na Espiritu.

Halimbawa, sabihin na nating makikipagkita ka sa isang kaibigan sa ibang lugar pagkatapos ng pagtitipon ng cell group mo. Masamang asal sa kaibigan mo kung mahuhuli ka sa pagdating o sabihan siya sa telepono na palitan ninyo ang oras hindi dahil sa natagalang matapos ang cell group ninyo, kundi nakipagkwento ka pa sa mga kagrupo mo pagkatapos ng miting. Kaya nga, paano kang magiging matapat sa buong sambahayan ng Diyos kung hindi mo matupad ang simpleng pangako o magawa ang kasunduang katulad nito, nang walang pagpipigil sa sarili? Dapat na mabatid mong magiging matapat ka lamang sa buong sambahayan ng Diyos kung balanse ang buhay mo, at kasama rito ang pagpipigil sa sarili na bunga ng Banal na Espiritu.

Ang espirituwal na pag-ibig na bunga ng Banal na Espiritu, at ang pag-uugali ng "mga mapapalad"

Pumapasaiyo ang pag-uugali ng "mga mapapalad" o "mga pinagpala" ayon sa iyong pagkakaroon ng pag-ibig na espiritwal at bunga ng Banal na Espiritu at isinasabuhay ang mga ito. Ang "Mga Pinagpala" o "Ang Mapapalad" (Beatitudes) ay tungkol sa iyong karakter bilang isang instrumento ng pagpapala, at maaari ka lamang maging lubos na matapat sa buong sambahayan ng Diyos kapag ang mga pag-uugali ng "mga pinagpala o mapapalad" ay napasaiyo sa pamamagitan ng iyong pagpupunla ng mga ito sa iyong puso at isinasabuhay mo.

Sa loob ng malaking bahagi ng kasaysayan ng Korea, ang

bawat isyu o usapin ng pamahalaan ay itinuturing ng mga matapat na tagapayo ng mga hari na isang pangpersonal na bagay. Sa ganitong paraan, napapaglingkuran ng mga tagapayong ito ang mga hari, at natutulungan silang gumawa ng mga tamang pasya, kahit na kung minsan ay nangangahulugan ito ng malaking personal na pagpapakasakit, o humahantong sa kamatayan. Hindi lamang nila minamahal ang kanilang mga hari, minamahal rin nila ang kanilang bayan nang tulad ng pagmamahal nila sa sarili, at ipinamumuhay nila ito.

Sa isang banda, may mga matapat na mga tagapayo na naglilingkod sa kanilang mga hari kahit pa ikapahamak ng sarili nilang buhay. Sa kabilang banda naman, may mga naging mga tagapayo na tila matapat sa kanilang hari, ngunit nagbibitiw sila sa tungkulin at namumuhay nang malayo sa lipunan kapag hindi pinakinggan ng hari ang tapat at paulit-ulit na payo at tagubilin nila. Ngunit ang mga tunay na tagapayo at sinasakupan ng mga hari ay hindi nag-aasta nang ganyan. Matapat sila sa hari hanggang sa huli, kahit na balewalain pa sila ng hari at ibasura ang kanilang payo. Maaari silang tanggihan ng hari, tanggihan ang payo nila, o hindi sila pahalagahan nang walang anumang dahilan. Ganoon pa man, hindi sila nagtatanim ng sama ng loob laban sa hari, o nagbabago ng loob kahit na ikamatay pa nila ito.

Ang katangian mo bilang isang sisidlan at ang karakter ng iyong puso

Upang maunawaang mabuti ang kahulugan ng pagiging "matapat sa buong sambahayan ng Diyos," atin munang suriin ang katangian ng isang tao bilang isang sisidlan at ang karakter ng kanyang puso.

Ang sukat ng katangian ng mga tao bilang isang sisidlan ay magkakaiba, ayon sa kung gaano nila pinagsisikapan sa puso nila na maging mabuti, o kung gaano nila binabago ang puso nila upang maging maamo ito. Kaya naman, ang katangian ng isang tao bilang isang sisidlan ay nakasalalay sa pagsunod niya o di pagsunod sa sinasabi sa kanya, kung siya ay masunurin o hindi.

Kung ganoon, ano ang dahilan ng naiibang katangian ng isang tao bilang isang sisidlan? Depende ito sa kung paano at anong uri ng puso meron siya sa pagtugon sa Salita ng Diyos, at kung gaano niya ipinamumuhay ang pinahahalagahan niya sa kanyang puso. Kung kaya, ang isang mabuting sisidlan ay nagpapahalaga sa Salita ng Diyos, at pinag-iisipan niya itong mabuti sa kanyang puso, tulad ng ginawa ni Maria: *"Tinandaan ni Maria ang mga bagay na ito at ito'y kanyang pinagbulay-bulayan"* (Lucas 2:19, MBB).

Ang karakter ng puso ng isang tao ay depende sa kung paano niya pinapalawak ang isip niya sa paggawa ng tungkulin niya o kung gaanong kahusay niya ginagamit ang isip niya sa pagtupad nito. Para ipaliwanag ito, gagamit ako ng isang halimbawa tungkol sa sarisaring paraan ng pagtugon ng mga tao sa parehong sitwasyon. May apat na kategorya ng mga gawa ng tao ayon sa iba't ibang katangian ng kanilang puso:

Ang unang tao ay gumagawa nang higit pa sa ipinag-utos sa kanya. Halimbawa, kapag sinabi ng mga magulang niyang pulutin ang kalat sa sahig, hindi lamang niya nililinis ang dumi, winawalis pa niya ang alikabok, nililinis ang bawat sulok sa silid, at itinatapon ang laman ng basurahan. Labis siyang nagbibigay ng galak at kasiyahan sa mga magulang niya sapagkat ginagawa niya ang higit pa sa inaasahan nila. Gaano na lang kaya siya mamahalin ng kanyang mga magulang? Ang mga diyakono na sina Esteban at Felipe ay ganitong klaseng tao. Malawak ang kaisipan nila kaya naman nakagagawa sila ng mga dakilang kababalaghan at mahimalang tanda sa harap ng madlang tao tulad ng ginawa ng mga apostol (Mga Gawa 6).

Ang ikalawang tao ay gumagawa lamang ng kung ano ang ipinag-utos sa kanya. Halimbawa, kapag pinulot lamang ng bata ang basura sa sahig tulad ng sinabi ng mga magulang niya, maaaring hindi siya maging kagiliw-giliw sa kanila sapagkat sumusunod lamang siya, ngunit hindi niya sila binibigyang-siya.

Ang ikatlong tao naman ay hindi gumagawa ng dapat niyang gawin. Masyadong malamig ang puso niya at mapagwalang-bahala kaya nayayamot siya kapag inuutusan na gawin niya ang isang partikular na gawain. Ang mga taong nagsasabi na minamahal nila ang Diyos, ngunit hindi ipinagdarasal o inaalagaan ang mga bago pa lamang na mananampalataya kay Jesus, ay kasama sa pangkat na ito. Mula sa isa sa mga kuwento ni Jesus, kasama rin sa pangkat na ito ang pari at Levita na may nadaanang biktima ng mga magnanakaw ngunit umiwas sa pagtulong dito (Lucas 10). Dahil walang pag-ibig ang mga ganitong tao, kayang-kaya nilang gawin ang mga higit na kinamumuhian ng Diyos, tulad ng pagiging arogante, pangangalunya, at pagtataksil sa Kanya.

Pagdating sa panghuling tao, malala na ang sitwasyon, talagang inaantala lamang niya ang gawain. Mas mabuti pa kung hindi na lamang sana niya sinimulan ito. Kung may isang batang nakabasag ng plorera habang nagagalit siya sa mga magulang niya na nag-utos sa kanyang mamulot ng kalat, kasama iyon sa grupong ito.

Pagiging mapagbigay at matapat sa buong sambahayan ng Diyos

Tulad ng pagpapaliwanag ko tungkol sa apat na kategorya ng karakter ng mga tao, ang isang tao ay makikilalang isang malaking sisidlan kapag isinasakatuparan niya ang kanyang tungkulin nang higit pa sa inaasahan sa kanya. Ito ay sapagkat ang laki ng isang sisidlan ay depende sa kung gaano niya pinalalawak ang kanyang kaisipan nang may kalakip na pag-asa, at kung gaano siya katapat sa pagpupunyagi. Ganito rin siya sa lahat ng ginagawa niya sa simbahan, sa kanyang pinapasukang trabaho at sa tahanan.

Kaya naman, kapag binigyan ang isang tao ng isang gawain, at tinupad niya ito nang may kasamang "Amen," maituturing siyang isang malaking sisidlan. Ang tao ay kinikilalang may mapagbigay na puso kapag hindi lamang niya sinusunod ang ipinag-utos sa kanya kundi tinutupad niya ito nang higit pa sa inaasahan sa kanya nang may katapatan at malawak ng kaisipan. Sa diwang ganito, ang pagiging matapat sa buong sambahayan ng Diyos ay may kaugnayan sa kabutihang-loob ng isang tao. Ang sinseridad o katapatan ay nag-iiba ayon sa sukat ng kabutihang-loob ng tao.

Suriin natin ang ilang tao na naging matapat sa buong sambahayan ng Diyos. Sa Mga Bilang 12:7-8, mababatid mo kung gaanong minahal ng Diyos si Moises, na naging matapat sa buong sambahayan ng Diyos. Sinasabi sa atin ng mga talatang ito kung gaano kahalaga ang pagiging matapat sa buong sambahayan ng Diyos:

"Ngunit kaiba ang ginawa ko kay Moises pagkat

siya lamang ang lubos kong mapagtitiwalaan sa aking sambahayan. Kinausap ko siya nang harapan at sinabi ko sa kanya ang lahat sa maliwanag na paraan; hindi sa pamamagitan ng talinghaga. At siya lamang ang nakakita sa aking anyo" (MBB).

Hindi lamang nagkaroon si Moises ng walang-patid na pag-ibig para sa Diyos at isang pusong di-pabago-bago, ganito rin ang saloobin niya para sa kanyang bayan at pamilya, at tinupad niya ang kanyang mga tungkulin nang di-pabago-bago ang isip. Palagi niyang nagagawang piliin na unahin ang mga bagay na pangwalang-hanggan na may kinalaman sa Diyos, at hindi ang sariling kaluwalhatian at kayamanan. Binigyang-lugod niya ang Diyos sa pananampalataya niya. Labis ang katapatan niya kung kaya't noong nagkasala ang mga Israelita, hiniling niya sa Diyos na iligtas ang Kanyang bayan kapalit ng buhay niya.

Ano ang naging reaksyon ni Moises noong lumikha ang mga Israelita ng rebulto ng guya na gawa sa ginto, at sinasamba nila ito noong bumaba siya ng bundok dala ang Sampung Utos na ibinigay ng Diyos matapos siyang mag-ayuno ng 40 araw? Sa ganitong pagkakataon, maaaring sasabihin ng mga karaniwang tao, "Hindi ko na sila matatagalan, O Diyos! Gawin na Ninyo kung ano ang nais Ninyo!"

Ngunit taimtim na hiniling ni Moises sa Diyos na patawarin Niya sila sa kanilang mga kasalanan. Mula sa kaibuturan ng kanyang puso at puspos ng pag-ibig para sa kanila, nakahanda siya at maluwag sa kanyang ipagkaloob ang sarili niyang buhay, bilang kapalit nila.

Ganito rin si Abraham, ang Ama ng pananampalataya. Nang binalak ng Diyos na wasakin ang mga lunsod ng Sodoma at Gomora, hindi inisip ni Abraham na wala siyang pakialam dito. Sa halip, nagsumamo siya sa Diyos na iligtas Niya ang mga tao sa Sodoma at Gomora: *"Sakaling may limampung matuwid sa lunsod, wawasakin po ba ninyo iyon?"* (Genesis 18:24, MBB)

Pagkatapos nito, humingi siya ng habag mula sa Diyos na huwag wasakin ang mga lunsod na iyon kung may 45 matuwid na tao doon, at matapos ito, paulit-ulit niyang itinanong sa Diyos paano kung may 40, 30, 35, 20, 10 taong matuwid doon. Sa wakas, tinanggap ni Moises ang panghuling sagot ng Diyos: *"Hindi ko pa rin wawasakin ang lunsod dahil sa sampung iyon"* (Genesis 18:32). Ngunit winasak ang dalawang lunsod sapagkat wala kahit sampung matuwid na tao sa mga iyon.

Bago ito, nagpaubaya si Abraham sa pamangkin niyang si Lot nang hindi na sila magkasyang dalawa sa lupain nilang tinitirhan, sapagkat labis na dumami ang mga naging ari-arian nilang dalawa, kaya't pinapili niya ito ng lugar. Pinili ni Lot ang buong kapatagan na mukhang maganda sa kanyang paningin, at naglakbay siya patungo roon.

Di nagtagal, natalo ang Sodoma at Gomora sa isang digmaan, at maraming tao ang binihag kasama na si Lot. Kahit na may panganib sa buhay niya, hinabol ni Abraham, kasama ang 318 tauhan niya, ang mga kaaway, iniligtas si Lot at ang iba pang mga bihag at binawi ang kanilang mga ari-arian.

Noong panahong iyon, binati ng hari ng Sodoma si Abraham at sinabi sa kanya, *"Ibigay mo sa akin ang mga tauhan ko at sa iyo na ang mga ari-arian,"* (t. 21) ngunit walang anumang kinuha si Abraham sa mga nasamsam niya sa giyera, at sinabi,

"Wala akong tatanggaping kahit na ano na pagmamay-ari mo, kahit na isang hibla o panali ng isang sandalyas" (t. 23). Talaga ngang ibinalik niya ang lahat ng nasamsam na pag-aari ng hari ng Sodoma (Genesis 14:1-24).

Dagdag pa rito, matapat at di-nagbabago ang saloobin ni Abraham sa pakikipagkilala o pakikisalamuha sa kanino man, wala siyang sinaktan o inabalang kahit na sino. Hindi lamang niya binigyan ng kaaliwan, lugod at pag-asa ang ibang tao; matapat din niya silang minahal at pinaglingkuran.

Paano maging matapat sa buong sambahayan ng Diyos

Sina Moises at Abraham ay mga lalaking labis na bukas-palad, at sila ay matapat, walang-kapintasan, at walang-panlilinlang sa tao nang walang kinakaligtaang anong bagay. Ano ang kailangan mong gawin upang maging matapat sa buong sambahayan ng Diyos?

Una, kailangan mong suriin ang lahat ng bagay at kumapit sa kabutihan nang hindi pinapatay ang apoy ng Espiritu at hindi hinahamak ang mga propesiya. Sa ibang sabi, dapat mong tingnan, pakinggan at pag-isipan ang tungkol sa kabutihan, magsalita nang ayon sa katotohanan, at magpunta sa mabubuting lugar lamang.

Ikalawa, kailangan mong pagkaitan at isakripisyo ang sarili mo nang may espiritwal na pag-ibig para sa paghahari ng Diyos at ng matuwid Niyang mga pamamaraan. Upang magawa ito, dapat mong ipako ang iyong kasalanang likas, kasama na ang mga pagnanasa at pita nito. Kapag inasam mo ang mga bagay na espiritwal, at hindi ka nagpatali sa mundo, matitiyak mo kung alin ang higit na mahalaga sa buhay mo at gawin kung ano ang nakakabigay-lugod sa Diyos.

Kailangang taimtim mong pagsikapang matamo ang lebel ng pananampalataya kung saan mas mahal mo ang Diyos nang higit sa lahat kapag nakatayo ka na sa malaking bato ng pananampalataya. Kapag natamo mo na ang pananampalatayang mahalin ang Diyos sa kasukdulang antas, kailangan makarating ka agad sa dimensyon kung saan ay mabibigyang-lugod mo ang Diyos sa pamamagitan ng iyong pagiging matapat sa buong sambahayan Niya.

Ang pagkakaroon ng pananampalatayang ikinalulugod ng Diyos ay maihahambing sa pagtatapos sa kolehiyo o sa graduate school. Pagkatapos ng pag-aaral mo, lalabas ka na sa daigdig, at gagamitin mo ang mga napag-aralan mo upang maging matagumpay ka sa daigdig.

Sa ganito ring paraan, kapag nakarating ka na sa ikaapat na lebel ng pananampalataya, mabubuksan sa iyo ang higit pang malawak na larangan ng espiritwal sa lalim nito, haba at taas.

Kapag pumasok ka sa ikalimang lebel ng pananampalataya, mas mauunawaan mo ang lalim ng mapagbigay na puso ng Diyos. Mas mauunawaan mo na kung gaano kalaki ng pag-ibig Niya, at kung gaano kapuspos Siya ng pag-ibig, habag, kapatawaran, kagandahang-loob at kabutihan. Mararanasan mo rin ang dakilang pag-ibig Niya, sapagkat mararamdaman mong ang Diyos ay kasa-kasama mo, at bubugso ang pagluha mo kapag naiisip mo ang Panginoon.

Kaya naman, kailangang maging isa kang taong puno ng

pagbibigay at may higit pang pagsunod, debosyon at pag-ibig, sapagkat batid mong may malaking pagkakaiba ang pananampalataya sa ikaapat at ikalimang lebel sa sukat ng pag-ibig na espiritwal at pagsasakripisyo. Umaasa akong matatanggap mo ang lahat ng bagay mula sa Diyos nang may pananampalatayang nagbibigay-lugod sa Kanya, at na pagpapalain ka nang sapat upang makagawa ka ng mga kababalaghan at mga tanda kasama ang walang-patid na pananalangin.

Nawa'y matamasa mo ang lahat ng mga pagpapalang ito na ihinanda ng Diyos para sa iyo. Sa ngalan ni JesuCristo, ito ang dalangin ko!

Kabanata 9

Mga Patunay na Taglay ng mga Sumasampalataya

Ang Sukat ng Pananampalataya

1
Makakapagpalayas ng mga Demonyo

2
Magsasalita sa mga Bagong Wika

3
Dumampot ng Ahas

4
Walang Makamandag na Lason ang Maaaring Makapinsala sa Iyo

5
Gagaling ang Maysakit sa Pamamagitan ng Pagpapatong ng Iyong Kamay

Ang mga sumasampalataya ay bibigyan ng kapangyarihang gumawa ng mga himala: sa pangalan ko'y magpapalayas sila ng mga demonyo at magsasalita ng iba't ibang wika. Hindi sila maaano kahit dumampot sila ng ahas o uminom ng lason; at gagaling ang mga maysakit na papatungan nila ng kamay.

(Marcos 16:17-18, MBB)

Mga Patunay na Taglay ng mga Sumasampalataya

Si Jesus ay gumawa ng maraming himala sa Biblia. Isinagawa Niya ang mga himalang ito sa kapangyarihan ng Diyos na higit sa makakayanan ng tao. Ano ang kauna-unahang himala na ginawa ni Jesus?

Ito ay nangyari sa isang kasalan sa Cana ng Galilea kung saan ginawa Niyang alak ang tubig, na inilalarawan sa Juan 2:1-11. Nang mabatid ni Jesus na naubos na ang lahat ng alak, ipinagutos Niya sa mga utusan na ang anim na tapayan doon ay punuin ng tubig. Pagkatapos, sumalok sila rito ng kaunti at ipinainom sa tagapangasiwa ng handaan. Nang matikman nito ang tubig na naging alak, pinuri niya ang alak dahil napakasarap ang lasa nito.

Bakit kaya ginawang alak ni Jesus, na Anak ng Diyos, ang tubig bilang kauna-unahang himala Niya? Ang pangyayaring ito ay may ilang espiritwal na implikasyon. Ang Cana sa Galilea ay sumasagisag sa daigdig na ito, at ang handaan naman ay tumatayo para sa huling pagkakataon kung kailan kakain ang mga tao hanggang sa labis na kabusugan, malalasing, at lubos na mababahiran ng sukdulang kasamaan (Mateo 24:37-38). Ang tubig ay tumutukoy sa Salita ng Diyos at ang alak ay ang mahal na dugo ni JesuCristo.

Kaya naman, ang himala ng pagiging alak ng tubig ay nagpapakitang ang dugo ni Jesus sa pagkakapako Niya sa krus ay ang dugong magbibigay sa sangkatauhan ng buhay na walang-hanggan. Pinuri ng mga tao ang alak dahil sa napakasarap na lasa nito. Nangangahulugan itong magagalak ang mga tao, sapagkat patatawarin ang mga kasalanan nila sa pamamagitan ng pakikinabang sa dugo ni Jesus, at magkakaroon sila ng pag-asang makarating sa Langit.

Mula nang gawin Niya Ang himalang ito ang una sa mga pinamalas ni Jesus na maraming kamangha-manghang tandaa. Iniligtas Niya ang isang batang mamamatay na; ginawa rin Niya ang mahimalang pagpapakain ng 5,000 tao gamit lamang ang limang tinapay at dalawang isda; nagpalayas Siya ng mga demonyo; nagpagaling Siya ng mga bulag, at si Lazaro, na apat na araw nang patay, ay binuhay Niyang muli.

Kung ganoon, ano ang pinakadahilan ni Jesus sa pagpapamalas ng mga himala? Ito ay upang sagipin ang mga tao at bigyan sila ng pagkakataon na magkaroon ng pananampalataya tulad ng sinabi Niya sa atin sa Juan 4:48, *"Hangga't hindi kayo nakakakita ng mga himala at mga kababalaghan, kailanman ay hindi kayo sasampalataya"* (MBB). Ito ang dahilan kung bakit hanggang sa kasalukuyan, ang Diyos, na may pagpapahalaga sa kahit na isa lamang na kaluluwa nang higit pa sa buong mundo, ay nagpapakita ng maraming tanda sa pamamagitan ng mga taong sumasampalataya na handang ialay ang sarili nilang buhay upang makapagligtas ng mga tao.

Ngayon, ating tingnan nang madetalye ang sarisaring patunay na ipapakita ng mga taong may pananampalatayang nagbibigay-lugod sa Diyos.

1. Makakapagpalayas ng mga Demonyo

Malinaw na sinasabi ng Biblia ang pagkakaroon ng demonyo, kahit na nagtatalo ang maraming tao sa panahong ito: "Wala namang demonyo kahit saan." Ang demonyo ay isang uri ng masamang espiritu na laban sa Diyos. Karaniwang nilalaro nito ang isang taong sangkot sa mga diyos-diyosan—bibigyan siya ng mga pagsubok at problema, at pinapaikot siya upang lalong pagsilbihan siya ng taong iyon.

Ngunit dapat na palayasin mo ito, at ikaw ang dapat na makapangyayari kung meron kang tunay na pananampalataya, sapagkat sinasabi ni Jesus sa atin, "Ang mga sumasampalataya ay bibigyan ng kapangyarihang gumawa ng mga himala: sa pangalan ko'y magpapalayas sila ng mga demonyo."

Matatagpuan din natin sa Juan 1:12, *"Subalit ang lahat ng tumanggap at sumampalataya sa kanya ay binigyan niya ng karapatang maging mga anak ng Diyos"* (MBB). Nakakahiya naman kung, bilang isang anak ng Diyos, ay matatakot ka sa demonyo o kaya ay magpadala ka sa mga panlilinlang nito.

Kung minsan, ang mga bagong mananampalataya na wala pang pananampalatayang espiritwal ay ginagambala ng mga demonyo kapag nananalangin sila sa kubling lugar o bundok na panalanginan. Maaari pa ngang sukuban ng mga demonyo ang ilang tao, sapagkat humihingi sila ng mga kaloob at kapangyarihan mula sa Diyos nang hindi nagsisikap na magwaksi ng kasamaan sa loob nila.

Kaya, kailangang magpasama ang mga bagong mananampalataya sa mga espiritwal na lider na may kakayahang magpalayas ng demonyo sa pangalan ni JesusCristo kapag gusto nilang pumunta sa bundok ng panalanginan upang makapanalangin sila nang walang sagabal.

Pagpapalayas ng mga demonyo sa ngalan ni JesuCristo

Ganito rin ang dapat gawin ng mga pastor at manggagawa ng iglesya kapag dadalaw sila sa mga miyembro. Kailangan muna nilang palayasin ang mga demonyo sa pamamagitan ng paggamit ng kaloob na pagkilatis ng mga espiritu, at nang sa ganoon, ang mga taong dadalawin nila ay magbubukas ng puso nila, tatanggap ng pagpapala ng Diyos at magtatamo ng pananampalataya sa pamamagitan ng mensaheng dinala sa kanila. Ngunit kung hindi pinalayas ang kaaway na si Satanas, ang pagdalaw sa miyembro ay maaaring gambalain ng mga demonyo. Ang miyembrong dinalaw ninyo ay maaaring hindi magbukas ng puso niya, kaya hindi siya makakatanggap ng pagpapala at magkaroon ng pananampalataya. Ang taong bukas ang matang espiritwal ay madaling makakakilatis sa mga sumasagabal na masamang espiritu. Ang ilan ay lubhang sinusukuban ng mga demonyo, ngunit sa maraming pagkakataon, ang mga tao ay bahagyang kinokontrol lamang ng mga demonyo sa kanilang kaisipan.

Kumikilos sila laban sa katotohanan kapag gumalaw si Satanas sa mga isip nila, sapagkat mahina pa ang pananampalataya nila o may natitirang kasalanang likas sa kanila tulad ng pangangalunya, pagnanakaw, pagsisinungaling, galit, pagseselos, at inggit. Maaaring mabago ang puso ng mga tao kapag narinig nila ang mensahe ng isang pastor na may sapat na kapangyarihang espiritwal upang magpalayas ng mga demonyo sa ngalan ni JesuCristo.

Magsisisi ang mga tao na may kasamang pagluha, sapagkat labis silang naantig sa mga puso nila o napagtanto nila ang kanilang kasalanan habang ipinapahayag ng pastor ang mensahe sa kapangyarihan na ibinigay ng Diyos sa kanya. Bibigyan din sila ng malakas na pananampalataya at kalakasan na paglabanan ang kasalanan. Matapos ang ilang buwan, napapansin na nila kung gaano na ang nagbago sa karakter at pananampalataya nila. Sa ganitong paraan, posible nang mabago na nila ang likas nilang pagkatao ayon sa katotohanan.

Sa apat na Ebanghelyo, makikita mong maraming tao ang nabago sa kanilang likas na pagkatao matapos nilang makilala si Jesus. Halimbawa, kahit na dating mainitin ang ulo ng apostol na Juan, kung kaya naman tinawag siyang anak ng kidlat (Marcos 3:17), nabago siya mula nang makilala niya si Jesus, at tinawag siyang "apostol ng pag-ibig."

Ganoon din, ang isang taong may ganap na pananampalataya ay may kakayahang mapagbago ang ibang tao katulad ng ginawa ni Jesus. Maaari siyang magpalayas ng mga demonyo sa ngalan ni JesuCristo, sapagkat mayroon siyang kapangyarihang pagharian ang kaaway na si Satanas.

Paano magpalayas ng mga demonyo

Maraming iba't ibang kaso ng pagpapalayas ng demonyo. Kung minsan, mabilis na napapalayas ito sa pamamagitan ng panalangin; kung minsan naman, hindi ito lumalayas kahit na makaisandaang ulit ka pang manalangin. Kapag ang isang taong may pananampalataya ay pinasukan ng demonyo, sapagkat meron siyang ginawa o hindi ginawa na ikinalungkot ng Diyos, at napalayo ang loob ng Diyos sa kanya, ang demonyong pumasok sa kanya ay madaling mapapalayas kapag tumanggap siya ng panalangin nang may luha ng pagsisisi. Ito ay sapagkat dati na siyang may pananampalataya, at batid na niya ang Salita ng Diyos.

Sa anong mga kaso naman magiging mahirap ang magpalayas ng mga demonyo kahit marami nang pananalangin? Nangyayari ito kapag may demonyo na sukdulan ang kasamaan na pumasok sa isang taong walang pananampalataya at hindi alam ang katotohanan. Sa ganitong kaso, hindi magiging madali para sa kanya ang manampalataya habang siya ay nasasaniban ng demonyo, sapagkat masyadong malalim ang pagkakaugat ng kasamaan sa kanya. Para makalaya siya, kailangang may tumulong sa kanya na magkaroon ng pananampalataya, maunawaan ang katotohanan, magsisi, at wasakin ang pader ng mga kasalanan sa kanya.

Maaari ring may problema ang mga magulang niya sa kanilang buhay Cristiano, kaya sinaniban ang mahal nilang anak. Sa ganitong kaso, hindi makakawala ang anak mula sa demonyo hangga't hindi nagsisisi ang mga magulang niya sa kanilang mga kasalanan, tumanggap ng kaligtasan at matatag na tumayo sa malaking bato ng pananampalataya.

Meron ding kaso na maaaring maapektuhan ang isang tao ng mga puwersa ng kasamaan. Maaaring makakita ka ng isang mananampalatayang namumuhay nang may napakatinding tiisin dahil hindi madali sa kanyang buksan ang puso niya, at pinipipigilan siya ng mga makamundong kaisipan, pag-aalinlangan at pagkahapo sa pakikinig sa mensahe kahit na tunay naman siyang nagsisikap upang gawin ito.

Maaaring nangyayari ang ganito, sapagkat may mga puwersa ng kadiliman na kumikilos sa kanyang pamilya, kung ang mga ninuno niya ay naglingkod nang tapat sa mga diyos-diyosan o naging manghuhula o sumamba sa mga diyos-diyosan ang mga magulang niya. Ganoon pa man, lalayas ang demonyo sa kanya at maliligtas siya at ang pamilya niya kapag siya ay naging anak ng liwanag sa pamamagitan ng matiyagang pakikinig sa Salita ng Diyos at masigasig na pananalangin.

Ngunit labis na kinasusuklaman ng Diyos ang pagsamba sa mga diyos-diyosan kung kaya't may makapal na pader ng kasalanan sa pagitan ng Diyos at ng mananamba ng diyos-diyosan. Dahil dito, kailangan niyang makipagtunggali sa sarili niya upang makapamuhay sa katotohanan hanggang sa mabuwag ang pader ng kasalanan. Dagli siyang makakalaya ayon sa kung gaano kataimtim siyang mananalangin at magbabago.

Mga sitwasyong hindi mapapalayas ang mga demonyo

Alin ang mga kaso kung saan hindi mapapalayas ang mga demonyo kahit na utusan sila sa ngalan ni JesuCristo?

Hindi napapalayas ang demonyo sa isang taong dating mananampalataya sa Panginoon, ngunit ang konsensya nito ay manhid na, tulad ng balat na wala nang pandamdam kapag sinunog ito ng nagbabagang bakal, matapos niyang talikuran ang Panginoon. Hindi na siya makakabalik sa Panginoon kahit na subukan niyang gawin ito, sapagkat lubusang napalitan na ng kasinungalingan ang mabuti niyang konsensya.

Matatagpuan natin sa 1 Juan 5:16, *"May kasalanang hahantong sa kamatayan, at hindi ko sinasabing idalangin ninyo ang sinumang gumagawa nito"* (MBB). Kaya, hindi siya sinasagot ng Diyos kahit na manalangin pa siya.

Ano ang kasalanang humahantong sa kamatayan? Ito ang paglapastangan o pagsasalita laban sa Banal na Espiritu. Ang taong gumagawa ng kasalanang ito ay hindi mapapatawad sa buhay na ito at pati na rin sa kasunod. Kaya naman hindi siya kailanman maliligtas kahit na walang-patid siyang manalangin.

Sa Mateo 12:31, sinasabi sa atin ni Jesus na ang pagsasalita laban sa Espiritu ay hindi patatawarin. Ang pagsasalita ng laban sa Espiritu ay panggugulo sa gawain ng Banal na Espiritu gamit ang masamang isip, kusang panghuhusga at pangongondena sa Kanya. Halimbawa, paglapastangan ang panghuhusga ng mga tao kapag sinasabi nila na heretiko ang isang simbahan kung saan ay kumikilos ang Diyos, at nagkakalat sila ng mga maling paratang at tsismis tungkol sa iglesyang iyon (Marcos 3:20-30).

Sinabi rin ni Jesus sa Mateo 12:32, *"Sinumang magsalita laban sa Anak ng Tao ay patatawarin, ngunit sinumang magsalita laban sa Espiritu Santo ay hindi patatawarin, maging sa panahong ito o sa panahong darating"* (MBB). Inulit ni Jesus ang pagpapaalala sa atin sa Lucas 12:10, *"Ang sinumang magsasalita laban sa Anak ng Tao ay mapapatawad, ngunit ang sinumang lumapastangan sa Espiritu Santo ay hindi papatawarin"* (MBB).

Ang sinumang magsabi ng anumang salita laban sa Anak ng Tao dahil hindi pa niya nakikilala Siya ay maaaring mapatawad sa kanyang mga kasalanan. Ngunit ang sinumang magsalita laban sa Banal na Espiritu ay hindi mapapatawad at magtutungo sa daan ng kamatayan, sapagkat pinipigilan niya ang pagkilos ng Diyos at nagsasalita laban sa Espiritu kahit na tumanggap na siya kay JesuCristo at natamo na Niya ang Banal na Espiritu. Kaya naman, kailangang huwag kang magkakasala ng paglapastangan laban sa Espiritu at magsasabi ng kahit isa mang salita laban sa Banal na Espiritu. Unawain mong labis na seryoso ang mga kasalanang ito upang mapatawad ka pa, o maligtas.

Sinasabi sa atin sa Hebreo 10:26 na kung ang isang tao ay sadyang nagpapatuloy pa rin na magkasala pagkatapos niyang malaman ang katotohanan na nakay Cristo, wala nang anumang sakripisyo sa kasalanan ang natitira pa para sa kanya. Alam na alam naman niya sa pamamagitan ng Salita ng Diyos kung ano ang kasalanan, at hindi na rin siya dapat gumagawa ng mga kasamaan.

Ngunit kung alam niya at sinasadya niya ang paggawa ng kasalanan, unti-unting magiging manhid ang konsensya niya sa kasalanan. Sa bandang huli, itatakwil na siya, sapagkat hindi na siya nakakatanggap ng espiritu ng pagsisisi.

Dagdag pa rito, matapos nilang tumalikod, ang mga taong minsan nang naliwanagan, na nakalasap na ng kaloob ng langit, na nakibahagi na sa Banal na Espiritu, at nakatikim na ng kabutihan ng Salita ng Diyos at ng kapangyarihan ng Diyos na mahahayag sa panahong darating, ay hindi na mabibigyan ng espiritu ng pagsisisi, sapagkat mangangahulugan itong muli nilang ipinapako sa krus ang Anak ng Diyos at ibinibilad Siya sa kahihiyan sa harap ng maraming tao (Hebreo 6:4-6).

Wala nang iba pang pagkakataon ang ibibigay sa mga ganitong tao na tumangggap na sa Banal na Espiritu, may kaalaman tungkol sa Langit at impiyerno, at batid ang Salita ng Diyos ngunit nagpatukso pa rin sa kamunduhan, nahulog at binigyan ng kahihiyan ang kaluwalhatian ng Diyos.

Maliban sa ilang kaso na binanggit sa itaas, na walang magagawa ang Diyos kundi talikuran sila, makapaghahari kayo sa kaaaway na si Satanas at ang demonyo. Ito ang rason kung kaya walang dahilan para hindi mapapalayas ang mga demonyo kapag ipinag-utos mo ito sa ngalan ni JesuCristo.

Manalangin nang walang-patid habang namumuhay sa katotohanan

Anong laking paghihirap siguro ng lingkod o manggagawa ng Diyos kung hindi niya mapalayas ang mga demonyo kahit na nagpalayas na siya ng mga ito sa ngalan ni JesuCristo. Kaya, kakailanganin mo ng kapangyarihan upang magapi sila at makontrolin ang kaaway na si Satanas at ang demonyo. Para maisagawa ang mga patunay na taglay ng mga sumasampalataya, kailangang marating mo ang lebel na nakapagbibigay-lugod sa Diyos di lamang sa pamamagitan ng lubos na pananatili sa katotohanan nang may pagmamahal sa Diyos mula sa kaibuturan ng puso mo; kailangan mo ring maging marubdob at matiyaga sa pananalangin.

Hindi pa nagtatagal matapos kong maitatag ang aming iglesya, may nakipagkita sa aking isang kabataang lalaki na may epilepsy mula sa probinsya ng Gang-won dahil nabalitaan niyang may ministeryo ako ng pagpapagaling. Kahit na inakala niyang mahusay naman siyang naglilingkod sa Diyos bilang isang guro ng Sunday School at miyembro ng koro, hindi niya sinubukang iwaksi ang mga kasalanan niya. Sa halip, nagpatuloy siya sa paggawa ng kasalanan, sapagkat labis siyang arogante. Dahil dito, may pumasok na masamang espiritu sa kanyang isip, at ang lalaking ito ay labis na nagdusa.

Ang pagpapagaling ay naganap dahil sa pagiging matapat at taimtim na pananalangin ng kanyang ama para sa kanya. Nang inalam ko ang pangalan ng demonyo at pinalayas ito sa pamamagitan ng panalangin, nawalan ng malay ang batang lalaki at bumagsak na bumubula ang kanyang bibig nang may mabahong amoy. Bumalik itong lalaki sa bahay nila matapos niyang isuot ang armas ng Salita ng Diyos sa tahanan ng Diyos, at siya ay naging isang bagong nilalang kay Cristo. Sa kalaunan, nabalitaan kong matapat na siyang naglilingkod sa kanilang simbahan at nagpapatotoo tungkol sa kanyang paggaling.

Dagdag pa rito, maraming tao rin sa kasalukuyan ang nakalaya sa mga demonyo o sa mga puwersa ng kadiliman sa pamamagitan ng panalangin gamit ang isang panyo na ipinanalangin ko—labas ito sa limitasyon ng espasyo at panahon.

Sa isang pagkakataon, may isang batang lalaki mula sa Ul-san, na nasa probinsya ng Kyungman, na labis na pinagbubugbog ng mga nakatatandang mag-aaral at mga kaibigan niya noong siya ay nasa unang taon sa high school. Ito ay dahil ayaw niyang pumayag na magsigarilyo kasama nila. Dahil dito, matindi ang pinagdusahan niyang sakit, pinasukan siya ng demonyo at dinala siya sa isang pagamutan para sa maysakit sa utak kung saan siya nanatili nang pitong buwan. Ngunit nakalaya siya sa demonyo matapos siyang tumanggap ng panalangin, kalakip ang panyong ipinanalangin ko. Naibalik siya sa katinuan, at ngayon ay isa nang mahalagang manggagawa sa iglesya.

Ang mga gawang ito ay nangyayari rin sa ibang bansa. Halimbawa, sa Pakistan, may isang manggagawa na nagdusa nang apat na taon dahil sa isang masamang espiritu, ngunit nakalaya siya dito sa pamamagitan din ng panalanging may kalakip na panyong ipinanalangin ko, at tinanggap niya ang Banal na Espiritu at ang kaloob na pagsasalita sa ibang wika.

2. Magsasalita sa mga Bagong Wika

Ang pangalawang patunay na tinataglay ng mga sumasampalataya ay ang supernatural na pagsasalita sa mga bagong wika. Ano nga ba talaga itong pagsasalita sa mga bagong wika?

Mababasa natin sa 1 Corinto 14:15, *"Ano ang dapat kong gawin? Mananalangin ako sa pamamagitan ng aking espiritu, ngunit gagamitin ko rin ang aking pag-iisip sa aking pananalangin. Ako'y aawit sa pamamagitan ng aking espiritu, ngunit gagamitin ko rin ang aking pag-iisip sa aking pag-awit"* (MBB). Makikita mo rito na magkaiba ang espiritu at isip. Kung ganoon, ano ang pagkakaiba ng espiritu sa isip?

May dalawang uri ng isip sa puso ng isang tao: ang isip ng katotohanan at isip ng kasinungalingan. Ang isip ng katotohanan ay isang espiritu, isang maputi o malinis na isip. Ang isip ng kasinungalingan ay ayon sa laman; isip na maitim. Matapos mong tanggapin si JesuCristo, mapupuno ang isip mo ng espiritu ayon sa dami ng panalangin mo at pagwawaksi ng mga kasalanan ayon sa kung gaano mo ipinapamuhay ang Salita ng Diyos, sapagkat binubunot nito ang kasinungalingan sa tao.

Sa huli, unti-unting napupuno ang isip mo ng espiritu, hanggang sa wala nang nalalabing kasinungalingan dito kapag narating mo ang ikaapat na lebel ng pananampalataya upang mahalin ang Diyos nang higit sa lahat. Dagdag pa rito, kung may pananampalataya kang nakalulugod sa Diyos, lubusang napupuspos ang puso mo ng espiritu, at tinatawag itong "buong espiritu." Sa puntong ito, ang isip mo ay tungkol sa espiritu, at ang espiritu ang may kontrol sa isip mo.

Makapagsasalita sa mga bagong wika

Kapag ang espiritu sa kalooban mo ay nanalangin sa Diyos sa inspirasyon ng Banal na Espiritu, ito ay tinatawag na "pananalangin sa ibang wika." Ang pananalangin sa ibang wika (nang hindi ito pinag-aaralan) ay ang pag-uusap sa pagitan mo at ng Diyos at dahil dito, sukdulan ang benepisyong dulot nito sa iyong buhay espiritwal, sapagkat hindi ito nauulinigan o maintindihan ng kaaway na si Satanas.

Ang kaloob na supernatural na pagsasalita sa ibang wika ay karaniwang ibinibigay sa anak ng Diyos kapag taimtim siyang nanalangin sa kapuspusan ng Banal na Espiritu. Nais ng Diyos na ibigay ang kaloob na ito sa bawat isa sa mga anak Niya.

Kapag taimtim kang nanalangin sa ibang wika, hindi mo mamamalayang umaawit ka na sa ibang wika, sumasayaw o umiindayog dahil sa inspirasyon ng Banal na Espiritu. Kahit na ang taong hindi likas na mahusay sa pag-awit ay makakaawit nang maganda, at ang taong hindi likas na magaling sumayaw ay makakasayaw nang higit na mahusay kaysa mga propesyonal na mananayaw, sapagkat ang Banal na Espiritu ang ganap na namamahala sa taong iyon.

Dagdag pa rito, ang isang tao ay magkakaroon ng isang bagong karanasang espiritwal sa pamamagitan ng supernatural na pagsasalita sa iba't ibang wika habang nagpapatuloy siya sa higit na malalim na lebel. Ito ang tinatawag na "pagsasalita sa mga bagong wika." Dagli kang nakakapagsalita sa mga bagong ibang wika kapag nanalangin ka sa ibang wika sa ikalimang lebel ng pananampalataya.

May sapat na kapangyarihan upang palayasin ang kaaway na si Satanas

Napaka-makapangyarihan ang pagsasalita sa mga bagong wika, kaya kinatatakutan ito ng kaaway na si Satanas, at napapalayas ito. Halimbawa, may makasalubong kang isang magnanakaw na gustong saksakin ka ng kutsilyo. Sa sandaling iyon, kaya ng Diyos na baguhin ang isip niya o sabihin sa isang anghel na patigasin ang kanyang kamay kapag nanalangin ka sa supernatural na bagong wika.

Dagdag pa rito, kapag nabalisa ka o naramdaman mong manalangin habang patungo sa isang lugar, ito ay dahil inuudyukan ng Diyos ang isip mo sa pamamagitan ng Banal na Espiritu; batid Niya na may nakaambang panganib.

Ganoon din, kapag nanalangin ka ayon sa pagkilos ng Banal na Espiritu, mapipigilan mo ang nakaambang panganib o sakuna, sapagkat ang kaaway na demonyo ay lalayo sa iyo, at pangungunahan ka ng Diyos upang maiwasan ito.

Kaya naman sa supernatural na pagsasalita sa bagong wika, mapoproteksyonan ka at makakaiwas ka sa mga pagsubok at problema sa bahay, trabaho o negosyo o kahit saanmang lugar nang walang panghihimasok ng kaaway na si Satanas at ng demonyo.

3. Dumampot ng Ahas

Ang ikatlong patunay ng tinataglay ng mga sumasampalataya ay ang pagdampot ng ahas sa kanilang kamay. Ano ba ang tinutukoy na "ahas"?

Tingnan natin ang Genesis 3:14-15:

At sinabi ng Panginoong Yahweh sa ahas: Sa iyong ginawa'y may parusang dapat, na ikaw lang sa lahat ng hayop ang magdaranas; mula ngayon ikaw ay gagapang, at ang pagkain mo'y alikabok lamang. Kayo ng babae'y aking pag-aawayin, binhi mo't binhi niya'y lagi kong paglalabanin. Ang binhi niya ang dudurog sa iyong ulo at sa sakong niya'y ikaw ang tutuklaw (MBB).

Ito ay isang tagpo kung saan ang ahas ay isinumpa dahil sa pagtukso nito kay Eva. Dito, ang "babae" sa espiritwal ay tumuturing sa bayan ng Israel, at ang "binhi" niya ay si JesuCristo. Kaya naman ang kahulugan ng pagdurog ng sakong Niya sa ulo ng ahas ay wawasakin ni Jesus ang kapangyarihan ng kamatayan na mula sa kaaway na si Satanas at ng demonyo. Ang pagsasabi na tutuklawin ng ahas ang sakong Niya ay nagbabadya na ipapako si Cristo sa krus ng kaaway na si Satanas at ng demonyo.

Kitang-kita rin na ang "ahas" ay tumutukoy sa kaaway na si Satanas at ng demonyo, sapagkat mababasa natin sa Pahayag 12:9, *"Itinapon ang dambuhalang dragon, ang matandang ahas na tinawag na Diyablo at Satanas, na nandaraya sa buong sanlibutan. Itinapon siya sa lupa kasama ng lahat ng kanyang mga kampon"* (MBB).

Dahil dito, ang kahulugan ng "dadampot ng ahas" ay makakayanan mong ihiwalay ang grupo na kampon ng kaaway na si Satanas at wasakin ito sa ngalan ni JesuCristo.

Ang pagwasak sa sinagoga ni Satanas

Makikita natin ang sumusunod na mga talata sa aklat ng Pahayag:

> *"...Nalalaman ko rin ang mga paninirang-puri sa iyo ng mga hindi tunay na Judio, ngunit ang totoo, sila'y mga kampon ni Satanas"* (2:9, MBB).

> *"Tingnan mo! Palalapitin ko sa iyo at paluluhurin ang mga kampon ni Satanas na nagpapanggap na mga Judio ngunit hindi naman, at sa halip ay nagsisinungaling. Malalaman nilang minamahal kita"* (3:9, MBB).

Dito, ang mga "Judio" na espiritwal na hinirang ng Diyos ay ang lahat ng sumasampalataya sa Diyos. Ang mga "nagpapanggap na mga Judio" ay tumutukoy sa mga taong humahadlang sa gawain ng Diyos, humuhusga at naninirang-puri dito sa dahilang ang pagkilos ng Diyos ay hindi sang-ayon sa iniisip nila; namumuhi at nagbubulungan sila sa isa't isa dahil sa inggit at selos.

"Ang sinagoga ni Satanas" ay nangangahulugan ng dalawa o mas marami pa na nagtitipon at nagsasalita ng masama sa kapwa mula sa kasinungalingan, at lumilikha ng gulo sa iglesya. Mahahawa ang maraming tao dahil sa pagrereklamo ng ilan at sa bandang huli, maitatatag ang sinagoga ni Satanas.

Siyempre, dapat tanggapin ang mga suhestiyon at mungkahing nakakatulong para sa paglago ng tahanan ng Diyos. Ngunit nagiging sinagoga ito ni Satanas kapag nagtalo-talo ang mga miyembro laban sa lingkod ng Diyos, sanhi ng pagkakahati-hati ng tahanan ng Diyos dahil sa waring katanggap-tanggap na kadahilanan, at pagbubuo ng isang pangkat na laban sa katotohanan.

Ang mga simbahan ay nararapat na puspos sa pag-ibig at kabanalan, at nagkakaisa sa katotohanan, ngunit marami ang mga simbahan kung saan may panlalamig sa panalangin at pagmamahalan, nawawala ang revival, at dahil dito, hindi nagiging matatag ang kaharian ng Diyos—ang lahat ng ito ay nangyayari dahil sa sinagoga ni Satanas.

Ngunit, hindi magkakaroon ng kapangyarihan ang sinagoga ni Satanas kung mahahalata mo ito sa pamamagitan ng pananampalatayang ikinalulugod ng Diyos na nasa ikalimang lebel.

Hindi pa nagkakaroon ng sinagoga ni Satanas sa aming simbahan mula nang itinatag ito. Siyempre, noong nagsisimula pa lamang ang aking pagmiministeryo, maaaring sumagi ito sa isip ng ilang miyembro na ang pag-iisip ay kontrolado ni Satanas, sapagkat wala pang sandata ng katotohanan ang mga miyembro ng simbahan noon.

Ngunit sa bawat pagkakataon, ipinababatid ito sa akin ng Diyos, at winawasak ko ito sa pamamagitan ng mensahe. Sa ganitong paraan, nabubuwag ang bawat pagbabalak na bumuo ng sinagoga ni Satanas. Sa kasalukuyan, malinaw nang nakikilala ng mga miyembro ng aming simbahan ang totoo sa kasinungalingan. Umaalis ang mga pasikretong pumapasok sa simbahan para magbuo ng sinagoga ni Satanas, o nagsisisi sapagkat ang ilan sa kanila ay nagpapatuloy pa ring mabuti sa kanilang puso. Dagdag pa rito, hindi mabubuo ang sinagoga ni Satanas kung walang sasama rito.

4. Walang Makamandag na Lason ang Maaaring Makapinsala sa Iyo

Ang ikaapat na patunay na tinataglay ng mga sumasampalataya ay hindi sila mapipinsala kahit na makainom pa sila ng nakakamatay na lason. Ano nga ba ang ibig sabihin nito?

Sa Mga Gawa 28:1-6, may isang insidente kung saan nakagat si apostol Pablo ng isang ahas sa isla ng Malta. Inasahan ng mga taga-isla na mamamaga siya o bubulagta na lamang at mamamatay (t. 6), ngunit hindi siya dumanas ng anumang masama. Matapos nilang mag-antay nang mahabang panahon at walang nakitang anumang kakaibang nangyari kay Pablo, nagbago sila ng isip at sinabing siya ay isang diyos-diyosan (t. 6). Nangyari ito sapagkat may ganap na pananampalataya si Pablo, kaya naman pati na ang lason mula sa ahas ay hindi makakapinsala sa kanya.

Kahit na tuklawin ka ng ahas

Ang mga taong may ganap na pananampalataya ay hindi

magkakaroon ng impeksyon mula sa mikrobyo, o virus o magkakasakit dahil sa lason kahit na mainom nila ito sa di-sinasadyang paraan, sapagkat pinapawalang-bisa ng Diyos ang lason sa apoy ng Banal na Espiritu.

Ngunit kapag sinadya nilang inumin ito, hindi sila mapoprotektahan, sapagkat ang ibig sabihin nito ay sinusubok nila ang Diyos. Hindi Niya tinatanggap ang sinumang sumusubok sa Kanya maliban kung sa ikapu. Ganoon pa man, maaari kang makakain ng nilasong pagkain na sadyang ginawa upang saktan ka.

Higit pa rito, maaaring painumin ng isang lalaki ang isang babae ng inuming may pampatulog sa tangkang tuksuhin siya o patulugin ang isang tao upang kidnapin ito o pagnakawan ng pera. Maging sa mga ganitong pagkakataon, ang taong may ganap na pananampalataya ay maiingatan at hindi masasaktan, sapagkat ang mga lason na ito ay mapapawalang-bisa ng apoy ng Banal na Espiritu.

Tinutunaw ng apoy ng Banal na Espiritu ang bawat lason

Sa pagtatapos ang ikatlong taon ko sa seminaryo, nakaramdam ako ang matinding sakit sa aking tiyan matapos akong uminom ang pampalamig habang naghahanda ako para sa una kong revival meeting. Naibsan lamang ang sakit matapos kong manalangin nang nakapatong ang mga kamay sa aking tiyan at pinalabas ko ang laman ng tiyan ko sa pagtatae. Kinabukasan ko na lang nalamang may lason ang ininom ko.

Minsan nanatili ako upang manalangin sa probinsya ng

Jochiwon, Choongchung. May isang malapit na pamantasan sa tinitirhan ko, at madalas na nagkakaroon ng rally ang mga estudyante, at gumagamit ng teargas ang mga pulis upang supilin sila. Kahit na labis na nahirapang huminga ang mga tao sa paligid ko, ito ay hindi ko naranasan.

Sa mga unang araw ng aking pagmiministeryo sa simbahan, tumira ang pamilya ko sa basement ng aming simbahan. Noong panahong iyon, gumagamit ng briquette (panggatong gawa sa maliliit na bloke ng abo ng uling o coal) ang mga Koreano bilang pampainit. Matindi ang hirap ng pamilya ko sa paglanghap ng carbon monoxide lalong-lalo na sa mga araw na maulap dahil mahina ang pag-ikot ng hangin sa loob. Ngunit kahit kailan ay hindi ako dumanas ng hirap mula sa hanging may-lason. Mabilis na tinutunaw ng Banal na Espiritu ang anumang bagay na may lason na pumapasok sa isang taong may pananampalatayang nakalulugod sa Diyos, ang kapuspusan ng Banal na Espiritu na tumatagos sa katawan ng isang tao.

5. Gagaling ang Maysakit sa Pamamagitan ng Pagpapatong ng Iyong Kamay

Ang ikalimang patunay na tinataglay ng mga sumasampalataya ay ang pagpapagaling ng mga maysakit na pinapatungan nila ng kanilang kamay. Sa biyaya ng Diyos, tinaglay ko ang patunay na ito bago pa nagsimula ang aking paglilingkod. Matapos matatag ang aming simbahan, di na mabilang ang mga tao na napagaling at pinapurihan nila ang Diyos.

Sa kasalukuyang panahon, sapagkat hindi ko na magawang

ipatong ang kamay ko sa bawat miyembro ng aming simbahan, ipinapanalangin ko na lamang ang mga maysakit mula sa pulpito. At maraming maysakit ang napagaling na, at ang mga taong may-kapansanan ay gumaling at lumakas sa pamamagitan ng panalanging ito.

Dagdag pa rito, sa taunang pagdaraos ng 2-linggong Revival Meeting na ginaganap tuwing buwan ng Mayo hanggang 2004, napagaling ang sarisaring mga sakit, mula leukemia, paralysis, hanggang sa mga kaso ng kanser. Dagdag pa rito, nakakita ang mga bulag, nakarinig ang mga bingi, at nakalakad ang mga pilay. Sa pamamagitan ng mga kamangha-manghang gawa ng Diyos, nakakilala sa Diyos ang di-mabilang na dami ng tao.

Ngunit, bakit kaya may ilan pang mga tao ang hindi nakakatanggap ng sagot sa gitna ng naglalagablab na mga pagkilos ng Banal na Espiritu, ang pagsunog sa mga mikrobyo at pagpapagaling ng mga maysakit at may-kapansanan katulad nito?

Una, kailangan nating tandaan na kahit tumanggap ng panalangin ang isang taong walang-pananampalataya, hindi ito mapapagaling. Nararapat lamang na hindi siya tumanggap ng sagot kung wala naman siyang pananampalataya, sapagkat kumikilos ang Diyos ayon sa pananampalataya ng bawat isa. Pangalawa, hindi mapapagaling ang isang tao kahit na may pananampalataya pa siya kapag mayroong pader ng kasalanan sa kanya. Sa ganitong pagkakataon, gagaling lamang siya matapos niyang makapagsisi sa mga kasalanan niya at nagbalik-loob sa Diyos, at siya ay tumanggap ng panalangin.

May isang bagay pa na kailangan mong malaman: Kahit na ang

isang tao ay nakakapagpagaling ng maysakit sa pamamagitan ng panalangin, hindi naman ito nangangahulugang narating na niya ang ikalimang lebel ng pananampalataya. Maaari kang makapagpagaling ng tao kapag nasa iyo ang kaloob ng pagpapagaling kahit na nasa ikatlong lebel ka lamang ng pananampalataya.

Dagdag pa rito, kadalasang nakakapagpagaling sa pamamagitan ng panalangin ang isang taong nasa ikalawang lebel ng pananampalataya sa maiksing panahon na puspos siya ng Banal na Espiritu. Kasama rito, labis na makapangyarihan at mabisa ang panalangin ng isang taong matuwid, at ang panalangin na mula sa pag-ibig kaya nahahayag ang pagkilos ng Diyos (Santiago 5:16).

Ganoon pa man, may limitasyon ang ganitong mga kaso. Maaaring mapagaling ang mga sakit na sanhi ng mga mikrobyo o virus tulad ng di-matinding sakit, o ang kanser at TB, ngunit ang mga dakilang paggawa ng Diyos tulad ng pagpapalakad sa mga lumpo o panunumbalik ng paningin ng mga bulag ay hindi maisasagawa.

Kahit na nakakapagpalayas ng mga demonyo ang panalangin ng pag-ibig o kaloob ng pagpapagaling, malaki ang posibilidad ng pagbabalik ng mga demonyo makalipas ang ilang panahon. Ngunit, kapag ang isang taong nasa ikalimang lebel ng pananampalataya ang nagpalayas ng mga demonyo, hindi sila makakabalik.

Masasabing nasa ikalimang lebel ng pananampalataya ka na kapag may kakayahan ka nang magpamalas ng limang pinagsama-sama uri ng mga patunay na ito. Dagdag pa rito, nagagawa mong magpakita ng higit pa ritong kapangyarihan, lakas at mga kaloob ng Banal na Espiritu kapag narating mo na ang lebel na ito.

Sa kasalukuyang panahon kung saan ay marami nang mga tao ang lubos na nabahiran ng kasamaan at kasalanan, malamang na mananampalataya lamang sila kapag nakakita sila ng mga himala at mga bagay na higit pa sa ipinakita noong panahon ni Jesus.

Ito ang dahilan kung bakit nais ng Diyos na matamo ng mga anak Niya di lamang ang espiritwal at ganap na pananampalataya kundi magpakita rin sila ng mga patunay na tinataglay ng mga sumasampalataya, upang madala nila ang di-mabilang na mga tao sa kaligtasan.

Dapat mong pagsikapang tumanggap ng lakas, awtoridad at kapangyarihan ngayong batid mo nang maaari mong gawin kung ano ang ginawa ni Jesus at higit pa sa mga ginawa Niya kapag may pananampalataya ka ni Cristo na nagbibigay-lugod sa Diyos.

Nawa'y lalo mong mapalawak ang kaharian ng Diyos at matamo ang kabanalan Niya sa pamamagitan ng ganitong lebel ng pananampalataya sa pinakamaagang panahong makakaya mo, at walang-hanggan kang magningning sa Langit nang tulad ng araw. Sa pangalan ni JesuCristo, ito ang panalangin ko!

Kabanata 10

Mga Iba't Ibang Korona at Tirahan sa Langit

Ang Sukat ng Pananampalataya

1
Matatamo Lamang ang Langit sa Pamamagitan ng Pananampalataya

2
Marahas na Pagsulong sa Langit

3
Sarisaring mga Lugar na Tirahan sa Langit at mga Korona

Huwag mabagabag ang inyong puso. Sumampalataya kayo sa Diyos, sumampalataya rin kayo sa akin. Sa bahay ng aking Ama ay maraming tahanan. Kung hindi gayon, sasabihin ko ba sa inyo na ako'y paparoon upang ihanda ko ang lugar para sa inyo? At kung ako'y pumunta roon at maihanda ko ang isang lugar para sa inyo, ako'y babalik at kayo'y tatanggapin ko sa aking sarili, upang kung saan ako naroroon, kayo rin ay naroroon.

(Juan 14:1-3, ABAB)

Para sa isang atleta sa Olympics, ang pagwawagi ng isang medalyang ginto ay isang sandaling puno ng damdamin. Ang pagkapanalo niya ng medalyang ginto ay hindi sa pamamagitan ng sapalaran, kundi sa matagal ng panahon ng mahigpit na pagsasanay upang mapaghusay ang kanyang kakayahan at sa pag-iiwas sa kanyang mga libangan at paboritong pagkain. Makakayanan niyang pagtiisan ang ganyang kahirap na pagsasanay, sapagkat malakas ang pagnanasa niyang makamit ang medalyang ginto, at batid niyang ang kanyang pagpupunyagi ay gagantimpalaan nang mabuti.

Ganito rin para sa ating mga Cristiano. Sa karerang espiritwal patungo sa Kaharian ng Langit, kailangan nating maipanalo ang mabuting pakikibaka ng pananampalataya, mapagtagumpayan ang ating katawan, at supilin ito nang sa ganoon ay makamit ang pinakamataas na premyo. Ginagawa ng mga tao sa mundong ito ang lahat ng kanilang makakaya upang tumanggap ng gantimpala sa mundo at parangal. Kung ganoon, ano ang dapat mong gawin upang matamo ang gantimpala at parangal sa walang-hanggang Kaharian ng Langit?

Mababasa sa Kasulatan sa 1 Corinto 9:24-25, *"Sa ating pagsunod sa Dios ay para tayong mananakbo. Alam ninyo na sa isang takbuhan, marami ang sumasali ngunit isa lamang ang nananalo. Kaya pagbutihin ninyo ang pagtakbo upang makamit ninyo ang gantimpala. Ang bawat manlalaro ay nagsasanay nang mabuti at dinidisiplina ang sarili upang makamit ang gantimpala. Ginagawa niya ito para sa gantimpalang hindi nagtatagal. Ngunit ang gantimpalang hinahangad natin ay magtatagal magpakailanman"* (ASD).

Hinihikayat tayo ng talatang ito na magkaroon ng pagpipigil sa sarili sa lahat ng bagay at tumakbo nang walang humpay, naghahangad ng kaluwalhatiang matatamasa natin hindi na magtatagal mula ngayon.

Suriin natin nang madetalye kung paano natin matatamo ang Kaharian ng Langit na maluwalhati at kung paano magkaroon ng higit na mabuting tirahan sa Langit.

1. Matatamo Lamang ang Langit sa Pamamagitan ng Pananampalataya

May mga tao, na kahit nasa kanila na ang karangalan at kapangyarihan, kayamanan at kasaganaan at maraming kaalaman, ay hindi nakakabatid kung saan nagmula ang tao, para saan siya nabubuhay, at saan siya patungo. Ang alam lamang nila ay simula sa pagkapanganak, ang mga tao ay kumakain, umiinom, pumapasok sa paaralan, nagtatrabaho, nag-aasawa, at nabubuhay hanggang sa bumalik muli silang alabok sa lupa kapag namatay na.

Ngunit hindi ganyan mag-isip ang mga mananampalataya sa Diyos na tumanggap kay JesuCristo. Batid nilang ang tunay nilang Ama na nagbigay sa kanila ng buhay ay ang Diyos, sapagkat naniniwala silang Siya ang lumalang sa unang tao na si Adan, at pinahintulutan siyang magkaroon ng mga inapo sa pamamagitan ng pagbibigay sa kanya ng binhi ng buhay. Kaya naman nabubuhay sila upang luwalhatiin ang Diyos—kahit uminom, kumain o gumawa lamang sila ng anumang bagay—batid nila kung bakit nilikha ng Diyos ang mga tao at hinayaan silang mamuhay sa daigdig na ito. Namumuhay rin sila ayon sa kalooban ng Diyos—batid nila kung paano maligtas, makarating sa Langit, at magkaroon ng buhay na walang-hanggan, o kung paano sila maaaring mapaparusahan sa walang-hanggang apoy ng impiyerno.

Ang mga taong sumasampalataya ay mga anak ng Diyos at mga mamamayan sa Langit. Nais Niyang maging malinaw sa kanila ang tungkol sa Kaharian ng Langit at mapuno sila ng pag-asa tungo sa magiging tirahan nila doon, sapagkat kapag higit na malinaw sa mga tao ang tungkol sa Kaharian ng Langit, lalo silang magiging aktibong mamumuhay nang may pananampalataya sa mundong ito.

Matatamo mo lamang ang Langit sa pamamagitan ng pananampalataya at kung ganoon, ang mga naligtas lamang sa pamamagitan ng pananampalataya ang mapupunta roon. Kahit na meron kang malaking halaga ng pera at lahat ng karangalan at kapangyarihan, hindi ka makakapunta roon sa sarili mong lakas. Ang makakapunta lamang sa Langit at magtatamasa ng buhay na walang-hanggan at mga pagpapala ay ang mga nagkaroon ng karapatang maging mga anak ng Diyos sa pamamagitan ng pagtanggap kay JesuCristo at namumuhay ayon sa Kanyang Salita.

Ang kaligtasan sa panahon ng Matandang Tipan

Ipinapahiwatig ba nitong hindi maliligtas ang ang mga taong hindi nakakilala o walang pagkakataong malaman ang tungkol kay Jesus? Hindi, ibang kaso iyon. Sapagkat ang panahon ng

Matandang Tipan ay ang panahon ng Kautusan, naliligtas ang mga tao noon ayon sa kung namuhay sila ayon sa Kautusan, ang Salita ng Diyos. Ngunit sa panahon ng Bagong Tipan, dumating si Juan Bautista at nagpatotoo tungkol kay JesuCristo—na ang mga tao ay maliligtas sa pamamagitan ng pananampalataya kay JesuCristo.

Maging sa ating kasalukuyang panahon, maaaring may mga taong hindi pa tumatanggap kay JesuCristo, sapagkat hindi pa sila nagkakaroon ng pagkakataon na makarinig tungkol sa Kanya. Ang mga taong ito ay huhusgahan ayon sa kanilang konsensya. (Para sa higit pang kaalaman tungkol dito, tingnan ang *Ang Mensahe ng Krus*). Sa kasalukuyan, maraming tao ang nagkakamali ng intindi sa kalooban ng Diyos tungkol sa kaligtasan. Mali ang pag-aakala nilang ligtas na sila kapag nagpapatotoo sila at nagsasabi, "Naniniwala akong si JesuCristo ang aking Tagapagligtas." Ito'y sapagkat sa panahon ng Bagong Tipan, ipinagkakaloob ng Diyos ang biyayang maligtas sa pamamagitan ni JesuCristo. Akala ng mga taong ito, hindi na nila kailangang sikaping mamuhay ayon sa Kanyang Salita. Inaakala nilang hindi malaking bagay kung patuloy silang magkasala—ngunit walang pag-aalinlangan na kasinungalingan ito.

Ano nga ba talaga ang kahulugan ng maligtas sa pamamagitan ng mga gawa noong panahon ng Matandang Tipan at ang maligtas sa pamamagitan ng pananampalataya sa panahon ng Bagong Tipan?

Hindi pumunta si Jesus sa mundong ito upang iligtas ang mga hindi namumuhay ayon sa Salita ng Diyos; dumating Siya upang akayin ang mga tao na mamuhay ayon sa Salita ng Diyos, hindi lamang sa kanilang gawa, kundi pati na rin sa kanilang mga puso.

Kaya naman sinabi ni Jesus sa Mateo 5:17, *"Huwag ninyong akalaing naparito ako upang ipawalang-bisa ang Kautusan at ang mga Propeta. Naparito ako hindi upang ipawalang-bisa ang mga iyon kundi upang tuparin"* (MBB). Ipinapaalala rin Niya sa atin na kapag ang sinuman ay gumagawa ng kasalanan sa kanyang isip, itinuturing na rin na kasalanan ito: *"Narinig ninyong sinabi, 'Huwag kang mangangalunya.' Ngunit sinasabi ko sa inyo: ang sinumang tumingin sa isang babae nang may mahalay na pagnanasa ay nangangalunya na sa babaing iyon sa kanyang puso"* (Mateo 5:27-28, MBB).

Ang kaligtasan sa panahon ng Bagong Tipan

Noong panahon ng Matandang Tipan, kahit na makiapid ang sinuman sa kanyang isip, hindi ipinapalagay na nagkasala siya hangga't hindi niya isinasagawa ito. Kapag talagang isinagawa na niya ang pakikiapid, doon pa lamang siya itinuturing na nagkasala. Binabato lamang siya ng taong bayan kapag aktwal na nakiapid na siya (Deuteronomio 22:21-24). Ganoon din, noong Matandang Tipan, kung may isang taong masamang-masama at makasalanan sa kanyang puso, at binabalak niya sa kanyang isip na pumatay ng isang tao o magnakaw ng isang bagay, ngunit hindi pa niya aktwal na isinasagawa ang ganitong hangad, maaari pa rin siyang maligtas, sapagkat hindi pa naman siya nahuhusgahang nagkasala.

Ngayon, tingnan natin sa 1 Juan 3:15 upang maunawaan natin kung ano ang ibig sabihin ng maligtas sa pamamagitan ng pananampalataya sa panahon ng Bagong Tipan: *"Mamamataytao ang napopoot sa kanyang kapatid; at nalalaman ninyong ang buhay na walang hanggan ay wala sa mamamatay-tao"* (MBB).

Sa panahon ng Bagong Tipan, kahit na hindi pa talagang isinasagawa ng tao ang pagkakasala, hindi siya maliligtas kapag nagkasala siya sa kanyang isip, sapagkat katumbas na rin ito ng pagkakasalang panlabas.

Kaya naman, sa kapanahunan ng Bagong Tipan, kung balak ng sinuman ang magnakaw, isa na siyang magnanakaw; kung tinitingnan niya nang may mahalay na pagnanasa ang isang babae, isa na siyang mang-aapid; at kung galit siya sa kanyang kapwa at may balak siyang patayin ito, wala siyang pinagkaiba sa totoong mamamatay-tao. Ngayong malinaw na ito sa iyo, kailangan kang maligtas sa pamamagitan ng pananampalataya mo sa Diyos, at ipakita mo ito sa pamamagitan ng iyong gawa at sa di-paggawa ng kasalanan sa isip mo.

Iwaksi mo ang mga gawa at pagnanasa ng likas na kasalanan sa iyong pagkatao

Sa Biblia, madalas mong matagpuan ang mga katagang tulad ng "makasalanang/kasalanang likas," "laman," "ang pita ng laman," "mga pagnanasa ng kasalanang likas," "mga gawa ng kasalanang likas," "katawan ng kasalanan" at iba pa. Ngunit mahirap humanap ng isang taong nakakaalam ng tunay na kahulugan ng mga katagang ito maging sa lupon ng mga mananampalataya.

Ayon sa diksyonaryo, walang pagkakaiba ang kahulugan ng "laman" at "katawan," ngunit ayon sa Biblia, magkaiba ang espiritwal na ibig sabihin ng dalawang ito. Upang maunawaan mo ang espiritwal na kahulugan ng mga katagang ito, kailangan mo munang malaman ang proseso kung paano dumating ang kasalanan sa tao.

Ang tao ay binubuo ng tatlong bahagi: katawan, kaluluwa at espiritu. Sa tatlong bahaging ito, ang espiritu ang pinakamahalaga at ito ang naging tagapanguna sa buhay ng mga unang tao na sina Adan at Eva. Sa pamamagitan ng kanilang espiritu, sila ay maaaring makipag-ugnay at makipag-usap sa Diyos.

Ang mga unang tao ay mga buhay na espiritu—mga taong espiritwal na walang anumang kasinungalingan sa kanila, sapagkat ang itinuro lamang sa kanila ng Diyos ay ang tamang kaalaman tungkol sa buhay. Dumating ang kamatayan sa kanila noong nagkasala sila: sinuway nila ang utos na huwag pumitas ng bunga mula sa puno ng kaalaman ng mabuti at masama. Hindi sila sumunod sa utos ng Diyos mula sa kanilang isipan (Roma 6:23).

At namatay ang kanilang espiritu na siyang tagapanguna sa buhay nila—nawalan ng kakayahang makipag-ugnayan sa Diyos sina Adan at Eva. Dagdag pa rito, bilang mga nilalang, kailangan nilang katakutan ang Manlilikha at tuparin ang Kanyang utos, ngunit hindi na nila magawa ang buong tungkulin ng tao sa Diyos sa ganitong kalagayan. Pinalayas sila sa Hardin ng Eden, at kinailangan nilang manirahan sa mundong ito at dumanas ng pagluha, hinagpis, pahirap, mga sakit at kamatayan. Nagawa nila at ng kanilang mga inapo ang magkasala at unti-unti, naging pasama sila nang pasama, mula sa isang salinlahi hanggang sa mga sumusunod na salinlahi.

Sa prosesong ito ng pagkakabahid ng kasalanan, kung saan nawala ang kaalaman tungkol sa buhay na unang ibinigay ng Diyos sa tao, ang itatawag natin dito ay "katawan" (Roma 7:23-

25); kapag ang mga katangian ng kasalanan ay ipagsama sa "katawang" ito, tatawagin natin itong "kasalanang likas."

Kaya naman, ang "kasalanang likas" ay isang pangkalahatang tawag na tumutukoy sa di-nakikita at tagong mga katangian sa puso ng isang tao, na kahit hindi niya tuwirang isagawa ang mga ito ay maaaring mabigyang-buhay. Dagdag pa rito, kapag hinati-hati natin ang "kasalanang likas" sa iba't ibang bahagi nito, tinatawag natin ang mga ito bilang "mga pita ng laman" o "mga pagnanasa ng kasalanang likas."

Halimbawa, ang mga ugaling katulad ng inggit, paninibugho at poot ay hindi nakikita ngunit maaaring lumabas sa anumang oras hangga't nananatili sila sa iyong puso. Iyan ang dahilan kung bakit itinuturing sila ng Diyos bilang mga kasalanan din.

Sa ganitong paraan, kapag hindi mo iwinaksi ang mga pagnanasang ito ng kasalanang likas, mahahayag sila sa gawa, at kapag ang mga pagnanasa ng kasalanang likas ay nahayag sa pamamagitan ng gawa, tinatawag natin ang mga itong "mga gawa ng kasalanang likas." Kapag pinagsama-sama mo naman ang mga gawaing makalaman, tinatawag ang mga itong "ang laman."

Sa madaling sabi, kapag pinaghiwa-hiwalay natin "ang laman" sa mga ginagawa nito sa detalye, tinatawag itong "ang mga gawa ng kasalanang likas." Kung may balak kang mambugbog ng isang tao, ang kaisipang ito ay kasama sa "mga pagnanasa ng kasalanang likas." At kapag isinagawa mo ang pagbugbog sa taong iyon, ito ay isang "gawa ng kasalanang likas."

Ano ang espiritwal na kahulugan ng "laman" ayon sa pakahulugang binibigay sa Genesis 6:3?

Sinabi ng PANGINOON, "Hindi ipinapahintulot ng aking Espiritu na mabuhay nang habang panahon ang tao, sapagkat siya'y nabubuhay sa laman" (Ang Biblia, New Pilipino Version/NPV).

Ipinapaalala sa atin ng talatang ito na ayaw makasama ng Diyos nang habang-buhay ang mga taong hindi namumuhay nang ayon sa Kanyang Salita, at sa halip ay gumagawa ng mga kasalanan at nabubuhay ayon sa "laman."

Ngunit sinasabi sa atin ng Biblia na ang Diyos ay kasama sa lahat ng oras ng mga taong espiritwal tulad nila Abraham, Moises, Elias, Noe, at Daniel, na ang tanging hinangad ay ang katotohanan lamang, at sila ay namuhay nang ayon sa Salita ng Diyos. Kaya naman, ngayong batid na nating hindi maliligtas ang mga taong nabubuhay ayon sa laman, na hindi namumuhay ayon sa Salita ng Diyos, kailangang magsikap tayong mabilis nating maiwaksi, hindi lamang ang mga gawa ng kasalanang likas kundi pati na rin ang mga pagnanasa nito.

Hindi mamanahin ng mga taong makalaman ang kaharian ng Diyos

Sapagkat ang Diyos ay pag-ibig, ang karapatang maging anak Niya at ang Banal na Espiritu ay binibigay Niya bilang kaloob sa mga taong nakakabatid na sila ay mga makasalanan, ngunit nagsisi sila sa kanilang mga sala, at tumanggap kay JesuCristo bilang Tagapagligtas nila. Kapag tinanggap mo ang Banal na Espiritu bilang kaloob at maisilang ang iyong espiritu sa pamamagitan ng Banal na Espiritu, nabuhay na muli ang patay mong espiritu.

Kaya naman maaari mo nang tanggapin ang kaligtasan at buhay na walang-hanggan, sapagkat hindi ka na nabubuhay ayon sa laman o hindi ka na taong makalaman, kundi isa ka nang taong espiritwal. Ngunit kapag ipinagpatuloy mong isinasagawa ang mga gawain ng kasalanang likas, hindi ka maliligtas, sapagkat hindi sasama ang Diyos sa iyo.

Ang mga gawa ng kasalanang likas ay tinutukoy nang madetalye sa Galacia 5:19-20:

> *Hindi maikakaila ang mga hilig ng laman: pakikiapid, kahalayan at kalaswaan, pagsamba sa diyus-diyosan, pangkukulam, pagkapoot sa isa't isa, pag-aaway-away, pagseselos, pagkakagalit at kasakiman, pagkakampi-kampi at pagkakabaha-bahagi, pagkainggit, paglalasing, kalayawan, at iba pang katulad nito. Muli ko kayong binabalaan: ang gumagawa ng mga ito ay hindi magkakaroon ng bahagi sa kaharian ng Diyos* (MBB).

Sinasabi rin sa atin ni Jesus sa Mateo 7:21, *"Hindi lahat ng tumatawag sa akin, 'Panginoon, Panginoon,' ay papasok sa kaharian ng langit, kundi ang mga tao lamang na sumusunod sa kalooban ng aking Ama na nasa langit"* (MBB). Dagdag pa rito, nais ng Diyos na ang bawat isa ay tumanggap ng kaligtasan sa pamamagitan ng pananampalataya at makarating sa Langit. Kaya paulit-ulit Niyang sinasabi sa atin sa Biblia na hindi makakapasok sa Langit ang mga di-matuwid, na hindi namumuhay nang ayon sa kalooban Niya, at sa halip ay gumagawa ng mga gawain ng kasalanang likas.

Kung nais mong tumanggap ng kaligtasan sa pamamagitan ng pananampalataya

Sa Roma 10:9-10, mababasa natin, *"Kung ipahahayag ng iyong mga labi na si Jesus ay Panginoon at mananalig ka nang buong puso na siya'y muling binuhay ng Diyos, maliligtas ka. Sapagkat nananalig ang tao sa pamamagitan ng kanyang puso at sa gayo'y napawawalang-sala; at nagpapahayag sa pamamagitan ng kanyang labi at sa gayo'y naliligtas"* (MBB, 1980).

Ang uri ng pananampalatayang hinahanap ng Diyos ay ang uri kung saan nananalig ka sa puso mo at ihinahayag mo ito sa labi mo. Sa ibang sabi, kung tunay ngang naniniwala ka sa puso mo na si Jesus ay naging Tagapagligtas mo, sapagkat nabuhay Siyang muli sa ikatlong araw matapos Siyang ipako sa krus, mapapawalang-sala ka sa pagwawaksi mo ng mga kasalanan mo at sa pamumuhay mo ayon sa Salita ng Diyos. Kapag nagpahayag ka sa iyong labi habang namumuhay ka nang ayon sa kalooban Niya, maliligtas ka, sapagkat tunay ang pahayag mo.

Kaya naman mababasa sa Roma 2:13, *"Sapagkat hindi ang mga nakikinig sa Kautusan, kundi ang mga sumusunod dito, ang siyang pawawalang-sala ng Diyos"* (MBB) Sinasabi rin sa atin ng Kasulatan sa Santiago 2:26, *"Patay ang katawang walang espiritu; gayundin naman, patay ang pananampalatayang walang kasamang gawa"* (MBB).

Makikita ang pananampalataya mo sa pamamagitan ng iyong mga gawa kapag ikaw ay nananalig sa Salita ng Diyos sa puso mo, at hindi lamang nagkokolekta ng Salita Niya bilang kaalaman sa iyong isip. Kapag natanim ang kaalaman sa puso mo, susunod na ang iyong mga gawa.

Kaya naman kung dati ay napopoot ka sa kapwa, maaari kang mabago upang maging isang magmamahal sa kapwa. Kung dati ay isa kang magnanakaw, maaari kang mabago upang maging isang taong hindi na nagnanakaw. Kung patuloy ka pa ring namumuhay sa dilim na umiibig sa mundo, kahit ihinahayag mo ang pananampalataya mo sa iyong mga labi, patay ang pananampalataya mo at walang kinalaman ito sa iyong kaligtasan.

Nakasulat din sa 1 Juan 1:7, *"Ngunit kung namumuhay tayo ayon sa liwanag, gaya ng pananatili niya sa liwanag, tayo'y nagkakaisa at ang lahat ng ating kasalanan ay nililinis ng dugo ni Jesus na kanyang Anak"* (MBB).

Ngunit kung ang katotohanan ay nasa iyo, magiging natural sa iyo ang maglakad sa liwanag, sapagkat namumuhay ka ayon sa katotohanan. Magiging matuwid ka, dahil sa pananampalataya sa puso mo, dahil iniiwan mo ang dilim at lumalapit sa liwanag sa pamamagitan ng pagwawaksi ng mga kasalanan mo. Salungat dito, nagsisinungaling ka sa Diyos kung nagpapatuloy ka pa ring mamuhay sa kadiliman sa paggawa ng mga kasalanan at kasamaan. Kaya naman kailangang magkaroon ka agad ng pananampalatayang may kasamang mga gawa.

Kailangang lumakad ka sa liwanag

Iniuutos sa atin ng Diyos na magpunyagi laban sa kasalanan hanggang sa punto ng pagbubuwis ng ating dugo (Hebreo 12:4), sapagkat nais Niyang tayo ay walang-kapintasan katulad Niyang walang-kapintasan (Mateo 5:48), at maging banal katulad Niyang banal (1 Pedro 1:16).

Noong panahon ng Matandang Tipan, naliligtas lamang ang mga tao kung ang mga gawa nila'y walang-kapintasan; hindi na nila kailangang iwaksi ang mga kasalanang nasa mga puso nila, sapagkat imposible para sa mga tao bilang mga taong nilalang na linisin ang mga sarili nilang mga kasalanan sa sarili nilang kakayahan.

Kung magagawa mong iwaksi ang mga kasalanan mo sa sarili mong kakayahan, hindi na sana kinailangan pa ni Jesus na magkatawang-tao. Ngunit dahil hindi mo kayang ayusin ang problema ng kasalanan o maligtas sa sarili mong kakayahan at lakas, ipinako sa krus si Jesus, at ibinibigay Niya ang Banal na Espiritu sa sinumang nananampalataya bilang isang handog, at inaakay sila sa kaligtasan.

Sa ganitong paraan, maiwawaksi mo ang bawat uri ng kasamaan sa tulong ng Banal na Espiritu at makikibahagi ka sa kalikasan ng Diyos, sapagkat bibigyan ka ng Banal na Espiritu ng kamalayan tungkol sa kasalanan, sa kabanalan at sa paghuhukom kapag pumasok Siya sa puso mo.

Kaya naman, hindi ka dapat makontento na lamang na tinanggap mo si JesuCristo. Sa halip, kailangang matiyaga kang manalangin, iwaksi mo ang bawat uri ng kasamaan, at lumakad ka sa liwanag sa tulong ng Banal na Espiritu hanggang sa makabahagi ka sa kalikasan ng Diyos.

Ang natatanging paraan upang matamo mo ang Langit ay ang pagkakaroon ng pananampalatayang espiritwal na may kasamang gawa, katulad ng matatagpuan natin sa Mateo 7:21, *"Hindi lahat ng tumatawag sa akin, 'Panginoon, Panginoon', ay papasok sa kaharian ng langit, kundi ang mga tao lamang na sumusunod sa kalooban ng aking Ama na nasa langit"* (MBB). Kailangang gawin mo ang lahat ng magagawa mo hanggang sa marating mo ang lebel ng pananampalataya ng mga ama, sapagkat ang magiging tirahan mo sa Langit ay base sa lebel ng pananampalataya mo.

Umaasa akong ikaw ay makakabahagi sa kalikasan ng Diyos at makakapasok sa Bagong Jerusalem kung saan nakaluklok ang trono ng Diyos.

2. Marahas na Pagsulong sa Langit

Ipinapahintulot ng Diyos na anihin natin anuman ang ipinunla natin, at ginagantimpalaan tayo ayon sa ginawa natin, sapagkat Siya ay makatarungan. Kaya maging sa Langit, bawat tao ay ginantimpalaan ng uri ng tirahan ayon sa lebel ng pananampalataya niya, at may iba pang mga gantimpala na ibibibigay sa bawat tao ayon sa paglilingkod at pag-aalay niya ng sarili para sa kaharian ng Diyos. Ang Diyos, na hindi nagkait na isakripisyo ang kaisa-isa Niyang Anak para ibigay sa atin ang Langit at buhay na walang-hanggan, ay sabik na naghihintay na pumasok na ang mga anak Niya at manirahang kasama Niya sa pinakamagandang tirahan sa Langit, sa Bagong Jerusalem.

Sa buong kasaysayan ng daigdig, karaniwang nakikipaglaban ang isang malakas na bansa laban sa mas mahina, at sinasakop ang teritoryo nito. Upang masakop ang teritoryo ng isang bansa, kailangang lusubin nito ang isang bansa at talunin ito sa isang digmaan.

Sa ganito ring paraan, kung isa kang anak ng Diyos at mamamayan sa Langit, kailangan kang magpunyaging makapasok sa Langit nang may marubdob na pag-asa, sapagkat alam na alam mo ang tungkol dito. Maaaring magtaka ang ilan tao kung bakit malakas ang loob natin na sumulong sa Langit, na siyang kaharian ng Diyos na makapangyarihan sa lahat. Kaya, kailangan muna nating maunawaan ang espiritwal na kahulugan ng "pagsulong tungo sa Langit" at kung paano aktwal na isinasagawa ito.

Mula noong panahon ni Juan Bautista

Sinasabi sa atin ni Jesus sa Mateo 11:12, *"Mula nang mangaral si Juan na Tagabautismo hanggang ngayon, ang kaharian ng langit ay sapilitang pinapasok ng mga taong mararahas"* (MBB). Ang mga araw bago dumating si Juan Bautista ay tumutukoy sa mga panahon ng Kautusan, kung saan ay naliligtas ang mga tao sa pamamagitan ng kanilang mga gawa.

Ang Matandang Tipan ang anino ng Bagong Tipan; kinailangang sabihin ng mga propeta sa mga tao ang tungkol kay Jehovah at nagpropesiya tungkol sa Mesias. Ngunit mula noong panahon ni Juan Bautista, nabuksan ang bagong kapanahunan ng Bagong Tipan, na tinatawag na Bagong Pangako, kasabay ng pagsasara ng mga propesiya ng Matandang Tipan.

Dumating ang ating Tagapagligtas sa tanghalan ng kasaysayan ng sangkatauhan hindi bilang isang anino kundi bilang Diyos mismo nito. Nagsimulang magpatotoo si Juan Bautista tungkol kay Jesus. Mula noon, nagsimula na ang kapanahunan ng biyaya o kagandahang-loob ng Diyos kung saan sinuman ay maaaring tumanggap ng kaligtasan sa pamamagitan ng pananalig kay Jesus bilang kanyang Tagapagligtas at pagkatapos ay mapapasakanya ang Banal na Espiritu.

Ang sinumang tumanggap kay JesuCristo at sumampalataya sa pangalan Niya ay magtatamo ng karapatan na maging anak ng Diyos at makakapasok sa Langit. Ngunit hinati-hati ng Diyos ang Langit sa iba't ibang lugar na tirahan, at ang bawat isa sa mga anak Niya ay magmamay-ari ng isa rito ayon sa lebel ng kanyang pananampalataya,, sapagkat ang Diyos ay makatarungan, at ibinabalik Niya sa bawat tao kung ano ang kanyang ginawa. Dagdag pa rito, ang mga ganap na nagpakabanal lamang, sa pamamagitan ng kanilang pamumuhay ayon sa Salita, at ang mga lubusang nakatapos ng kanilang misyon ang makakapasok sa Bagong Jerusalem kung saan ay naroroon ang trono ng Diyos.

Kaya naman, kailangang maging mapusok ka na magkaroon ng higit na magandang tirahan sa Langit, sapagkat ang magiging tirahan mo doon ay ayon sa lebel ng pananampalataya mo, kahit na ang mismong pagpasok na Langit ay sa pamamagitan lamang ng simpleng pananampalataya.

Mula noong mga araw ni Juan Bautista hanggang sa Muling Pagbabalik ng Ating Panginoon sa ere, sinumang sumusulong patungo sa Langit ay makakarating doon. Sinasabi sa atin ni Jesus sa Juan 14:6, *"Ako ang daan, ang katotohanan at ang buhay. Walang makakapunta sa Ama kundi sa pamamagitan ko"* (MBB).

Sinasabi ng Panginoon sa atin na walang makakapunta sa Ama maliban sa pamamagitan Niya, sapagkat Siya ang daan patungo sa Langit, Siya ang katotohan, at ang buhay. Sa dahilang ito, dumating Siya sa mundo, at nagpatotoo tungkol sa Diyos nang sa ganoon ay mauunawaan nating mabuti ang Diyos. Siya rin ang nagturo sa atin kung paano pumunta sa Langit sa pamamagitan ng pagiging isang huwaran para sa atin.

Nahahati ang Langit sa iba't ibang lugar na tirahan

Ang Langit ay ang kaharian ng Diyos kung saan ay maninirahan nang magpakailanman ang mga anak Niyang iniligtas Niya. Di tulad dito sa daigdig, ito ay isang mapayapang kaharian na walang pagbabago at pagkabulok, napupuno ng galak at kaligayahan, walang sakit, lungkot, kirot, at kamatayan, sapagkat wala dito ang kaaway na si Satanas at ang mga demonyo at ang kasalanan.

Kahit na subukan nating isipin kung ano ang katulad ng Langit, lubusan kang mamamangha at magugulat kapag nakita mo na ang aktwal na kagandahan at kaningningan nito. Anong ganda ang pagkakagawa nito ng Diyos na Makapangyarihan at Manlilikha kung saan maninirahan ang mga anak Niya magpakailanman! Kung susuriin mong mabuti ang Biblia, makikita mong nahahati ang Langit sa maraming lugar ng tirahan.

Sinasabi sa atin Jesus sa Juan 14:2, *"Sa bahay ng aking Ama ay maraming tahanan. Kung hindi gayon, sinabi ko ba sa inyo na paroroon ako upang ihanda ko ang lugar para sa inyo"* (ABAB). Binabanggit din sa Nehemias 9:6 ang maraming Langit: *"Ikaw lamang ang PANGINOON, Ikaw ang lumikha ng kalangitan, pati ang pinakamataas na langit, gayon din ang makapal na bituin sa kalawakan, sa daigdig at sa lahat ng narito, sa mga dagat at sa lahat ng naroon. Ikaw ang nagbibigay ng buhay sa lahat ng bagay, at sumasamba sa iyo ang lahat ng nasa kalangitan"* (NPV).

Noong unang panahon, iniisip ng mga tao na may iisang Langit lamang, ngunit sa kasalukuyang panahon, kasama ng pag-unlad sa siyensya, alam nating maraming iba pang mga kalawakan maliban sa maaaaring makita ng ating mga mata. Kamangha-mangha na naisulat na ng Diyos ang katotohanang ito sa Biblia!

Halimbawa, nagpatotoo ang Haring Solomon na maraming Langit: *"Ngunit totoo bang maninirahan ang Diyos sa lupa? Sa langit at sa pinakamataas na langit ay hindi ka magkakasiya; gaano pa sa bahay na ito na aking itinayo!"* (1 Mga Hari 8:27, ABAB). Inihahayag ng apostol Pablo sa 2 Corinto 12:2-4 na dinala na siya sa Paraiso sa ikatlong Langit, at sa Pahayag 21 inilalarawan ang Bagong Jerusalem kung saan naroroon ang trono ng Diyos.

Mapusok na isinusulong ang kaharian ng Diyos sa pamamagitan ng pananampalataya

Sa Korea, may mga isla tulad ng Ul-leung at Cheju, mga probinsya at mabubundok na lugar, malalaki at maliliit na lunsod, at mga lugar na metropolitan. Matatagpuan sa kabisera, ang lunsod ng Seoul, ang opisyal na tirahan ng presidente, ang Cheong Wa Dae. Sa Pilipinas naman, ang opisyal na tirahan ng presidente, ang Malacanang, ay matatagpuan sa Manila.

Katulad ng isang bansang nahahati sa maraming distrito para sa madaling pamamahala, ang Kaharian ng Langit ay nahahati sa magkakaibang lugar ng tirahan ayon sa isang mahigpit na pamantayan. Sa madaling sabi, ang lugar na titirhan mo ay depende sa kung paano mo ninais na makatulad ang puso ng

Diyos.

Talagang nalulugod ang Diyos kapag namumuhay kang may pag-asa tungo sa Langit, sapagkat nagpapatunay itong may pananampalataya ka, at kasabay nito, pinapaiksi mo ang pagtatagumpay sa pakikipaglaban sa kaaway na si Satanas at ang demonyo, at magpakabanal sa pamamagitan ng mabilis na pagwawaksi ng mga gawa at nasa ng kasalanang likas.

Matapos mong tanggapin si JesuCristo, mapagtatanto mong madaling iwaksi ang mga gawain ng kasalanang likas, ngunit hindi kasindali ang magwaksi ng mga pagnanasa ng kasalanang likas—ang mga nakatagong kasalanan na nasa loob mo.

Kaya naman patuloy na nagsisikap ang mga taong may tunay na pananampalataya na manalangin at mag-ayuno upang sila ay maging mga banal na anak ng Diyos sa pamamagitan ng lubusang pagwawaksi pati na ng mga pagnanasa ng kasalanang likas.

Natatamo lamang ang Langit sa pamamagitan ng pananampalataya, at ang magiging tirahan mo doon ay base sa kung ano ang ginawa mo, sapagkat ang Langit ay ang lugar kung saan namamahala ang Diyos nang may katarungan at pag-ibig. Sa madaling sabi, ang lugar na tirahan para sa mga nasa unang lebel ng pananampalataya ay iba sa lugar na tirahan ng mga nasa ikalawa o ikatlong lebel ng pananampalataya, at iba pa. Kung nasa higit na mataas na lebel ka ng pananampalataya, higit na maganda at maningning ang lugar na tirahan na mapapasaiyo sa Langit.

Kailangang sumulong ka patungo sa mas maigi pang lugar sa Langit

Kaya naman, kung hanggang sa Paraiso ka pa lamang karapat-dapat pumasok, kailangan mong magpumilit sumulong patungo sa Unang Kaharian sa Langit, at sa mga mas maiging lugar na tirahan sa Langit. Habang sumusulong ka patungo sa mga lugar na iyon sa Langit, sino ang iyong kinakalaban? Patuloy kang nakikibaka laban sa demonyo-panghawakan mong mabuti ang pananampalataya mo sa daigdig na ito, at sumulong ka patungo sa mga tarangkahan ng Langit.

Ginagawa ng kaaway na si Satanas at ng demonyo ang lahat ng makakaya nila upang ibuyo ang mga tao na lumaban sa Diyos para hindi sila makapasok sa Langit; upang mag-alinlangan sila at nang huwag silang sumampalataya; at sa huli ay akayin sila sa kamatayan sa pamamagitan ng pagbubuyo sa kanila na gumawa ng mga kasalanan. Iyan ang dahilan kung bakit kailangan mong daigin ang demonyo. Papasok ka lamang sa mas magandang lugar na tirahan sa Langit kapag makatulad mo ang Panginoon sa pagpupunyagi laban sa mga kasalanan kahit hanggang sa punto ng pagbubuwis ng dugo.

Sabihin nating may isang boksingero. Pinagtitiisan niya ang lahat ng klase ng mahirap na pagsasanay upang maging isang pandaigdigang kampeon. Batid ng boksingero na sa pamamagitan ng ganitong mahirap na pagsasanay, maaari siyang maging isang pandaigdigang kampeon, at pagkatapos nito, matatamasa na niya ang karangalan, kayamanan at kasaganaan. Ngunit kailangan siyang dumaan ng mahirap na pagsasanay at labanan ang kanyang sarili hanggang sa mapanalunan niya ang titulo ng isang kampeon.

Ganito rin ang paghahangad sa Langit sa pamamagitan ng pagsulong patungo rito. Kailangang magpunyagi kang mapabanal sa pamamagitan ng pagwawaksi ng bawat uri ng kasamaan, at tapusin mo ang mga tungkulin na ibinigay sa iyo ng Diyos.

Kailangang ipanalo mo ang espiritwal na laban ng pagtatamo ng Langit sa pamamagitan ng pagtitiyaga sa pananalangin kahit na walang-patid kang pigilan ng kaaway na si Satanas at ng demonyo sa pagsulong tungo sa Kaharian ng Langit.

Ito ang isang bagay na dapat mong mabatid: ang totoo, hindi talaga mahirap labanan ang demonyo. Makakayanan ng sinumang may pananampalataya na ipanalo ang laban sa kaaway na si Satanas, sapagkat tinutulungan siya ng Diyos, at pinangungunahan siya ng mga kawal at mga anghel ng Langit, at ng Banal na Espiritu.

Kailangan nating tamuhin ang Langit sa pamamagitan ng pagsulong tungo rito at kamtin ang tagumpay sa pamamagitan ng pananampalataya. Matapos mapanalunan ng kampeon ang titulo, kailangang magpunyagi siyang mapanatili ang titulo. Ngunit ang labanan upang makapasok sa Langit ay masaya at masarap sa pakiramdam, sapagkat habang nananalo ka, lalo namang gumagaan ang kabigatang dala ng kasalanan. Tuwing naipapanalo mo ang isang laban, labis na masisiyahan ka, at lalo namang nagiging mas madali ang laban araw-araw, sapagkat nagiging maayos ang lahat para sa iyo, at tatamasahin mo ang malusog na pangangatawan habang nagiging mabuti ang kalagayan ng iyong buhay espiritwal.

Dagdag pa rito, kahit na maging pandaigdigang kampeon ang isang boksingero, at tumanggap man siya ng karangalan, kayamanan at kasaganaan, mawawala ang lahat ng ito kapag namatay siya. Ngunit, magpakailanman na mananatili ang kaluwalhatian at mga pagpapala na tatanggapin mo pagkatapos ng iyong pagpupunyaging sumulong patungo sa Langit.

Kung ganoon, saan dapat patungo ang lahat ng pagpupunyagi mo sa pagsulong? Kailangang maging matalino ka at magpunyaging marating ang higit na mabuting lugar sa Langit sa pamamagitan ng marahas na pagsulong tungo rito, at maghangad ng mga bagay na magpakailanman, at hindi mga bagay sa mundo.

Kung nais mong sumulong tungo sa Langit sa pamamagitan ng pananampalataya

Kapag ipinapaliwanag ni Jesus ang tungkol sa Langit, nagtuturo Siya sa mga tao sa pamamagitan ng mga kuwento gamit ang mga bagay na natatagpuan sa lupa, upang lalo itong maunawaan ng mga tao. Isa sa mga ito ang kuwento tungkol sa buto ng mustasa.

> *"Ang kaharian ng langit ay katulad ng na itinanim ng isang tao sa kanyang bukid. Ang buto ng mustasa ang pinakamaliit sa lahat ng binhi. Ngunit pagtubo nito, ito'y nagiging mas malaki kaysa alinmang halaman at nagiging punongkahoy, kaya't nakakapagpugad ang mga ibon sa mga sanga nito"* (Mateo 13:31-32, MBB).

Ang isang butil ng mustasa ay halos sinlaki lamang ng tuldok ng bolpen. Sa Israel, ang maliit na butil na ito kapag tumubo ay nagiging napakalaking puno, kung kaya dumadapo ang mga ibon ng himpapawid at namumungad dito. Ginamit ni Jesus ang kuwentong ito upang ipakita ang proseso ng paglago ng pananampalataya: kahit na sa ngayo'y maliit pa ang pananampalataya mo, maaari mong alagaan ito hanggang sa ito'y maging malaking pananampalataya.

Sinasabi ni Jesus sa atin sa Mateo 17:20, *"Dahil sa maliit ang inyong pananampalataya. Tandaan ninyo, kung kayo'y may pananampalataya sa Diyos na sinlaki ng buto ng mustasa, maaari ninyong sabihin sa bundok na ito, 'Lumipat ka roon!' at ito'y lilipat nga. Tunay na walang bagay na hindi ninyo magagawa"* (MBB). Bilang tugon sa hiling ng mga disipulo Niyang bigyan sila ng higit na malaking pananalig, sumagot si Jesus sa Lucas 17:6, *"Kung ang inyong pananampalataya ay maging sinlaki ng butil ng mustasa, masasabi ninyo sa punong ito ng sikomoro, 'Mabunot ka at matanim sa dagat!' at susundin kayo nito"* (MBB).

Maaaring mag-isip ka kung paano mo mapapaalis ang isang puno o bundok sa pamamagitan ng utos ng pananampalataya mo na sinlaki lamang ng isang butil ng mustasa. Ngunit kahit ang pinakamaliit na titik o ang pinakamalinggit na guhit ng panulat ay hindi mawawala mula sa Salita ng Diyos.

Kung ganoon, ano ang espiritwal na kahulugan ng mga talatang ito? Binigyan ka ng pananampalataya na sinlaki lamang ng butil ng mustasa nang tanggapin mo si Jesus at nanahan sa iyo ang Banal na Espiritu. Tutubo ang maliit na pananampalatayang ito at lalago ito kapag itinanim mo ito sa bukid ng puso mo. Kapag lumago na ito at naging malaking pananampalataya, maaari mo nang paalisin ang isang bundok sa simpleng pag-uutos lamang dito. Dagdag pa rito, makapagpapakita ka ng mga makapangyarihang gawa ng Diyos tulad ng pagbabalik ng paningin sa bulag, makakarinig ang bingi, makakapagsalita ang pipi, at mabubuhay ang patay.

Hindi tama na isipin mong walang-wala kang pananampalataya, sapagkat hindi ka nakakapagpakita ng pagkilos ng kapangyarihan ng Diyos o meron pa ring mga problema sa pamilya o negosyo mo. Naglalakbay ka sa daang patungo sa buhay na walang-hanggan sa iyong pagdalo sa simbahan, pagpupuri, at pananalangin, sapagkat may pananampalataya kang sinlaki ng butil ng mustasa. Hindi mo pa nararanasan ang mga makapangyarihang pagkilos ng Diyos, sapagkat maliit pa ang sukat ng pananampalataya mo.

Kaya, kailangang lumago ang pananampalataya mong sinlaki ng butil ng mustasa at maging malaking pananampalataya na sapat nang magpaalis ng bundok. Katulad ng pagtatanim mo ng buto ng ubas at paglilinang ng lupang kinatatamnan nito habang umuusbong, namumulaklak, at namumunga ito, dumaraan din ang lumalago mong pananampalataya sa ganitong proseso.

Kailangang magkaroon ka ng pananampalatayang espiritwal

Katulad rin nito ang pagsulong tungo sa Kaharian ng Langit. Hindi ka makakapasok sa Bagong Jerusalem sa pamamagitan lamang ng pagsasabi, "Opo, naniniwala ako." Kailangang magpursigi ka tungo rito, pahakbang-hakbang, mula sa Paraiso hanggang sa makarating ka sa Bagong Jerusalem. Para makarating ka sa Bagong Jerusalem, kailangang malinaw sa iyo kung paano makarating doon. Kung hindi mo alam ang daan, hindi mo ito mararating o baka mapahinto ka gaano man ang pagsisikap mo.

Nang lumabas ang mga Israelita sa Egipto, nagreklamo sila laban kay Moises at nanisi, sapagkat wala silang sapat na pananampalataya upang hatiin ang Dagat na Pula. Kaya, kinailangan hatiin ito ni Moises, na may malaking pananampalataya, kahit pa magpaalis ng isang bundok. Ganunpaman, ang pananampalataya ng mga Israelita ay hindi sumulong kahit na nasaksihan nila ang pagkakahati ng Dagat na Pula.

Sa halip, habang nag-aayuno at nananalangin si Moises sa Bundok Sinai upang tanggapin ang Sampung Utos (Exodo 32), gumawa sila ng rebulto ng guya at nagpatirapa dito. Dahil dito, nagalit ang Diyos at sinabi kay Moises, *"Maaaring lipulin ko sila. At pagkatapos gagawin kitang isang dakilang bansa"* (t. 10). Hindi nagkaroon ng espiritwal na pananampalataya ang mga Israelita upang sumunod sa Diyos kahit na marami na silang nasaksihang kababalaghan at mga tanda na ipinakita ng Diyos sa pamamagitan ni Moises.

Sa huli, hindi nakapasok ang unang salinlahi ng mga Israelita sa Canaan maliban kay Josue at Caleb. Kumusta naman kaya ang ikalawang salinlahi sa kapanahunan nina Josue at Caleb? Sa sandaling tumapak sa Ilog Jordan ang mga saserdoteng nagdadala ng Kaban ng Tipan ng Diyos sa pangunguna ni Josue, tumigil ang tubig sa pag-agos at nakatawid ang buong bayan ng Israel dito.

Dagdag pa rito, sumunod sila sa utos ng Diyos, at nagmartsa sila sa paligid ng lunsod ng Jerico sa loob ng pitong araw at sumigaw nang malakas, at pagkatapos nito, bumagsak ang mga pader ng Jerico kahit ang mga ito ay napakatibay. Naranasan nila ang kamangha-manghang pagkilos ng Diyos, hindi dahil sa may kalakasan silang pisikal, kundi dahil sumunod sila sa pangunguna ni Josue na merong dakilang pananampalataya na kayang magpaalis ng kahit isang bundok. Dagdag pa rito, natamo ng mga Israelita sa panahong ito ang pananampalatayang espiritwal.

Paano natamo ni Josue ang ganoong kalakas at kadakilang pananampalataya? Namana ni Josue na naging kasa-kasama ni Moises sa loob ng 40 taon sa disyerto ang pananampalataya ni Moises. Katulad ni Eliseo na magmana ng dalawang-ulit na bahagi ng espiritu ni Elias sa pamamagitan ng pagsunod niya sa kanya hanggang sa huli, si Josue na humalili kay Moises ay naging isa ring lalaking may dakilang pananampalataya sa pamamagitan ng paglilingkod niya at pagtalima kay Moises habang sumusunod siya dito. Dahil dito, nagpamalas siya ng makapangyarihang pagkilos kasama na ang pagpapahinto ng araw at buwan (Josue 10:12-13).

Ganito rin ang nangyari sa mga Israelita na sumunod kay Josue. Ang unang salinlahi ng Exodo, na mga 20 taong gulang o mahigit pa, ay nagdusa nang apat na dekada at namatay sa ilang. Ngunit ang mga inapo nilang tumalima kay Josue ay nakapasok sa Canaan, sapagkat nagawa nilang matamo ang pananampalatayang espiritwal sa pamamagitan ng sarisaring mga pagsubok at kahirapan.

Kailangang maunawaan mong mabuti ang pananampalatayang espiritwal. May ilang tao na nagsasabing dati-rati ay matapat silang lingkod sa simbahan nila dahil sa laki ng pananampalataya nila. Ngunit hindi na raw sila matapat, sapagkat tila kumupas na ang pananampalataya nila. Walangkatibayan ang sinasabi nila, sapagkat walang pagbabago ang pananampalatayang espiritwal. Ang naging pananampalataya nila noong nakaraan ay nagbago, sapagkat hindi ito pananampalatayang espiritwal kundi pananampalataya bilang isang kaalaman. Sapagkat kung tunay ngang pananampalatayang espiritwal ito, hindi sana ito nagbago o nangupas pagkaraan ng mahabang panahon.

Halimbawa, may isang panyong puti. Habang ipinapakita ko ito sa iyo, tatanungin kita, "Talagang naniniwala ka bang puti ang panyong ito?" Tiyak na sasabihin mo, "Oo." Sabihin nating may sampung taon na ang nakakalipas at hawak ko ang parehong panyo, tatanungin kita uli, "Ito ay puting panyo. Naniniwala ka ba?" Ano ang isasagot mo? Walang mag-aalinlangan sa kulay nito o magsasabing itim ito kahit na may lumipas nang mahabang panahon. Ang panyong ito na pinaniwalaan kong puti nang may 10 o 20 taon nang nakalipas ay pinaniniwalaan ko pa ring puti ngayon.

Narito pa ang isang talinghaga. Kapag naglakbay ka sa banal na lugar na Holy Land, makikita mong may ipinagbibili silang mga binhi ng mustasa na nakalagay sa isang sobre. Isang araw, may isang lalaking bumili at nagpunla ng mga binhi ng mustasa sa isang bukid, ngunit hindi umusbong ang mga ito. Patay na ang puwersa ng buhay sa mga binhing iyon, sapagkat napabayaan silang hindi naitatanim sa mahabang panahon.

Sa ganito ring paraan, kahit na tinanggap mo si JesuCristo at nanahan sa iyo ang Banal na Espiritu, at may pananampalataya kang sinlaki ng binhi ng mustasa, maaaring mangupas ang Banal na Espiritu na nananahan sa iyo kapag matagal kang hindi nagpunla ng pananampalataya sa bukid ng puso mo. Kaya naman may babala sa 1 Tesalonica 5:19, *"Huwag ninyong patayin ang alab ng Espiritu"* (ASDP). Ang pananampalataya mo, na kahit sinlaki lamang ng binhi ng mustasa ngayon, ay maaaring unti-unting lumaki kapag itinanim mo ito sa bukid ng puso mo at isinabuhay mo ang pananampalataya mo. Ngunit kung hindi ka mamumuhay ayon sa Salita ng Diyos sa mahabang panahon matapos na matanggap mo ang Banal na Espiritu, maaaring humina ang apoy ng Espiritu.

Pag-aabot sa Langit sa pamamagitan ng pananampalatayang espiritwal

Kaya naman, kailangang mamuhay ka ayon sa Salita ng Diyos kung tinanggap mo si JesuCristo at ang Banal na Espiritu. Sa pagtalima sa Salita ng Diyos, kailangang magwaksi ka ng mga kasalanan, manalangin, magpuri, manatili sa pakikiisa sa mga kapatid sa Panginoon, ipangaral ang ebanghelyo, at magmahalan kayo sa isa't isa.

Lalago ang pananampalataya mo habang pinagyayaman mo ang pananampalataya mo sa ganitong paraan. Halimbawa, habang nakakasama mo ang mga kapatid mo sa pananampalataya, magiging malago ang pananampalataya mo, sapagkat makakapagbigay ka ng papuri sa Diyos sa pagbabahagi ng mga patotoo at pakikipag-usap nang may katotohanan sa iyong kapwa.

Maaaring makita mo na ang pananampalataya ng isang tao ay naaapektuhan ng mga taong nakakasama niya. Kung maayos ang pananampalataya ng mga magulang, malamang na maayos din ang pananampalataya ng mga anak nila. Kung ang pananampalataya ng kaibigan mo ay malakas, lalakas din ang pananampalataya mo, sapagkat makakatulad ng pananampalataya mo ang pananampalataya ng kaibigan mo.

Dahil sinisikap ng kaaway na si Satanas at ng demonyo na agawin ang pananampalataya mo, kailangang hindi mo lamang sandatahan ang sarili mo ng Salita ng Diyos sa lahat ng oras, dapat walang-patid ka ring manalangin upang mapagtagumpayan mo ang espiritwal na pakikilaban sa pamamagitan ng pananatiling may-kagalakan at may pasasalamat sa lahat ng pangyayari sa kapangyarihan at awtoridad ng Diyos.

Kapag nagkaganoon, ang pananampalataya mong sinlaki lamang ng binhi ng mustasa ay lalago upang maging isang malaking halaman na maraming mga dahon at bulaklak, at sa huli, ito'y magiging hitik sa bunga. Mapapapurihan mo ang Diyos sa masaganang pamumunga mo ng siyam na bunga ng Banal na Espiritu, ang bunga ng pag-ibig na espiritwal, at ang bunga ng liwanag.

Batid mo kung gaano ang pagsisikap at tiyaga ng magsasaka mula sa pagpupunla ng mga binhi hanggang sa pag-aani. Sa ganito ring paraan, hindi natin matatamo ang Langit sa pamamagitan lamang ng pagdalo sa simbahan. Kailangan nating magsikap at makipagtunggali sa espiritwal para mapasaatin ito.

Kapag magbahagi ka ng ebanghelyo sa mga tao, maaaring may makausap kang ilan na magsasabing nais muna nilang kumita nang maraming pera at magtamasa ng masaganang buhay, at magsisimba na sila kapag medyo matatanda na sila! Ngunit kahangalan ito! Hindi mo alam kung ano ang mangyayari bukas o kung kailan babalik ang Panginoon.

Dagdag pa rito, hindi mo matatamo ang pananampalataya sa

isang araw lamang, at hindi lumalago ang pananampalataya sa maiksing panahon. Siyempre, magagawa mong magkaroon ng pananampalataya bilang isang kaalaman sa abot ng gusto mo. Ngunit magkakaroon ka lamang ng pananampalatayang nagmumula sa Diyos kapag isinagawa mo ang Salita ng Diyos at masigasig na ipamuhay ito.

Hindi nagpupunla ng binhi ang magsasaka nang kung saan-saan lamang. Binubungkal niya ang lupang tigang, at nilalagyan niya ito ng pataba. Pagkatapos, nagpupunla siya ng mga binhi sa bukid na ito, at inaalagaan ito sa pamamagitan ng pagdidilig, paglalagay ng pataba, at iba pa. Sa ganitong paraan lamang tumutubong maayos ang mga pananim at aani siya nang sagana. Sa ganito ring paraan, kung may pananampalataya kang sinlaki ng binhi ng mustasa, kailangan mong ipunla ito at bungkalin ang lupa nang sa ganoon ay lalago itong isang malaking puno kung saan ay maraming ibon ang dadapo at mamumugad.

Sa isang banda, sinasagisag ng ibon, sa kuwento ng magbubukid sa Mateo 13:1-9, ang kaaaway na demonyo na tumutuka sa Salita ng Diyos na nahulog sa daan.

Sa kabilang banda naman, ang mga ibon sa Mateo 13:31-32 ay sumasagisag sa mga tao: *"Ang kaharian ng langit ay katulad ng isang buto ng mustasa na itinanim ng isang tao sa kanyang bukid. Ang isang buto ng mustasa ang pinakamaliit sa lahat ng binhi. Ngunit pagtubo nito, ito'y nagiging mas malaki kaysa alin mang halaman at nagiging punongkahoy kaya nakakapagpugad ang mga ibon sa mga sanga nito"* (MBB).

Katulad ng pamumugad ng maraming ibon sa isang malaking puno, kapag tumubo ang pananampalataya mo sa ganap na sukat, maraming tao ang maaaring mamugad sa iyo sa espiritu, sapagkat naibabahagi mo ang pananalig mo at napalalakas sila sa tulong ng biyaya ng Diyos.

Dagdag pa rito, habang lalo kang napapabanal, lalo mo ring natatamo ang espiritwal na pag-ibig at kabutihan. Dahil dito, makakaya mong tanggapin ang maraming tao, at ito ang short cut upang makasulong nang nagpupunyagi sa Langit.

Sinasabi ni Jesus sa Mateo 5:5, *"Mapalad ang mababang-loob, sapagkat mamanahin nila ang lupa"* (ASNB) *"Mapalad ang mga mapagpakumbaba, sapagkat tatamuhin nila ang ipinangako ng Diyos"* (MBB, 1980). Itinuturo ng bahaging ito sa iyo na habang lumalago ang pananampalataya mo at higit kang nagiging mababang-loob, lumalaki rin ang bahagi ng Langit na mamanahin mo.

Iba't ibang luwalhati sa Langit ayon sa lebel ng pananampalataya

May ibinigay na komento ang apostol Pablo ukol sa mga katawan natin sa pagkabuhay-muli sa 1 Corinto 15:41: *"Iba ang liwanag ng araw, iba naman ang liwanag ng buwan, at iba rin ang liwanag ng mga bituin, sapagkat maging ang mga bituin ay magkakaiba ng liwanag"* (MBB). Ang bawat isa ay tatanggap ng ibang sukat ng luwalhati sa Langit, sapagkat sinusuklian ng Diyos ang bawat tao ayon sa ginawa niya.

Dito, tinutukoy ng liwanag ng araw ay ang luwalhati na tatamuhin ng mga taong lubos na napabanal at naging matapat sa buong sambahayan ng Diyos. Tinutukoy naman ng liwanag ng buwan ang luwalhating tatamuhin ng mga taong nagkulang sa liwanag ng araw, at ang liwanag ng mga bituin ay tungkol sa luwalhati na tatamuhin ng mga taong may pananampalatayang mas mahina kaysa mga taong may liwanag ng buwan.

Sinasabi ng pariralang ang mga bituin ay magkakaiba ng liwanag na kung ang mga bituin ay magkakaiba ng antas ng kaningningan, tatanggap din ang bawat isa sa atin ng iba't ibang gantimpala at ranggo sa Langit pagkatapos ng Muling-Pagkabuhay kahit na papasok tayo sa parehong lugar na tirahan sa loob nito.

Sa ganitong paraan, sinasabi sa atin ng Biblia na magkakaroon ang bawat isa sa atin ng ibang luwalhati sa pagpasok natin sa Langit pagkatapos ng muli nating pagkabuhay. Tinutulungan tayong mapagtanto na magkakaiba ang mga tirahan at mga gantimpala natin sa Langit ayon sa ating pananampalatayang espiritwal, sa ginawa nating pagwawaksi ng mga kasalanan at kung paano tayo naging matapat sa kaharian ng Diyos habang nabubuhay tayo sa daigdig na ito.

Ngunit ang mga taong masama at tamad sa pagwawaksi ng mga kasalanan nila at hindi naging tapat sa mga tungkulin nila ay hindi makakapasok sa Langit; sa halip, itatapon sila sa kadiliman sa labas (Mateo 25). Kaya naman, kailangang maging masigasig ka sa pagsulong patungo sa napakagandang Langit nang may pananampalataya.

Paano sumulong patungo sa Langit

Ginugugol ng mga tao sa daigdig na ito ang buong buhay nila sa paghahanap ng kayamanan na hindi naman nila madadala sa buhay na walang-hanggan. May ilang tao na nagtatrabaho nang mabuti upang makabili ng bahay sa pamamagitan ng paghihigpit ng sinturon, samantalang ang iba naman ay nag-aaral nang mabuti at nagpupuyat para makakuha ng magandang trabaho pagkatapos. Kung nagsisikap mabuti ang mga tao sa mundong ito upang mapabuti ang mga buhay nila dito na sandali rin lamang, gaano pa kayang pagsisikap ang dapat nating gawin tungo sa buhay na magpakailanman sa Langit? Suriin natin nang madetalye kung paano tayo dapat sumulong patungo sa Langit.

Una, kailangang sundin mo ang Salita ng Diyos. Inuudyukan ka Niyang ipamuhay mo ang pagkakaligtas mo nang may banal na pagkatakot (Filipos 2:12). Maaaring agawin ng kaaway na Satanas at ng demonyo ang pananampalataya mo kapag tutulog-tulog ka. Kaya naman, kailangang ituring mong higit pang matamis ang Salita ng Diyos kaysa pulot-pukyutan (Awit 19:10) at ipamuhay ito. Maliligtas ka hindi sa pagtawag kay Jesus bilang "Panginoon, Panginoon" kundi sa paggawa ayon sa kalooban ng Diyos sa tulong ng Banal na Espiritu.

Ikalawa, kailangan mong isuot ang buong armas o pananggalang ng Diyos. Upang maging malakas ka sa pamamagitan ng dakilang kapangyarihan ng Panginoon at labanan ang mga panlilinlang ng demonyo, kailangang isuot mo ang buong pananggalang ng Diyos. Ang iyong pakikipaglaban ay hindi laban sa tao kundi laban sa mga espiritu—mga pinuno, mga maykapangyarihan, at mga tagapamahala ng kadilimang naghahari sa sanlibutang ito at laban sa malaking bilang ng masasamang espiritu (ASNB). Kaya naman, magiging matibay ka at mananatiling nakatayo sa pagdating ng araw ng kasamaan matapos mong gawin ang lahat ng makakaya mo kapag isuot mo ang buong pananggalang ng Diyos (tingnan ang Efeso 6:10-13).

Kung ganoon, kailangang maging matatag ka gamit ang

katotohanan bilang sinturon sa baywang mo, itakip sa dibdib mo ang armas ng pagkamatuwid, at maging laging handa sa pangangaral ng ebanghelyo. Dagdag sa lahat ng ito, itaas mo ang kalasag ng pananampalataya bilang panangga at pamatay sa lahat ng nagliliyab na palaso ng Masama. Isuot mo ang helmet ng kaligtasan, at gamitin mo ang tabak ng Banal na Espiritu, ang Salita ng Diyos. At manalangin ka, sa patnubay ng Espiritu, sa lahat ng pagkakataon ng lahat ng uri ng panalangin at pagsasamo. Lagi kang maging handa at patuloy na manalangin (Efeso 6:14-18). Ang magiging tirahan mo sa Langit ay nakasalalay nang malaki sa pagsuot mo ng buong pananggalang ng Diyos at kung gaano mo mapagtagumpayan ang kaaway na si Satanas at ang demonyo.

Ikatlo, kailangang meron kang espiritwal na pag-ibig sa lahat ng panahon. Sa pamamagitan ng pananampalataya, makakapasok ka sa Langit, at dahil sa pag-asa para sa Langit, makakayanan mong manatili sa katotohanan. Sa pamamagitan ng kapangyarihan ng pag-ibig, mapapabanal ka at magiging matapat sa lahat ng tungkulin mo.

Dagdag pa rito, makakapasok ka sa Bagong Jerusalem, ang pinakamagandang lugar sa Langit, kapag naging ganap ka na sa pag-ibig. Kailangang matamo mo ang ganap na pag-ibig para makapanirahan ka sa Bagong Jerusalem kung saan naroon ang Diyos, sapagkat Siya ay pag-ibig.

Tulad ng sinasabi sa atin ni apostol Pablo sa 1 Corinto 13:13, *"Kaya't ang tatlong ito'y nananatili: ang pananampalataya, pag-asa at pag-ibig; ngunit ang pinakadakila sa mga ito ay ang pag-ibig"* (MBB). Ngunit kailangan mong sumulong patungong Langit sa pamamagitan ng espiritwal ng pag-ibig.

Dapat mo ring mabatid na ang tirahan mo sa Langit ay depende sa pag-ibig na isinasabuhay mo.

3. Sarisaring mga Lugar na Tirahan sa Langit at mga Korona

Hindi nauunawaan ng mga tao sa mundong may tatlong dimensyon ang tungkol sa Langit, na bahagi ng isang rehiyon na may apat na dimensyon. Ngunit bilang isang taong mananampalataya, nananabik at napupuno ka ng galak, marinig mo lamang ng salitang "langit" sapagkat ang Kaharian ng Langit ang tahanan kung saan ka maninirahan magpakailanman. Kung matututunan mo nang madetalye ang tungkol sa Langit, hindi lamang magiging mabuti ang kalagayan ng iyong buhay-espiritwal, magiging mabilis ang paglago ng pananampalataya mo dahil puno ka ng pag-asa para sa Kaharian ng Langit.

Sa Langit, maraming lugar na tirahan na ihinanda ng Diyos para sa mga anak Niya (Deuteronomio 10:14; 1 Mga Hari 8:27; Nehemias 9:6; Awit 148:4; Juan 14:2). Magkakaroon ang mga mananampalataya ng lugar na tirahan ayon sa lebel ng kanilang pananampalataya, at sapagkat makatarungan ang Diyos, aanihin nila kung ano ang ipinunla nila (Galacia 6:7), at gagantimpalaan Niya sila ayon sa ginawa nila (Mateo 16:27; Pahayag 2:23).

Tulad ng nasabi ko na, ang kaharian ng Diyos ay nahahati sa ilang mga lugar gaya ng Paraiso, Unang Kaharian, Pangalawang Kaharian at Ikatlong Kaharian kung saan naroroon ang Bagong Jerusalem. Ang trono ng Diyos ay nasa Bagong Jerusalem, tulad na nasa kabisera ng Seoul ang opisyal na tirahan ng presidente ng

Korea o ang Cheong Wa Dae. At ang opisyal na tirahan ng presidente ng America, ang White House, ay nasa kabisera ng bansang ito, ang Washington, D.C. At ang opisyal na tirahan ng presidente ng Pilipinas, ang Malacanang, ay nasa Metro Manila.

Sinasabi rin ng Biblia sa atin ang tungkol sa sarisaring koronang ibibigay bilang gantimpala para sa mga anak ng Diyos. Sa maraming pagmimisyon, ang pagdadala ng mga kaluluwa sa Panginoon at ang pagtatayo ng santwaryo Niya ay karapat-dapat bigyan ng pinakadakilang gantimpala.

Maraming paraan ng pagdadala ng mga kaluluwa sa Panginoon. Maaari kang sumama sa pag-eebanghelyo, makatulong dito sa pamamagitan ng pagbibigay ng sarisaring kaloob, o sa hindi direktang pag-eebanghelyo sa mga tao sa pamamagitan ng matapat na paglilingkod sa kaharian ng Diyos gamit ang iba't ibang talento mo. Ang mga hindi direktang paraang ito ng pagdadala ng mga kaluluwa sa Panginoon ay mahalaga rin para sa pagpapalawak ng kaharian ng Diyos, katulad ng bawat bahagi ng katawan mo na hindi maaaring mawala sa iyo.

Ganoon man, nararapat para sa pinakamataas na mga gantimpala ang direktang paglahok sa pag-eebanghelyo ng mga tao at pagtatayo ng santwaryo kung saan ay magtitipon ang mga tao upang sumamba, sapagkat ang mga ito'y katumbas ng pagtugon sa pagkauhaw ni Jesus at pagsasauli ng pasasalamat para sa Kanyang dugo.

Iba-iba ang mga pamantayan para makamit ang iba't ibang korona sa Langit, at ang mga kahalagahan ng mga korona ay magkakaiba rin. Kapag nakita mo ang suot na korona ng mga tao, makikilala mo ang lebel na napabanal sila, ang mga gamtimpala nila, at tirahan nila sa Langit, katulad na noong panahon ng mga hari ay malalaman ng mga tao kung ano ang katatayuan ng isang tao sa lipunan sa pamamagitan ng kasuotan niya.

Ating tingnan ngayon ang pagkakaugnay-ugnay ng lebel ng pananampalataya, tirahan sa Langit, at koronang igagawad bilang gantimpala.

Paraiso: Para sa mga taong nasa unang lebel ng pananampalataya

Ang Paraiso ang pinakamababang lugar sa Langit, ngunit hindi mo maiisip kung gaano kapuno ng galak, kasaya, kaganda at kapayapa ang lugar na ito kung ihahambing sa mundong ito. Lubos ang kaligayahan sa lugar na ito dahil walang anumang kasalanan dito! Higit na mabuti ang Paraiso kaysa Hardin ng Eden kung saan nilagay ng Diyos sina Adan at Eva.

Ang Paraiso ay isang magandang lugar kung saan umaagos ang Ilog ng Buhay, na nagmumula sa trono ng Diyos, pagkatapos dumaan ang tubig nito sa Pangatlong Kaharian, Pangalawang Kaharian, at Unang Kaharian. Nakatayo sa magkabilang pampang ng Ilog ang puno ng buhay na namumunga buwan-buwan (Pahayag 22:2).

Ang Paraiso ay para sa mga taong tumanggap kay JesuCristo ngunit walang mga gawa ang kanilang pananampalataya. Sa madaling sabi, papasok sa Paraiso ang mga taong nasa unang lebel ng pananampalataya na halos nagtamo lamang ang kaligtasan at tumanggap sa Banal na Espiritu. Walang ibibigay na korona o gantimpala sa kanila, sapagkat wala silang ipinakitang mga gawa ng pananampalataya.

Matatagpuan natin sa Lucas 23:43 na sinabi ni Jesus sa isang kriminal na tulad Niyang nakapako sa krus, *"Sinasabi ko sa iyo, isasama kita ngayon sa Paraiso"* (MBB). Hindi ito nangangahulugang nananatili lamang si Jesus sa Paraiso; nasa lahat ng dako ng Langit si Jesus, sapagkat Siya ang Panginoon ng Langit. Mababasa mo rin sa Biblia na matapos Niyang mamatay, nagtungo muna si Jesus sa mas mababang bahagi ng lupa, hindi sa Paraiso.

Tinatanong sa Efeso 4:9, *"Nang sabihing 'umakyat siya,' anong ibig sabihin nito, kundi siya'y bumaba rin sa mas mababang bahagi ng lupa"* (ABAB). Sa 1 Pedro 3:19, makikita natin, *"... siya ay pumunta at nangaral sa mga espiritung nasa bilangguan"* (ABAB). Sa madaling sabi, nagpunta si Jesus sa mas mababang bahagi ng lupa, at nangaral ng ebanghelyo doon at nabuhay muli pagkatapos ng tatlong araw.

Kung ganoon, nang sinabi ni Jesus na *'ngayon di'y isasama kita sa Paraiso,'* nangangahulugan na sa pamamagitan ng pananampalataya, nakita na niya bago pa mangyari ang katotohanan na maliligtas ang kriminal sa pamamagitan ng pananampalataya at siya'y makakarating sa Paraiso. Sapat lamang para matanggap ng kriminal ang kaligtasan at makapasok sa Paraiso, sapagkat katatanggap lamang niya si Jesus bago siya namatay. Wala siyang mga gawa, di nakapagpunyagi laban sa kasalanan at di nakatupad ng tungkulin niya para sa kaharian ng Diyos, kaya't ang kaligtasan na ito ay matatawag na "kahiya-hiyang" kaligtasan.

Ang Unang Kaharian sa Langit

Anong uring lugar ang Unang Kaharian sa Langit? Kung sa totoong buhay may malaking pagkakaiba sa pagitan ng Paraiso at ng mundong ito, di-hamak na higit na masaya at puno ng kagalakan sa Unang Kaharian sa Langit kaysa Paraiso.

Kung ihahambing ang kaligayahan ng isang taong nakarating na sa Unang Kaharian sa Langit sa kaligayahan ng isang goldfish sa loob ng maliit na aquarium, ang kaligayahan naman ng isang taong nakarating na sa Pangalawang Kaharian sa Langit ay katulad ng kaligayahan ng isang balyena sa malawak ng Pacific Ocean. Tulad na napakaginhawa at napakasaya ng goldfish sa loob ng maliit na aquarium, labis na katiwasayan at tunay na kasiyahan ang madarama ng taong nasa Unang Kaharian sa Langit, sapagkat nakarating siya rito.

Alam mo na ngayon na nagkakaiba-iba ang kasiyahan sa bawat lugar ng tirahan sa Langit. Naiisip mo ba kung gaanong luwalhati ng buhay na tinatamasa ng mga taong nasa Bagong Jerusalem kung saan naroon ang trono ng Diyos? Ito'y maningning, maganda at makapigil-hininga, hindi maihahambing sa anumang maaari mong maisip. Iyan ang dahilan kung bakit kailangan mong palaguin ang pananampalataya mo, at matiyagang magpunyagi patungo sa Bagong Jerusalem, at hindi masiyahan na lamang na makapasok sa Paraiso o sa Unang Kaharian.

Kapag naging anak ka na ng Diyos sa pagtanggap mo kay JesuCristo bilang iyong Tagapagligtas sa tulong ng Banal na Espiritu, di-magtatagal ay mararating mo rin ang ikalawang lebel ng pananampalataya kung saan ay sinisikap mong mamuhay ayon sa Salita ng Diyos. Sa lebel na ito, pinagsisikapan mong tandaang mabuti ang Salita Niya habang natututunan mo ito, ngunit hindi mo pa lubusang naipapamuhay ito.

Katulad nito ang sanggol na wala pang isang taon na nagsisikap pa ring tumayo kahit na ilang beses madapa. Matapos ang maraming pagsasanay, tuluyan niyang makakayanang tumayo, humakbang at di-magtatagal, sisikapin ding tumakbo. Para sa nanay nito, anong ganda at kaibig-ibig ang sanggol niya kung magpapatuloy itoang lumaki sa ganitong paraan.

Ganito rin sa mga lebel ng pananampalataya. Tulad ng batang nagsisikap tumayo, lumakad at tumakbo dahil siya'y buhay, ang pananampalataya rin ay sumusulong para marating ang pangalawang lebel, at pagkatapos ay ang ikatlo, sapagkat ito ay may buhay. Kaya naman ibinibigay ng Diyos ang Unang Kaharian sa Langit para sa mga taong nasa ikalawang lebel, sapagkat minamahal din sila ng Diyos.

Isang koronang hindi nasisira

Makakatanggap ka ng korona sa Unang Kaharian ng Langit. Maraming klase ng korona sa Langit tulad na marami ring lugar na tirahan doon. May koronang di-nasisira, korona ng luwalhati, korona ng buhay, koronang gawa sa ginto, at korona ng matuwid. Sa mga koronang ito, ang ibibigay sa papasok sa Unang Kaharian ay ang koronang hindi nasisira.

Mababasa sa 2 Timoteo 2:5-6, *"Ang isang manlalaro ay hindi maaaring manalo kapag hindi sumunod sa mga alituntunin ng laro. Ang magsasakang nagtatrabahong mabuti ang siyang dapat munang makinabang sa bunga ng kanyang pinaghirapan"* (MBB). Tulad ng pagtanggap natin ng gantimpala para sa ating pagpapagod sa daigdig na ito, tatanggap din tayo ng gantimpala kapag pinili nating mamuhay nang nagsasakripisyo upang makarating sa Langit.

Tatanggap lamang ang isang atleta ng medalyang ginto kapag nakipagkumpetensya siya ayon sa mga tuntunin ng laro at nanalo siya. Ganoon din, tatanggap ka lamang ng korona kapag nakipaglaban ka ayon sa Salita ng Diyos at nagsumigasig ka para sa mas kaaya-ayang lugar sa Langit.

Sinabi ni Jesus, *"Hindi lahat ng nagsasabi sa akin 'Panginoon, Panginoon', ay papasok sa kaharian ng langit, kundi ang gumaganap ng kalooban ng aking ama na nasa langit"* (Mateo 7:21, ABAB). Kahit na sabihin ng isang tao na naniniwala siya sa Diyos kung binabale-wala naman niya ang batas espiritwal, ang kautusan ng Diyos, wala siyang matatanggap na korona, sapagkat ang pananampalataya niya ay bilang kaalaman lamang, at ang katulad niya'y isang atletang hindi naglaro ayon sa mga tuntunin.

Ngunit kahit na mahina ang pananampalataya mo, gagantimpalaan ka ng koronang di-nasisira kung sinisikap mong makipagtunggali sa paligsahan ayon sa mga tuntunin ng Diyos. Tatanggap ka ng koronang di-nasisira, sapagkat itinuturing kang isang taong lumahok at nakipagtunggali sa paligsahan ayon sa mga tuntunin.

Ang paligsahan para sa isang taong may pananampalataya ay isang espiritwal na pakikipaglaban sa kaaway na demonyo at sa kasalanan. Ang pinakagantimpala para sa mananalo sa pakikipagtunggali sa kaaway na demonyo ay ang koronang di-nasisira.

Halimbawa, dumadalo ka lamang sa pagsamba sa umaga sa

Linggo at makikipagkita sa mga kaibigan mo sa hapon. Sa ganyang kaso, hindi ka tatanggap ng koronang di-nasisira, sapagkat natalo ka na sa pakikipagtunggali laban sa kaaway na si Satanas at ang demonyo.

Ipinapahayag sa 1 Corinto 9:25, *"Ang bawat manlalaro ay nagsasanay nang mabuti at dinidisiplina ang sarili upang makamit ang gantimpala. Ginagawa nila ito para sa gantimpalang hindi nagtatagal. Ngunit ang gantimpalang hinahangad natin ay magtatagal magpakailanman"* (ASD).

Kung paanong mahigpit ang pagsasanay ng bawat nakikilahok sa paligsahan at nakikipagtunggali ayon sa mga tuntunin, kailangang mahigpit din tayong nagsasanay at namumuhay ayon sa kalooban ng Diyos upang marating natin ang lugar na ito sa Langit. Batid natin kung gaano kasagana ang pag-ibig ng Diyos natin kung kaya't naghahanda Siya ng koronang hindi kailanman masisira bilang pag-alala sa pagsisikap ng mga tao sa mundong ito na mamuhay ayon sa kautusan Niya!

Maliban pa rito, hindi katulad sa Paraiso, may mga gantimpala na ihinanda para sa mga makakarating sa Unang Kaharian. Mabibigyan ng karapat-dapat na luwalhati at mga gantimpala ang mga makakapasok sa lugar na ito, sapagkat sa ngalan ng Panginoon ay nagsumikap sila para sa kaharian ng Diyos.

Ang Ikalawang Kaharian

Mas mataas ang antas ng Ikalawang Kaharian sa Langit kaysa Unang Kaharian doon. Mga taong nasa ikatlong lebel ng pananampalataya, na mamumuhay ayon sa Salita ng Diyos ang makakapasok sa Ikalawang Kaharian. Sa paligid ng Seoul, na kabisera ng Korea, ay may mga nakapaligid na mas maliliit na siyudad, at sa paligid naman ng mga ito ay ang mga lugar sa labas ng siyudad.

Ganoon din sa Langit. Matatagpuan ang Bagong Jerusalem sa kalagitnaan ng Ikatlong Kaharian. Sa paligid naman ng Ikatlong Kaharian ay ang Ikalawang Kaharian, Unang Kaharian at ang Paraiso. Siyempre, hindi naman nangangahulugan na ang bawat lugar na tirahan sa Langit ay nakalatag nang katulad sa kung paano nakaayos ang mga lunsod sa daigdig na ito.

Gamit ang limitadong kaalaman ng tao, hindi natin mauunawaan nang tama ang kamangha-mangha at mahiwagang pagkakaayos ng Langit. Gaano mo mang subukang unawain ito, hindi mo pa rin maiintindihan ito kahit na ilarawan pa ito gamit ang sariling isip at imahinasyon. Ang pang-unawa mo sa Langit ay ayon sa paglago ng pananampalataya mo, sapagkat hindi ito maipapaliwanag gamit ang anumang bagay sa daigdig na ito.

Si Haring Solomon, na nagtamasa ng labis na kayamanan, kasaganaan, at kapangyarihan, ay nagsisi noong katandaan na niya, *"Napakawalang kabuluhan, napakawalang kabuluhan, lahat ay walang kabuluhan. Nagpapakapagod ka nang husto sa pagtatrabaho sa mundong ito"* (Ang Mangangaral 1:2-3, MBB).

Pinaaalalahanan rin tayo sa Santiago 4:14, *"Ni hindi nga ninyo alam kung ano ang mangyayari sa inyo sa araw ng bukas! Ang buhay ninyo'y parang usok lamang, sandaling lumilitaw at agad nawawala"* (MBB). Ang malaking kayamanan at kasaganaan ng tao sa daigdig na ito ay nananatili lamang nang pansumandali, at hindi magtatagal ay nawawala rin.

Kung ihahambing sa buhay na walang-hanggan, ang buhay natin sa ngayon ay katulad ng ulap na sandaling lumilitaw at kapagdaka'y nawawala. Ngunit ang koronang ibinibigay ng Diyos ay walang-hanggan, di-nasisira, at lubhang napakahalaga ng gantimpalang ito kung kaya naman ay walang-hanggan itong maaari mong ipagmalaki.

Kung ganoon, anong kabuluhan ng buhay ng isang tao kung hindi siya makapagbibigay ng luwalhati sa Diyos, ngunit sinasabi niyang naniniwala siya sa Kanya! Pero kung ang isang tao ay nasa ikatlong lebel ng pananampalataya, dahil sa pagiging tapat niya sa lahat ng kanyang ginagawa, madalas niyang marinig sabihin ng ibang tao, "Matapos kitang makilala, kailangang magsimba na rin ako."

Sa ganitong paraan, naluluwalhati niya ang Diyos, at iyan ang dahilan kung bakit siya ginagantimpalaan ng Diyos ng korona ng kaluwalhatian.

Ang korona ng kaluwalhatian

Matatagpuan natin sa 1 Pedro 5:2-4 ang utos ng Diyos sa atin:

> *Ingatan ninyo ang kawan ng Diyos na inilagay sa inyong pangangalaga. Pamahalaan ninyo sila hindi dahil sa ito ay dapat ninyong gawin kundi nang may pagkukusang-loob, gaya ng inaasahan sa inyo ng Diyos; hindi sakim sa salapi, ngunit masigasig maglingkod; hindi bilang panginoon ng inyong nasasakupan, kundi bilang halimbawa ng kawan. At*

pagdating ng Pangulong Pastol, tatanggap kayo ng korona ng kaluwalhatian na di kukupas kailanman (ASDP).

Kapag nakarating ka sa ikatlong lebel ng pananampalataya, manggagaling sa iyo ang mapanghalinang bango ni Cristo, sapagkat sapat na ang pananalita at pagbabago sa mga kilos mo upang maging liwanag at asin sa daigdig na ito dahil iwinawaksi mo ang mga kasalanan mo sa pakikipaglaban mo sa mga iyon nang kahit hanggang sa pagbubuwis ng dugo. Kung ang tao na dati ay magagalitin at madaling magsalita nang masama tungkol sa kanyang kapwa ay naging mababang-loob at nagbibigay-papuri lamang sa ibang tao, sasabihin ng mga kapitbahay niya, "Ang laki na ang ipinagbago niya mula noong maging Cristiano siya." Sa ganitong paraan, mapapapurihan ang Diyos sa pamamagitan niya.

Kaya naman, ang korona ng kaluwalhatian ay ibibigay bilang gantimpala sa taong naging mabuting huwaran sa mga mananampalataya dahil niluluwalhati niya ang Diyos sa matiyagang pagwawaksi niya ng mga kasalanan niya at sa pagiging matapat niya sa pagtupad sa mga tungkuling ibinigay sa kanya ng Diyos sa daigdig na ito. Ang mga ginawa natin sa ngalan ng Panginoon at ang mga ginawa natin upang gampanan ang ating tungkulin habang iwinawaksi ng mga kasalanan natin ay maiipon sa Langit at mapapalitan ng gantimpala.

Ang karangalan dito sa mundong ito ay kumukupas, ngunit ang lahat ng luwalhating ibibigay mo sa Diyos ay hindi kukupas, at ibabalik ito sa iyo bilang koronang maningning na hindi mangungupas kailanman.

Kung minsan, marahil naitatanong mo sa iyong sarili, "Dapat wala nang anumang kapintasan ang taong iyon sa lahat ng bagay, at dapat nakakatulad na niya ang saloobin ng Panginoon dahil matapat naman siya sa gawain ng Diyos. Bakit meron pa ring kasamaan sa loob niya?"

Sa ganitong kaso, hindi pa siya ganap na napapabanal sa pamamagitan ng pakikipagpunyagi laban sa mga kasalanan niya, ngunit niluluwalhati niya ang Diyos sa pagbibigay niya ng lahat ng magagawa niya sa pagtupad ng tungkulin niya. Kaya naman, tatanggap siya ng korona ng kaluwalhatian na hindi kumukupas.

Kung ganoon, bakit ito tinatawag na korona ng kaluwalhatian na di kukupas kailanman? Nakakatanggap ang karamihan ng tao ng karangalan o gantimpala nang kahit minsan o dalawang beses sa kanilang buhay. Kapag mas malaki ang gantimpalang natamo mo, nagiging mas masaya at mas mayabang ka. Ganoon pa man, kung magbabalik-tanaw ka pagkalipas nito, mararamdaman mong walang halaga ang karangalang ibinibigay ng daigdig na ito. Iyan ay sapagkat ang sertipiko ng kahusayan ay nagiging isa na lamang kupas na piraso ng papel, ang tropeo ay napupuno ng alikabok, at ang alaala, na dati ay masidhi ay malamlam na.

Sa kabilang dako, ang luwalhating matatanggap mo sa Langit ay hindi magbabago. Kaya naman sinabi ni Jesus, *"Sa halip, mag-impok kayo ng kayamanan sa langit; doo'y walang maninirang insekto at kalawang, at walang nakakapasok na magnanakaw"* (Mateo 6:20, MBB).

Kung ganoon, kung ihahambing ang korona ng kaluwalhatian na di kukupas kailanman sa mga korona sa daigdig na ito, walang-hanggan ang kinang at kaningningan nito. Kung ang korona sa Langit ay walang-hanggan at hindi nabubulok, mailalarawan mo ba sa isip mo kung paanong walang-kapintasan ang lahat ng bagay doon?

Ano kaya ang maramdaman ng mga taong nasa mas mababang lugar na tirahan—sa Paraiso o Unang Kaharian—kapag dinalaw sila ng isang nakasuot ng korona ng kaluwalhatian? Sa Langit, taos-pusong pinakamamahal at hinahangaan ng mga taong nakatira sa mga mas mababang lugar ang taong may higit na mataas na ranggo, yumuyukod sa kanya, at nakatingin sa ibaba katulad ng pagpapakita ng respeto sa hari na ginagawa ng mga nasasakupan niya.

Hindi napopoot ang mga tao sa taong iyon na nakatataas sa kanila o kaya ay naninibugho o naiinggit sa kanya, sapagkat walang kasamaan sa Langit. Sa halip, tinitingnan siya nang may paggalang at pagmamahal. Sa Langit, hindi ka kailanman naiilang kapag ikaw ay yumuyukod, o nagyayabang kapag ikaw ay tumatanggap ng paggalang mula sa iba kung nakatira ka sa mas mataas na lugar ng tirahan. Ipinapakita lamang ng mga tao ang paggalang nila, at tinatanggap nila ang iba nang may pag-ibig, at itinuturing ang isa't isa bilang mahalagang nilalang.

Ang Ikatlong Kaharian

Ang Ikatlong Kaharian sa Langit ay para sa mga lubos na namumuhay ayon sa Salita ng Diyos at may pananampalataya ng mga martir. Tinuturing nilang walang halaga ang buhay nila, sapagkat para ito sa Diyos na pinakamamahal nila nang higit sa lahat. Ang mga taong nasa ikaapat na lebel ng pananampalataya ay handang mamatay para sa Panginoon.

Maraming Cristiano ang pinatay noong mga huling araw ng

Chosun Dynasty sa Korea. Noong mga panahong iyon, nagkaroon ng malaking pag-uusig at pagtuligsa laban sa Cristianismo. Nangako pa ng gantimpala ang pamahalaan para sa mga magsusumbong tungkol sa kinalalagyan ng mga Cristiano. Ganunpaman, hindi natakot sa kamatayan ang mga misyonero mula sa America at Europa; lalo pa silang naging mas mapusok sa pagbabahagi ng ebanghelyo. Maraming tao ang namatay hanggang sa kumalat ang ebanghelyo tulad ng nakikita natin sa kasalukuyan.

Kung ganoon, kung nais mong maging isang misyonero sa ibang bansa, pinapayuhan kitang magkaroon ng pananampalataya ng isang martir. Kahit pa dumanas ka ng mga pagpapahirap habang nagmimisyon sa dayuhang bayan, makakayanan mong magtrabaho roon nang may galak at pasasalamat dahil batid mong ang mga pasakit at hirap mo ay labis na gagantimpalaan sa Langit.

Maaaring isipin ng ilan, "Sa ngayon, nakatira ako sa isang bansang malaya, walang pag-uusig, sapagkat may kalayaan sa pananampalataya dito. Ngunit nalulungkot ako, sapagkat hindi ako mamamatay para sa kaharian ng Diyos kahit na meron akong pananampalataya upang mamatay bilang isang martir." Ngunit hindi naman talagang ganyan ang nangyayari. Sa ating panahon, hindi mo na kailangang mamatay bilang isang martir para ikalat ang ebanghelyo katulad noong kapanahunan ng mga naunang iglesya.

Siyempre, kung kailangan, dapat may mga martir. Ngunit, kung higit na marami ang magagawa mo para sa Diyos dahil may pananampalataya ka na ialay pati ang buhay mo, hindi ba lalo Siyang malulugod sa iyo kahit na hindi ka na mamatay bilang isang martir?

Dagdag pa rito, batid ng Diyos na sumusuri sa puso mo kung anong uri ng pananampalataya ang ipapakita mo sa mga sitwasyong manganganib ang buhay mo para sa ebanghelyo; batid Niya kung ano ang nasa kailaliman at sentro ng puso mo. Marahil higit na mahalaga para sa iyo na mamuhay ka bilang isang martir, tulad ng sinasabi sa atin ng isang matandang kasabihan, "Higit na mahirap ang mabuhay kaysa ang mamatay."

Sa araw-araw nating buhay, maaaring may mga haharapin tayo na mangangahulugan ng buhay o kamatayan, at mangangailangan ng pananampalataya ng isang martir. Halimbawa, ang pag-aayuno at pananalangin gabi at araw ay maaaring imposible kung walang matibay na paninindigan at pananalig, sapagkat nag-aayuno at nananalangin ang isang tao upang tumanggap ng tugon ng Diyos, kahit na ang maging kapalit nito ang kanyang buhay. Kung ganoon, anong klaseng tao ang makakapasok sa Ikatlong Kaharian sa Langit? Silang mga lubusang napabanal ang makakapasok dito.

Noong mga unang araw ng iglesya, kung kailan maraming tao ang namatay bilang martir para kay JesuCristo, maaaring marami ang naging karapat-dapat na pumasok sa Ikatlong Kaharian. Ngunit sa kasalukuyang panahon, lubhang napakaliit lamang ang bilang ng mga taong kapuri-puring nagwawaksi ng mga kasalanan nila [-sa harap ng Diyos] at makakapasok sa Ikatlong Kaharian, sapagkat labis na ang kasamaan ng tao sa daigdig.

Ang mga taong may pananampalataya ng mga ama ang makakapasok sa Ikatlong Kaharian, sapagkat iwinaksi na nila ang lahat ng kasalanan sa pamamagitan ng pagtatagumpay sa lahat ng pahirap at pagsubok, naging lubos na napabanal at naging tapat kahit na sa punto ng kamatayan. Kaya naman, itinuturing sila ng Diyos na napakahalaga, pinaka-iingatan sila ng mga anghel at hukbo sa kalangitan, at sila ay nasa lilim ng ulap ng kaluwalhatian.

Ang korona ng buhay

Anong uri ng korona ang tatanggapin ng mga taong nasa Ikatlong Kaharian? Gagantimpalaan sila ng korona ng buhay, tulad ng ipinangako ni Jesus sa Pahayag 2:10, *"Manatili kang matapat hanggang kamatayan, at gagantimpalaan kita ng korona ng buhay"* (MBB).

Dito, ang kahulugan ng pagiging matapat ay hindi lamang ang pagiging matapat sa mga tungkulin mo sa simbahan mo. Napakahalaga na iwaksi mo ang bawat uri ng kasamaan sa pamamagitan ng pagpupunyagi laban sa mga kasalanan mo kahit hanggang sa punto ng pagbubuwis ng buhay, at hindi ka nakikipag-kompromiso sa daigdig. Kapag natamo mo na ang isang pusong malinis at banal sa pamamagitan ng pakikipagpunyagi mo laban sa mga kasalanan mo hanggang sa kamatayan, tatanggapin mo ang korona ng buhay.

Ang korona ng buhay ay ibibigay din sa iyo kapag inalay mo ang buhay mo para sa iyong kapwa at mga kaibigan, at kapag nagtiyaga ka sa mga pagsubok at natapos mong pagtagumpayan ang mga ito (Juan 15:13; Santiago 1:12).

Halimbawa, kapag nahaharap sa mga pagsubok, maraming tao ang pilit na nagtitiyaga, ngunit hindi makapagpasalamat sa puso, nagiging galit at hindi nakakapagtiis o nagmamaktol sa Diyos.

Sa kabilang banda, kapag napagtagumpayan ng tao ang

anumang pagsubok nang may kagalakan, maaari siyang ituring bilang lubusang napabanal. Sinumang nagmamahal sa Diyos ay maaaring maging matapat hanggang sa kamatayan, at mapagtatagumpayan niya ang anumang uri ng pagsubok nang may kagalakan.

May malalaking pagkakaiba ang kalidad ng buhay ng tao ayon sa kung sila'y nasa una, ikalawa, ikatlo o ikaapat na lebel ng pananampalataya. At hindi maaaring saktan ng mga masasama ang taong nasa ikaapat na lebel ng pananampalataya. Kahit na dumapo ang isang uri ng sakit sa kanya, agad niyang mababatid ito.

Kaya naman, makakapagpatong siya ng kamay sa masakit na bahagi ng katawan niya at di-magtatagal ay nawawala na ang sakit na iyon. Dagdag pa rito, kapag nasa ikalimang lebel ng pananampalataya ang isang tao, walang anumang uri ng sakit ang maaaring umatake sa kanya, sapagkat nababalot siya ng liwanag ng kaluwalhatian sa lahat ng oras.

Ang pangunahing layunin ng Diyos sa paghuhubog ng karakter ng sangkatauhan sa lupa ay upang magtamo ng mga tunay na anak na maaaring pumasok sa Ikatlong Kaharian at sa mas mataas pa rito. Ang bawat lugar na tirahan sa Langit ay maganda at masayang tirhan, ngunit ang Langit sa talagang diwa nito ay ang Ikatlong Kaharian at pataas kung saan makakapasok at maaaring tumira ang mga anak ng Diyos na banal at wala nang kapintasan. Ito'y isang bahagi na ihiniwalay para sa mga totoong anak ng Diyos na namuhay nang ayon sa kalooban ng Diyos. Doon ay maaari nilang makita ang Diyos nang mukhaan.

Dagdag pa rito, sapagkat nais ng Diyos ng pag-ibig na ang bawat tao na makarating sa Ikatlong Kaharian ng Langit at sa mas mataas pa rito, tinutulungan ka Niyang mapabanal sa tulong ng Banal na Espiritu, at binibigay Niya sa iyo ang biyaya at kapangyarihan kapag matiyagang malangin ka at makinig sa Salita ng buhay.

Sinasabi sa atin sa Kawikaan 17:3, *"Dinadalisay sa apoy ang ginto at pilak ngunit sa puso ng tao'y si Yahweh ang sumisiyasat"* (MBB). Dinadalisay ng Diyos ang bawat isa sa atin upang gawin tayong mga tunay na anak Niya.

Umaasa akong mapabanal ka sa lalong madaling panahon sa pamamagitan ng pagwawaksi ng mga kasalanan mo at sa pagpupunyagi laban sa mga ito kahit pa hanggang sa magbuwis ka ng dugo, at nang matamo mo ang ganap na pananampalataya na ninanais ng Diyos mula sa atin.

Ang Bagong Jerusalem

Habang dumarami ang nalalaman mo tungkol sa Langit, lalo namang nagiging mahiwaga ang lugar na ito para sa iyo. Ang Bagong Jerusalem ang pinakamagandang lugar sa Langit, at dito matatagpuan ang trono ng Diyos. Mali ang pagkakaunawa ng ilan, sapagkat iniisip nilang sa Bagong Jerusalem maninirahan ang lahat ng mga kaluluwang naligtas o akala nila, ang Bagong Jerusalem ang kabuuan ng Langit.

Ngunit hindi ganito. Sa Pahayag 4, nakatala ang mga dimensyon ng lunsod ng Bagong Jerusalem: ang lapad, haba at taas nito ay pare-parehong mga 1,400 milya (o mga 2,400 kilometro). Ang buong paligid nito ay mga 5,600 milya. Ang sukat ng lunsod maliit lang nang kaunti sa sukat ng buong bansa ng Tsina.

Kung ang Bagong Jerusalem na ang kabuuan ng Langit, maaaring magiging masikip na nga ang Langit sa dami ng mga taong naligtas na. Ngunit ang Kaharian ng Langit ay di-mailalarawan ang lawak, at ang Bagong Jerusalem ay isang bahagi lamang nito.

Kung ganoon, sino ang karapat-dapat na pumasok sa Bagong Jerusalem?

Mapapalad ang naghuhugas ng kanilang damit upang sila'y magkaroon ng karapatan sa punongkahoy ng buhay at makapasok sa lunsod sa pamamagitan ng mga pintuan (Pahayag 22:14, ABAB).

Dito, ang itinuturing na damit ay ang puso mo at ang mga ginagawa mo, at ang ibig sabihin ng naghuhugas ng kanilang damit ay ang paghahanda mo bilang babaing ikakasal kay JesuCristo habang patuloy mong nililinis ang puso mo.

Ang karapatan sa punongkahoy ng buhay ay nangangahulugang maliligtas ka sa pamamagitan ng pananampalataya at pupunta ka sa Langit. Ang ibig sabihin ng makapasok sa lunsod sa pamamagitan ng mga pintuan ay daraan ka sa mga gate na gawa sa perlas sa Bagong Jerusalem matapos mong pumasok sa gate ng bawat kaharian sa Langit ayon sa paglago ng pananampalataya mo. Ibig sabihin, magiging mas malapit ka sa Banal na Lunsod kung nasaan ang trono ng Diyos depende sa kung gaano ka napabanal.

Kung ganoon, makakapasok ka lamang sa Bagong Jerusalem

kapag nasa ikalimang lebel ka na ng pananampalataya kung saan ay nabibigyang-lugod mo ang Diyos sa iyong pagiging lubusang napabanal at pagiging tapat sa lahat ng mga tungkulin mo. Ang pananalig na nakalulugod sa Diyos ay ang uri ng pananampalataya na kapani-kapaniwala upang maantig pati ang puso Niya o para tanungin ka Niya, "Ano ang maaari Kong gawin para sa iyo?" bago mo pa hingin sa Kanya ang anumang bagay. Ang walang-kapintasang espiritwal na pananalig ay ang pananalig ni Cristo na namuhay sa lahat ng oras ayon sa puso ng Diyos.

Kahit na taglay ni Jesus ang kalikasan ng Diyos, hindi Niya itinuring ang pagiging kapantay Niya sa Diyos bilang isang bagay na kailangan Niyang angkinin. Sa halip, isinuot Niya ang anyo ng isang alipin. Nagpakababa Siya at naging masunurin hanggang sa kamatayan (Filipos 2:6-8).

Kaya naman itinaas Siya ng Diyos sa pinakamataas na posisyon at ibinigay sa Kanya ang pangalang higit sa lahat ng pangalan (Filipos 2:9), ang karangalang maupo sa may kanang bahagi ng Diyos, at ang kapangyarihan na maging Hari ng mga hari, at Panginoon ng mga panginoon.

Ganoon din, katulad ni Jesus, kailangan mong maging masunurin hanggang sa kamatayan kung ito ang kalooban ng Diyos, upang makapasok ka sa Bagong Jerusalem. Maaaring sabihin ng ilan, "Mukhang labas sa kakayahan ko ang maging masunurin hanggang sa kamatayan. Makakarating pa ba ako sa ikalimang lebel ng pananampalataya?"

Ang ganyang mga pahayag ay nagmumula sa mahinang pananalig. Matapos mong malaman ang tungkol sa Bagong Jerusalem, walang sinuman ang gagawa ng ganyang pahayag, habang higit na lumalaki ang pag-asa mong magkaroon ng buhay na walang-hanggan sa isang napakagandang lugar.

Habang mabilis kong ilalarawan ang mga katangian at ningning ng Bagong Jerusalem, palawakin mo ang iyong imahinasyon at tamasahin mo ang kaligayahan sa panonood ng kaakit-akit na mga tanawin sa Banal na Lunsod.

Ang kagandahan ng Bagong Jerusalem

Katulad ng paghahanda ng isang dalagang ikakasal ng kanyang sarili upang maging lubos na maganda at elegante sa pagsalubong sa kanyang nobyo, ihinahanda at pinalalamutian ng Diyos ang Bagong Jerusalem sa pinakamagandang paraan. Inilalarawan ito sa Biblia sa Pahayag 21:10-12:

> *At dinala niya akong nasa Espiritu sa isang malaki at mataas na bundok, at ipinakita sa akin ang banal na lunsod ng Jerusalem, na bumababa mula sa langit buhat sa Diyos, na may kaluwalhatian ng Diyos; ang kanyang ningning ay katulad ng isang totoong mahalagang bato, na gaya ng batong jaspe, na malinaw na gaya ng kristal* (ABAB).

Dagdag pa rito, gawa sa jaspe ang pader at may 12 pundasyong yari sa mga batong hiyas ang pader ng lunsod. Ang 12 pinto ay gawa sa 12 perlas, bawat pinto yari sa iisang perlas, at ang pangunahing daan ng lunsod ay yari sa purong ginto, katulad ng malinaw na kristal na tinatagusan ng liwanag (Pahayag 21:11-12).

Bakit kaya madetalyeng inilarawan ng Diyos ang daan at pader na kabilang sa iba pang malalaki at magagandang istruktura sa lunsod? Sa mundong ito, ang ginto ay itinuturing ng mga tao na pinakamataas ang halaga at ninanais nila itong matamo. Mas gusto ng mga tao ang ginto, sapagkat hindi lamang dahil mataas ang halaga nito, kundi dahil hindi rin nawawala ang halaga nito sa paglipas ng panahon.

Ngunit sa Bagong Jerusalem, pati ang daan na nilalakaran ng mga tao ay gawa sa ginto, at gawa ang mga pundasyon ng pader ng lunsod sa sarisaring mamahaling bato. Mailalarawan mo ba sa isip mo kung gaano kaganda ang iba pang natatanging gusali sa loob ng mga pader ng lunsod? Iyan ang dahilan kung bakit inilarawan ng Diyos ang daan at pader sa ganitong paraan.

Hindi rin kinakailangan ng lunsod ang araw o mga lampara upang magbigay liwanag dito, sapagkat ang liwanag ng Diyos ang nagbibigay ng liwanag dito, at dito kailanman ay wala nang gabi. Naroon ang Ilog ng Buhay na sinlinaw ng kristal na umaagos mula sa trono ng Diyos at ng Kordero mula sa gitna ng malaking daan ng lunsod.

Sa magkabilang pampang ng Ilog, may buhanging ginto at pilak, at naroon ang punongkahoy ng buhay na buwan-buwan ay namumunga. Namamasyal ang mga tao sa mga hardin na pinalamutian ng Diyos ng sarisaring mga puno at mga bulaklak. Ang lahat ng dako sa lunsod ay puno ng kasiyahan at kapayapaan dahil sa ningning ng liwanag at pag-ibig ng ating Panginoong JesuCristo na hindi mailalarawan nang sapat gamit ang mga salita sa daigdig na ito.

Makita mo pa lamang ang maningning at kahanga-hangang mga tanawin doon, mabibighani ka na: mga mansyon na gawa sa ginto at mamahaling mga bato, mga kalsadang ginto na makinang at tinatagusan ng liwanag. Di maaabot ng imahinasyon natin ang lugar na ito, at ang luwalhati at kadakilaan nito ay hindi mapapantayan.

At ang lunsod ay hindi nangangailangan ng araw, o ng buwan man, upang magbigay-liwanag sa kanya, sapagkat ang liwanag niya ay ang kaluwalhatian ng Diyos, at ang ilaw doon ay ang Kordero (Apocalipsis 21:23, ABAB).

Pagkatapos nito, ipinakita sa akin ng anghel ang ilog ng tubig ng buhay, malinaw na parang kristal, at umaagos mula sa trono ng Diyos at ng Kordero patungo sa gitna ng malaking lansangan ng lunsod. Sa magkabilang panig ng ilog ay ang puno ng buhay na labindalawang beses namumunga sa isang taon, minsan isang buwan. Ang mga dahon nito ay nagsisilbing lunas sa sakit ng mga bansa (Pahayag 22:1-2, NPV).

Kung ganoon, para kanino ihinanda ang napakagandang Banal na Lunsod na ganito? Ihinanda ng Diyos ang Bagong Jerusalem para sa mga naligtas, ang mga tunay na anak Niya na kasing banal at walang-kapintasang katulad Niya. Kaya naman, hinihimok tayo ng Diyos na lubusang magpabanal at sinasabi: *"Lumayo kayo sa lahat ng uri ng kasamaan"* (1 Tesalonica 5:22, MBB), *"Magpakabanal kayo sapagkat ako'y banal"* (1 Pedro 1:16, MBB) at *"Kaya maging ganap kayo, gaya ng inyong Ama sa langit"* (Mateo 5:48, MBB).

Ngunit kahit na lubusang napabanal ang mga tao, may ilang

papasok sa Bagong Jerusalem samantala ang iba naman ay mananatili sa Ikatlong Kaharian sa Langit ayon sa kung gaano nila nakakatulad ang puso ng Panginoon at naipamuhay ito sa kanilang ikinikilos. Ang mga taong papasok sa Bagong Jerusalem ay hindi lamang napabanal; binibigyang-lugod din nila ang Diyos sa pamamagitan ng malalim na pagkakaunawa nila ng puso Niya at pagsunod ng kalooban Niya hanggang sa kamatayan.

Halimbawang may dalawang anak na lalaki sa isang pamilya. Isang araw, dumating ang ama mula sa trabaho at nagsabing nauuhaw siya. Alam ng panganay na anak na mas gusto ng amang uminom ng soft drink, kaya dinalhan niya ang ama ng isang baso nito. Dagdag pa rito, minasahe niya ang ama at tinulungan siyang mag-relax. Sa kabilang banda, nagdala ang bunsong anak ng isang tasa ng tubig at bumalik sa kuwarto niya para mag-aral. Sa kanilang dalawa, sino ang nagpaginhawa at nakapagbigay-lugod sa ama nila, ayon sa pagkakakilala nila sa kanya? Tiyak na ang panganay ang nakagawa nito.

Sa ganito ring paraan, nakikilala ng Diyos ang ganitong pagkakaiba ng mga papasok sa Bagong Jerusalem at ang mga papasok sa Ikatlong Kaharian sa Langit ayon sa sukat ng kung gaano nila pinasaya ang Diyos, gaano sila katapat sa lahat ng bagay, at inuunawa nang malaliman ang puso ng Diyos.

Kinikilala ni Jesus ang kaibahan ng pananampalataya sa ikalimang lebel bilang pananalig na nakakabigay-lugod sa Diyos upang lalong ipaunawa sa iyo ang kalooban ng Diyos. Sinasabi sa atin ng Diyos na lubos Siyang nalulugod sa mga taong napabanal sa kanilang pananampalataya. Nagagalak Siya sa mga taong nananabik na magligtas ng mga tao sa pamamagitan ng pagbabahagi ng ebanghelyo. Sinasabi ng Diyos na maganda sa

Kanyang mga mata ang mga matapat na nagpapalaganap ng paghahari Niya at mga matuwid Niyang pamamaraan.

Ang koronang ginto o korona ng matuwid

Gagantimpalaan ng koronang ginto o korona ng matuwid ang mga taga-Bagong Jerusalem. Ang mga koronang iyon ang pinakamaningning sa Langit at isinusuot lamang sa mga espesyal na okasyon katulad ng isang malaking handaan.

Sinasabi sa atin sa aklat ng Pahayag o Apocalipsis 4:4, *"At sa palibot ng trono ay may dalawampu't apat na trono, at ang nakaupo sa mga trono ay dalawampu't apat na matatanda, na nakasuot ng mapuputing damit; at sa kanilang mga ulo ay may mga koronang ginto"* (ABAB). Ang dalawampu't apat na matatanda ay karapat-dapat na umupo sa palibot ng trono ng Diyos. Dito ang itinuturing na matatanda o mga elder ay hindi mga taong nagtataglay ng posisyon ng elder sa isang simbahan, kundi ang mga kinikilala bilang mga taong sumusunod sa puso ng Diyos. Lubusan silang napabanal at parehong nagawa ang santwaryong nakikita at ang di-nakikitang santwaryo sa mga puso nila.

Sa 1 Corinto 3:16-17, sinasabi ng Diyos sa atin na nagiging santwaryo ng Kanyang Espiritu ang ating mga puso. Kaya naman "winawasak" ng Diyos ang sinumang sumisira ng santwaryo Niya. Ang pagtatayo ng di-nakikitang santwaryo na nasa puso ay ang pagiging isang tao ng espiritu sa pamamagitan ng iyong pagwawaksi ng mga kasalanan mo, at ang pagtatayo ng nakikitang santwaryo ay ang ganap na pagtupad sa mga tungkulin mo sa daigdig na ito.

Ang bilang na dalawampu't apat na matatanda ay tumutukoy sa lahat ng taong papasok sa pinto ng kaligtasan sa pamamagitan ng pananampalataya katulad ng 12 tribo ng Israel, at ganoon din ang mga lubusang napabanal katulad ng 12 apostol. Dahil kinikilala ka bilang anak ng Diyos sa iyong pananampalataya, itinuturing ka ring kabilang sa bayan ng Israel. Makakapasok ka sa Bagong Jerusalem kapag ikaw ay lubusang napabanal at naging matapat katulad ng 12 apostol ni Jesus. Sinisimbolo ng dalawampu't apat na matatanda ang mga taong ganap na napabanal, lubusang naging matapat sa kanilang mga tungkulin, at kinikilala ng Diyos. Ginagantimpalaan Niya sila ng mga koronang ginto, sapagkat may pananalig sila na kasingmamahalin ng purong ginto.

Dagdag pa rito, binibigay ng Diyos ang korona ng matuwid sa mga taong hindi lamang nagwaksi ng mga kasalanan nila kundi tumutupad din ng mga tungkulin nila ayon sa Kanyang kasiyahan, kasama ang pananampalatayang nakalulugod sa Diyos katulad ng ginawa ng apostol Pablo. Tiniis ni Pablo ang maraming pagpapahirap at pag-uusig alang-alang sa paraan ng pagiging matuwid na matatagpuan kay Cristo. Ginawa niya ang lahat at tiniis niya ang lahat sa pamamagitan ng pananampalataya upang mapaghari ang Diyos at maisagawa ang matuwid Niyang pamamaraan sa anumang kanyang gawin kahit sa kanyang pagkain o pag-inom. Pinapurihan ni Pablo ang Diyos, at ipinakita ang kapangyarihan Niya saanman siya pumunta. Kaya, nagawa niyang ipahayag nang may pagmamalaki, *"Ngayon ay nakalaan na para sa akin ang korona ng matuwid, na sa araw na iyon ay igagawad sa akin ng Panginoon, ang makatarungang Hukom- at hindi lamang sa akin, kundi sa lahat rin ng mga nananabik sa*

Kanyang pagdating" (2 Timoteo 4:8, ASDP).

Sinuri natin ang Langit, kung paano doon makakapunta at sumulong patungo sa iba't ibang mas maiiging lugar na tirahan doon at makamit ang mga korona na igagawad ayon sa lebel ng pananampalataya ng bawat tao.

Nawa'y maging isa kang Cristianong matalino na naghahangad hindi ng mga bagay na nasisira kundi mga bagay na pangwalanghanggan, at sa pananampalataya ay sumulong ka patungo sa isang mas magandang tirahan sa Langit, at tamasahin ang walanghanggang kaluwalhatian at kasiyahan sa Bagong Jersusalem. Sa ngalan ng ating Panginoong JesuCristo, ito ang panalangin ko!

Ang May-Akda:
Dr. Jaerock Lee

Si Dr. Jaerock Lee ay ipinanganak sa Muan, Jeonnam Province, Republika ng Korea, noong 1943. Sa kanyang taong mga dalawampu, si Dr. Lee ay nagdusa mula sa iba't ibang sakit na walang kalunasan sa loob ng pitong taon at naghihintay ng kamatayan na walang pag-asang gagaling pa. Isang araw noong pabahon ng tag-sibol 1974, manapa, siya ay sinamahan sa isang simbahan ng kanyang kapatid na babae at nang siya ay lumuhod na upang manalangin, ang Buhay na Diyos ay kagyat na pinagaling siya sa lahat ng kanyang mga sakit.

Mula ng sandaling makatagpo ni Dr. Lee ang buhay na Diyos sa pamamagitan ng napaka-gandang karanasan, minahal niya ang Diyos ng buong puso at sinseridad, at noong 1978 siya ay tinawag na maging lingkod ng Diyos. Siya ay mataimtim na nanalangin ng sa gayon kanyang maliwanag na maunawaan ang kalooban ng Diyos, buong-buo na itinaguyod ito at sinunod ang lahat ang mga Salita ng Diyos. Noong 1982, pinasimulan niya ang Manmin Central Church sa Seoul, Korea, at ang napakaraming mga gawa ng Diyos, kasama na ang mga mahimalang pagpapa-galing at mga himala, ay nangyari sa kanyang simbahan.

Noong 1986, si Dr. Lee ay na-ordinahan bilang pastor sa taunang pagtitipon ng Assembly of Jesus' Sungkyul Church sa Korea, at apat na taon ang lumipas noong 1990, ang kanyang mga mensahe ay nagsimulang maisahimpapawid sa Australia, Russia, sa Pilipinas, at sa marami pa sa pamamagitan ng Far East Broadcasting Company, ang Asia Broadcast Station, at sa Washington Christian Radio System.

Tatlong taon pa ang lumipas noong 1993, ang Manmin Central Church ay piniling isa sa mga 50 Nangungunang Simbahan sa Mundo, mula sa *Christian World* magazine (US) at tinanggap niya ang Parangal bilang Doctor of Divinity mula sa Christian Faith College, Florida, USA at noong 1996 isang Ph.D. sa Ministeryo mula sa Kingsway Theological Seminary, Iowa, USA.

Mula 1993, si Dr. Lee ang siyang nanguna sa pandaigdigang pagmimisyon sa pamamagitan ng mga krusada sa ibayong dagat sa; Tanzania, Argentina, L.A., Baltimore City, Hawaii, at New York ng Estados Unidos, Uganda, Japan, Pakistan, Kenya, ang Pilipinas, Honduras, India, Russia, Germany, Peru, Democratic Republic of Congo, at Israel. Noong 2002 siya ay tinawag na "pandaigdigang pastor" ng mga pangunahing Pahayagang Krisitiyano sa Korea para sa kanyang mga gawa sa iba't ibang bansa Malakihang Nagkakaisang Krusada.

Nitong Abril 2016, ang Manmin Central Church ay may bilang ng kaanib na 120,000 miyembro. Mayroong mga 10,000 sangay sa sariling Bansa at sa ibayong Dagat sa iba't ibang panig ng mundo, at sa kasalukuyan mayroong mahigit 102 misyonero ay naipadala na sa 23 mga bansa, kabilang na ang Estados Unidos, Russia, Germany, Canada, Japan, China, France, India, Kenya at sa marami pa.

Sa petsa ng paglalathala ng Taga-paglimbag nito, si Dr. Lee ay nakasulat na ng 102 na mga aklat, kabilang na ang pinakamabiling aklat ang Malasahan ang *Walang Hanggang Buhay bago ang Kamatayan, Buhay Ko, Pananalig Ko I & II, Ang Mensahe ng Krus, Ang Sukat ng Pananampalataya, Langit I & II, Impiyerno* at A*ng Kapangyarihan ng Diyos*. Ang kanyang mga aklat ay isinalin na sa mahigit na 76 na wika.

Ang kanyang Kristiyanong lathala ay nakikita sa *Ang Hankook Iibo, Ang JoongAng Daily, Ang Dong-A Iibo, Ang Chosun Ilbo, Ang Seoul Shinmun, Ang Kyunghyang Shinmun, Ang Korean Economic Daily, Ang Korea Herald, Ang Shisa News,* at *Ang Christian Press.*

Si Dr. Lee ang kasalukuyang pinuno ng maraming samahang pang-misyonero at mga asosasyon; kasama na ang pagiging Chairman, The United Holiness Church of Jesus Christ, Chairman, Global Christian Network (GCN); Tagapag-tatag at Punong kinatawan, World Christian Doctors Network (WCDN); at Tagapag-tatag & punong kinatawan, Manmin International Seminary (MIS).

Iba pang makapangyarihang mga aklat ni Dr. Lee:

Langit I & II

Detalyadong paglalarawan ng napakaringal na tahanan na matatamasa ng mga tao sa langit at ang napakagandang mga antas ng kaharian ng langit.

Ang Mensahe ng Krus

Makapangyarihang mensahe para sa lahat ng taong espirituwal na natutulog! Sa aklat na ito makikita ang dahilan kung bakit si Jesus ang tanging Tagapagligtas at ang tunay na pag-ibig ng Diyos.

Impierno

Isang madamdaming mensahe sa lahat ng nilalang mula sa Diyos, na may kahilingang wala sanang mapahamak na kaluluwa patungo sa kalaliman ng Impierno! Iyong madidiskubre ang hindi pa naihahayag na nakaraan na talaan ng nakapangingilabaot na katotohanan ng Mababang Libingan at Impierno.

Maranasan ang Walang hanggang Buhay bago ang Kamatayan

Isang Ala-alang patotoo ni Dr. Jaerock Lee, na muling naipanganak at naligtas mula sa Bingit ng anino ng Kamatayan at nangunguna sa paggabay sa isang perpektong halimbawa ng Kristiyanong Buhay.

Buhay Ko, Pananalig Ko I & II

Napakabangong espirituwal na samyo na kinatas sa buhay na umusbong sa walang kaparis na pagmamahal para sa Diyos, sa gitna ng madidilim na alon, malamig na pamatok at ang pinakamalalim na desperasyon.

www.urimbooks.com

www.ingramcontent.com/pod-product-compliance
Lightning Source LLC
LaVergne TN
LVHW041746060526
838201LV00046B/923